அவர்களால் முடியும் என்றால் நம்மாலும் முடியும்

முனைவர் செ. சைலேந்திரபாபு

விஜயா பதிப்பகம்
20, ராஜ வீதி,
கோயம்புத்தூர் - 641 001.
www.vijayapathippagam.Org

அவர்களால் முடியும் என்றால் நம்மாலும் முடியும்
Avarkalal Mudiyum Endral Nammalum Mudiyum

ஆசிரியர் : முனைவர் செ. சைலேந்திர பாபு

ஐந்தாம் பதிப்பு : 2024

விஜயா பதிப்பகம்

20, ராஜ வீதி, கோயம்புத்தூர் - 641 001.
© 0422 - 2382614 / 2385614
vijayapathippagam2007@gmail.com

ஒளியச்சு / புத்தக வடிவமைப்பு : ஐரிஸ் கிராபிக்ஸ், கோவை.
அட்டை வடிவமைப்பு : ஆர்.சி. மதிராஜ், சென்னை.
அச்சாக்கம் : பி.வி.கிராபிக்ஸ்,கோவை

ISBN - 81-8446-774-5 / பக்கம் : 232 / விலை : ரூ. 230/-

நன்றி

* முனைவர் அ. கோவிந்தராஜு, பணி நிறைவு தலைமை ஆசிரியர். தமிழிலும் ஆங்கிலத்திலும் புலமைமிக்கவர்.

* திரு. ஆர். பெருமாள், மூக்காயம்மாள் அறக்கட்டளை, தண்ணீர் பந்தம்பட்டி, வேடசந்தூர், தமிழ் ஆர்வலர், இளைஞர்களை ஊக்குவிப்பவர்.

* திரு.த. ஜெயராம், தாளாளர், பாரதி மெட்ரிக் மேல்நிலைப்பள்ளி மதுரவாயல், சென்னை-95. மாணவர்களிடம் தேசபக்தியை வளர்ப்பவர்.

* திரு. எஸ். முருகையா, ஓய்வு பெற்ற காவல்துறை அதிகாரி, என்னுடன் பணியாற்றியவர்.

* திரு.ப.குணசேகரன், முதுகலை மொழி ஆசிரியர். அரசு மேல்நிலைப் பள்ளி, கோடம்பாக்கம், எனது மகனின் ஆசிரியர்.

* திரு. ஜி. சண்முகவேல், தலைமை ஆசிரியர், அரசு மேல் நிலைப் பள்ளி, எம்.ஜி. ஆர் நகர், சென்னை மற்றும் அவருடன் பணி யாற்றும் ஆசிரியர்கள் திருமதி. P. அமுதா, திருமதி. B. பத்மினி, திருமதி.P. ராஜலட்சுமி, திருமதி.R. விஜயஸ்ரீ, முனைவர் R.சம்பத்குமார்.

* திரு. மனோகர் தேவதாஸ், முதன்மை செயல் அதிகாரி, டெக்னிப் பிரைவேட் லிமிடட், ஜப்பான் நாட்டில் பல ஆண்டுகள் பணியாற்றியவர்.

* செல்வி. நித்யகல்யாணி பத்மனாபன், இரண்டாம் ஆண்டு மாணவி, ராமச்சந்திரா மருத்துவக்கல்லூரி, சென்னை. நூலின் அட்டைப் பக்கத்தை வடிவமைத்தவர்.

* திருமதி.ந.ஹேமலதா வாசுதேவன், திருமதி.ச.துளசிமணி, மொழியாசிரியைகள், ராஜேந்திரன் மெட்ரிக் மேல்நிலைப்பள்ளி, வடுகப்பட்டி, அரச்சலூர்.

* திரு. மு. வேலாயுதம், நிறுவனர் விஜயா பதிப்பகம், கோவை. இளைய சமுதாயத்திற்கான நன்னெறி நூல் வெளியீட்டாளர்.

இந்த நூலைப் படித்துப் பிழைகளைக் களைந்தீர்கள். அச்சிட்டு வெளியிடலாம் என்று தைரியமூட்டினீர்கள். உங்களை மறக்க முடியாது, உங்களுக்கு நன்றி.

அர்ப்பணம்

இந்த நூலைப் படிக்கும் உங்களுக்காக இந்நூலை அர்ப்பணிக்கின்றேன்.

புதிய பாரதத்தைக் கட்டி எழுப்பும் பணியை நீங்கள் செய்ய முனைவீர்கள் என்ற நம்பிக்கை எனக்கு இருக்கிறது.

முன்னுரை

அமெரிக்கா சென்றபோது, தமிழ்நாட்டு மக்கள் சிலரைச் சந்தித்தேன். ''ஏன் சார் நம்ம நாடு மேற்கத்திய நாடுகள் போன்று வளரவில்லை?'' என்ற கேள்வியைக் கேட்டார் ஒருவர்.

ஒரு நல்ல நிலைக்கு வந்துவிட்ட இந்தியர் எவரும் இந்திய நாட்டின் நிலைமையைப் பற்றி சிந்திக்காமல் இருக்க மாட்டார். நாம் ஏன் இப்படி வாழ்கிறோம்? நமது நாடு ஏன் இந்த நிலைமையில் உள்ளது? நம்மால் ஏன் வளர்ச்சி அடைய முடியவில்லை? நமது வளர்ச்சிப் பாதையில் தடைக்கற்களாக இருப்பவை எவை என்றெல்லாம் ஆராய்கிறார். அதுபோல, நீங்களும் ஆராய்ந்து இருப்பீர்கள், பிரச்சனைகளுக்கான தீர்வுகள் (Solution) கூட வைத்திருப்பீர்கள். உங்களைப்போல நானும் ஆய்வு செய்து பார்த்துவிட்டேன். எனது ஆய்வின் முடிவுகளை இங்கு தர முற்படுகிறேன். உங்களது கருத்துகளைத் தெரிந்துகொள்ளவும் ஆசைப்படுகிறேன். இந்தப் புத்தகத்தைப் படிக்கும் ஒவ்வொருவரும் ஒரு நூல் எழுத வேண்டும் என்பதே எனது வேண்டுகோள். அதில் உங்களது கருத்துகளைப் பதிவு செய்ய வேண்டும். ஒவ்வொரு இந்தியனும் இந்தப் பொருள் குறித்து ஒரு நூல் எழுதும் போது, அனைவருக்கும் தெளிவு பிறக்கும்.

2011 ஆம் ஆண்டு நடந்த மக்கள் தொகைக் கணக்கெடுப்பின்படி நமது நாட்டில் வாழும் சுமார் 125 கோடி மக்களில் 21.9 சதவிகித மக்கள் வறுமைக்கோட்டிற்குக் கீழே உள்ளார்கள். அதாவது அவர்களது மாத வருமானம் ரூ. 3,300 க்கும் கீழே உள்ளது. இது சராசரி வருமானம் என்பதால் கோடிக் கணக்கான ஏழைகளுக்கு இதைவிட மிகக் குறைவான வருமானம் என்பதே உண்மை. வறுமைக்கோட்டிற்குக் கீழே இருப்பவர்களுக்கு சராசரி மனிதனுக்கான ஊட்டச்சத்துக்கள் - அதாவது மாவுச்சத்து, புரதம், கொழுப்பு, தாது உப்புகள், பழங்கள், காய்கறிகள்

கிடைப்பது இல்லை. பால், முட்டை, மாமிசம், பயறு ஆகிய ஊட்டச்சத்துக்கள் உண்ணக் கிடைக்காமல் உடல் வளர்ச்சியின்றி, எவ்வித வேலையும் செய்ய முடியாமல், நோய்வாய்ப்பட்டு அவதிப்படுகிறார்கள் பல இந்தியர்கள்! இது போன்ற பரிதாப நிலையில் வாழும் மக்களை உலகில் வேறு எங்கும் பார்க்க முடியவில்லை. ஏழ்மை நிலையிருந்த சில ஆப்பிரிக்க நாடுகளில் கூட முன்பிருந்த நிலைமை மாறி இன்று வளர்ச்சி பெற்று விட்ட நிலையில், நம்மால் ஏன் வளர்ச்சி அடைய முடியவில்லை என்பது பெரிய கேள்விக்குறியாக உள்ளது.

படிப்பறிவில்லாத இந்தியர்கள் 36 சதவிகிதம் என்று கண்டறியப் பட்டிருக்கிறது. அதாவது ஒன்பது வயது நிரம்பியும் எழுதவும், படிக்கவும், புரிந்து கொள்ளவும் தெரியாதவர்கள் இவர்கள். அப்படி யானால் எழுதப்படிக்கத் தெரிந்தவர்கள் எல்லாம் கல்வி கற்றவர்கள் என்று சொல்லிவிடலாமா? அவர்களுக்கெல்லாம் உலக அறிவும், தொழில்நுட்ப அறிவும், விஞ்ஞான அறிவும் உண்டு என்றும் சொல்ல முடியாது. ஏனென்றால் கல்லூரியில் படித்த பல பட்டதாரிகளுக்கே படித்த பாடத்தைப் பற்றிய அறிவு இல்லை. உயர்கல்வியின் தரம் மிகவும் தாழ்ந்து உள்ளது என்று ஆய்வு அறிக்கைகள் தொடர்ந்து கூறி வருகின்றன.

பொதுச் சுகாதாரம், தனிமனிதத் தூய்மை இவையிரண்டும் அடிப்படைத் தேவை என்பதை பல நாட்டவர் உணர்ந்து, சில நூறு ஆண்டுகள் ஆகிவிட்டன. இதை நாம் ஏன் உணர மறுக்கிறோம் என்று என்னால் புரிந்து கொள்ள முடியவில்லை. உடலை எப்படிச் சுத்தம் செய்வது என்று மருத்துவர்கள் கற்றுத் தருகிறார்கள். அதை விடுத்து நதியில் மூழ்கிக் குளித்து ஆன்மாவைச் சுத்தம் செய்தால் போதும் என்றால், நதி அசுத்தம் ஆகிவிடுமல்லவா? கோடிக்கணக்கானவர்கள் நதியில் மூழ்கியும், பொருள்களைக் கொட்டியும் அசுத்தம் செய்வதால் அது இன்று சாக்கடை ஆகி விட்டதல்லவா? அதைச் சுத்தம் செய்வது கூட அசாதாரணமான காரியம் என்று ஆகிவிட்டதே! இந்த நிலைமை மாற என்ன செய்யவேண்டும் என்று யோசிக்க வேண்டாமா? நதிகளைக் கடவுளாகச் சித்தரிக்கும் நாம் நதியில் குப்பைகள் கொட்டவும், சாக்கடையைக் கலக்கவும் தயங்குவது இல்லையே. ஆனால் ஜப்பான் நாட்டில் நதிகளில் மனிதர்கள் குளிப்பது கூட இல்லை.

நமக்கு ஏற்பட்டிருக்கும் இந்தப் பின்தங்கிய நிலை ஏன் என்று சிந்தித்தால், அது அறிவியலுக்கு உட்படாத நமது நம்பிக்கைகள்தான் என்று கூறி விடலாம். அறிவியல் வளராக் காலத்தில் நமது முப்பாட்டனிடமிருந்த

அதாவது கிட்டதட்ட 2000 ஆண்டிற்கு முன் இருந்த பயனற்ற நம்பிக்கைகள் இன்றும் நம்மிடம் இருக்கின்றன. அவை மாறாவிட்டால் நமக்கு முன்னேற்றம் இல்லை.

தொழில் துறையில் நாம் மிகவும் பின்தங்கி இருக்கிறோம். அது நம்மிடத்தில் தொழிற்சாலைகள் இல்லை என்பதாலா? தயாரிக்கப்பட்ட பொருள்களை வாங்க ஆள் இல்லை என்பதாலா? வேலைக்கு ஆள் இல்லை என்பதாலா? இல்லை, இல்லவே இல்லை. பொறியியல் படித்த பொறியாளர்கள் நிறைய இருக்கிறார்கள். ஆனால் ஒரு உற்பத்தி நிறுவனத்திற்குத் தேவையான திறன் வாய்ந்த, வேலை தெரிந்த, தொழில் நுட்பம் அறிந்த பொறியாளர்களாக இல்லை. அதனையும் தாண்டி நம் நாட்டில் பொருட்கள் தயாரிக்கப்பட்டாலும் அவை தரமானதாக இருப்பதில்லை. அதனை வாங்குவதற்கோ மக்கள் கையில் பணம் இல்லை. வசதிபடைத்த பணக்காரர்களோ ஒரு சாதாரண சோப்பு முதல் போயிங் விமானம் வரை வெளிநாட்டுப் பொருள்களையே வாங்குகிறார்கள். இதனைக் காணும் சாதாரணமக்களும் தங்களால் இயன்றளவு அதிக விலை கொடுத்தேனும் வெளிநாட்டில் தயாரித்த பொருட்களையே வாங்குகிறார்கள். இது எதனால்? நம்மால் உலகத்தரம் வாய்ந்த பொருட்களைத் தயாரிக்க இயலவில்லை என்பது உண்மை. தரம் குறைந்த நம் நாட்டுப் பொருள்களை வாங்க நாம் தயாரில்லை. தொழில்துறையில் பின்தங்கிய காரணத்தைக் கண்டுபிடித்து நிலைமையை மாற்றுவது ஒவ்வொரு இந்தியனின் கடமையாக இருக்கிறது. எனது கடமையாக, சிந்தனை வடிவிலான இந்தப் புத்தகத்தை உங்களுக்குத் தருகிறேன்.

இப்படிப் பல பிரச்சனைகளில் சிக்கிக் கொண்டிருக்கும் அதே வேளையில் நமக்கு என்ன குறை? நாம் வளமாகத்தானே இருக்கிறோம், நாமும் நாள்களை நகர்த்திக் கொண்டுதானே இருக்கிறோம். உணவு இல்லை என்றால் என்ன? உடை இல்லை என்றால் என்ன? வீடு இல்லை என்றால் என்ன? மற்றவர்களுக்கு நாம் எந்த வகையில் குறைவு? நம்மிடம் ஆன்மிகம் இருக்கிறதே. நாம் உலகிலேயே மகிழ்ச்சியானவர்களாக இருக்கிறோமே என்று சிலர் நம்மை திருப்திப்படுத்த முற்படுகிறார்கள். இவர்கள் சொல்வதை நம்பினோம் எனில் அது நெருப்புக்கோழி பயப்படுகிறபோது தலையை மண்ணுக்குள் புதைத்துக் கொண்டு எல்லாம் சரியாகிவிட்டது, பாதுகாப்பாக இருக்கிறேன் என்று நினைப்பது போன்றதாகும். இந்த பிறவியில் உண்ண உணவில்லாமல், இருக்க உறைவிடமில்லாமல், நோய்வாய்ப்பட்டு உடலை வருத்தி, மனதை வருத்தி எளிய வாழ்க்கை வாழ்ந்தால் மறு பிறவியில் மகிழ்ச்சியாக

வாழ்ந்து விடலாம் என்ற அறிவுரையையும் சிலர் கூறுகிறார்கள், ஆனால் அதை ஏற்க முடியவில்லை. இறந்த பிறகு மறுபிறவி உண்டு என்பதற்கு எந்த அறிவியல் ஆதாரம் இல்லை என்பதோடு, இதைச் சொல்பவர்கள் எல்லாம் நல்ல உணவு உண்டு, குளிரூட்டப்பட்ட அறைகளில் உறங்கி, மலையடிவாரத்தில் பெரிய மாளிகைகளில் செல்வந்தர்களாக, பணியாட்கள் புடைசூழ சுகபோக வாழ்க்கை வாழ்பவராக இருக்கிறார்கள். எல்லாரும் எல்லாமும் பெறவேண்டும்! இல்லாமை இல்லாத நிலை வேண்டும்! இந்திய நாடு விழித்தெழ வேண்டும். அனைத்து இந்தியர்களின் வாழ்க்கைத்தரமும் (Quality of Life) உயரவேண்டும் என்பதுதான் நமது நோக்கம். தனி மனித வருமானம் உயராமல் அது நடக்கவே நடக்காது என்பதே நமது நம்பிக்கை.

நம் மக்கள் எத்தகு பரிதாபகரமான வாழ்க்கை வாழ்கிறார்கள்!. நம் நாடு எவ்வளவு தூரம் வளர்ச்சி குன்றி உள்ளது என்பதை அறிய வேண்டும் என்றால் அதற்கு நாம் வளர்ச்சியடைந்த நாடுகளுக்குச் சென்று அவர்களது வாழ்க்கை முறையைக் காண வேண்டும். நம்மைவிட மிகவும் பின்தங்கிய நிலையில் இருந்த ஒரு சில நாட்டு மக்கள் இன்று மிகவும் உன்னத நிலையை அடைந்திருக்கிறார்கள் என்பதும் அப்போது புரியும்.

சீனா, சிங்கப்பூர், ஹாங்காங், தென்கொரியா, துபாய் போன்ற ஆசிய நாடுகளில் மக்கள் உன்னத வளர்ச்சி அடைந்து விட்டார்கள்.

எனக்கு ஜப்பான் நாட்டிற்குச் செல்ல ஒரு வாய்ப்பு கிடைத்தது. அங்கு மக்கள் தங்களது வாழ்க்கைமுறையை எவ்வளவு சிறப்பாக அமைத்திருக்கிறார்கள்; எவ்விதமான அரசாங்கத்தை ஏற்படுத்தியிருக் கிறார்கள்; வீட்டையும், தெருவையும் எப்படி சுத்தமாக வைத்துக் கொள்கிறார்கள்! ஒரு தொழிலை எப்படி அக்கறையோடு செய்கிறார்கள்; என்பதனைப் பார்க்கும்போது வியப்பாகவும், ஏக்கமாகவும் இருந்தது. இவர்களுக்கு மட்டும் தூய்மை, செய்திறன், நாட்டுப்பற்று, இயற்கை மீது பற்று, வேலையில் ஆர்வம் ஆகியவை எப்படி வந்தன? இவை நமக்கு ஏன் இன்னும் வரவில்லை? இவர்களின் வாழ்க்கை முறையில் இருக்கும் பாடங்களை நாம் ஏன் கற்றுக்கொள்ளக் கூடாது என்று தோன்றியது. இவர்களால் முடியும் என்றால் அது நம்மால் ஏன் முடியாது என்று நினைக்காமல் இருக்க முடியவில்லை. நாமும் நல்லவர்கள்தாம், திறமை மிக்கவர்கள்தாம், பாரம்பரியம் உள்ளவர்கள்தான் ஆனால் எங்கோ சில குறைபாடுகள் இருக்கின்றன.

அவர்களால் முடியும் என்றால் அது நம்மாலும் முடியும் என்பது எனது ஆணித்தரமான நம்பிக்கை. ஜப்பான் நாட்டவர்களைப் போல நாமும் சாதனைகளைப் புரியவேண்டுமானால் அவர்களது சரித்திரத்தையும், மனநிலையையும், கலாச்சாரத்தையும் புரிந்துகொள்வது அவசியமாகிறது. அந்தப் புரிதல் மட்டுமே தனிமனித மனப்பான்மை (Attitude) சிந்தனை (Thought) ஒழுக்கம் (Discipline) ஆகியவற்றை மாற்றும். அதனால் நமது செயல்பாடு (Behaviour) மாறும். அப்படி ஒரு மனிதனின் மனப்பான்மையும், செயலும் மாறும்போது நமது நாட்டின் கலாச்சாரமும் மாறும். நாமும் வசதியாகவும் வளமாகவும் வாழலாம்.

இந்த நூலின் இதயம் புஷிடோ என்னும் பகுதி. அதை நீங்கள் முதலில் படிக்க வேண்டும் என்று நான் வலியுறுத்துவேன். அதைப் படித்த பின்னர் ஒவ்வொரு பகுப்பை வரிசையாகப் படியுங்கள்.

இந்நூல் நீங்கள் அணியும் ஒரு புதிய கண்ணாடி. இது உங்களையும், நமது நாட்டையும், இந்த உலகையும் தெளிவாகப் பார்க்க உதவும் என்று உறுதியாக நம்புகிறேன்.

செ. சைலேந்திரபாபு

பொருளடக்கம்

முன்னுரை — 05-09

பாகம் ஒன்று

1. சின்ன நாடா? பெரிய நாடா? — 13-21
2. சரித்திரம் — 22-41
3. புஷிடோ — 42-64

பாகம் இரண்டு

4. சமுதாயம் — 66-86
5. கலாச்சாரம் — 87-119
6. அரசமைப்பு — 120-128

பாகம் மூன்று

7. கல்வி — 130-138
8. மதம் — 139-149
9. விளையாட்டு — 150-164

பாகம் நான்கு

10. இயற்கைப் பாதுகாப்பு — 166-174
11. போக்குவரத்து — 175-188
12. நகர்வலம் — 189-212
13. தொழில் — 213-226

பாகம் ஐந்து

14. மனப்பான்மை — 228-231

பாகம் ஒன்று

முதல் தொகுதி

சின்ன நாடா? பெரிய நாடா?

ஜப்பான் என்ற பெயரைக் கேட்டாலே எந்நாட்டவர்க்கும் ஓர் ஆர்வம் ஏற்படும். கூடவே "MADE IN JAPAN" என்ற முத்திரையும் மனக்கண்ணில் வந்து போகும். 1894 ஆம் ஆண்டு நடந்த முதல் சீன - ஜப்பான் போரில் மிகப்பெரிய நாடான சீனாவையும், 1904 ஆம் ஆண்டு நடந்த ரஷ்ய - ஜப்பான் போரில் வலிமைமிக்க நாடான ரஷ்யாவையும் தோல்வி காணச் செய்த நாடு.

இரண்டாம் உலகப் போரில் உலகையே நடுநடுங்க வைத்த நாடு. 1945 ஆம் ஆண்டு ஆகஸ்ட் 6ஆம் தேதி 'லிட்டில் பாய்' என்ற அணுகுண்டும், ஆகஸ்ட் 9ஆம் தேதி 'பேட் மேன்' என்ற அணுகுண்டும் வீசப்பட்டு உருக்குலைந்த நாடு. அந்தப் போரின்போது நடந்த பயங்கரத் தாக்குதலில் எல்லாத் தொழிற்சாலைகளும், துறைமுகங்களும், கட்டடங்களும் தரைமட்டமாக்கப்பட்ட நாடு.

ஒரு பீனிக்ஸ் பறவை போல மீண்டும் உயிர்பெற்று அரசியல், பொருளாதாரம், தொழில், கல்வி, தொழில்நுட்பம், விவசாயம், போக்குவரத்து என அனைத்துத் துறைகளிலும் படிப்படியாக வளர்ந்து பொருளாதார வல்லரசான நாடு. பொருளாதாரத்தில் இன்று அமெரிக்கா, சீனாவிற்கு அடுத்தபடியாக மூன்றாவது இடம் பிடித்துள்ள நாடு. அயராது உழைக்கும் மக்கள் வாழும் நாடு என்று எல்லோரும் பாராட்டும் நாடு. 'நிகான்' மற்றும் 'நிப்பான்' என்பவை இதன் வேறு பெயர்கள். சூரியன் உதிக்கும் நாடு என்பது அதன் பொருள்.

ஜப்பான் சிறியதா? அல்லது பெரியதா?

உலக வரைபடத்தைப் பார்த்தால் சீனாவிற்குக் கிழக்கே ஹொன்ஷூ, ஹொக்கைதோ, ஷிக்கொக்கு, கியூஷூ என நான்கு

தீவுகளாக தென்மேற்கிலிருந்து வடகிழக்கு நோக்கி தீவுக் கூட்டங்களாக, பசிபிக் சமுத்திரத்தில் பிறைச் சந்திர வடிவில் சிதறிக் கிடக்கிறது ஜப்பான். இங்கு மொத்தம் 6,852 தீவுகள் உள்ளன.

அருகிலுள்ள மிகப்பெரிய நாடுகளான ரஷ்யா, சீனா அல்லது சற்றுத் தொலைவில் தீவு நாடாகக் காணப்படும் ஆஸ்திரேலியா ஆகியவற்றுடன் ஜப்பானை ஒப்பிட்டுப் பார்த்தால் நிலப்பரப்பின் அடிப்படையில் ஜப்பான் மிகச்சிறிய நாடுதான்.

ஆனாலும் ஜப்பானின் நிலப்பரப்பு 0.37 மில்லியன் ச.கி.மீ. இதன் நிலப்பரப்பை பல ஐரோப்பிய நாடுகளோடு ஒப்பிடும்போது ஜப்பான் சிறிய நாடே அல்ல என்பது புரியாமல் போகாது. நிலப்பரப்பில் ஜப்பான் இங்கிலாந்தைவிட ஒன்றரை மடங்கு பெரியது. இத்தாலி, ஜெர்மனி (0.35 மில்லியன் ச.கி.மீ.) ஆகிய நாடுகளைவிடப் பெரியது.

இந்திய நாட்டின் நிலப்பரப்பு 3.28 மில்லியன் ச.கி.மீ. ஆகவே, இந்தியாவின் பரப்பில் 11.3 சதவிகிதம் என்று ஜப்பான் நாட்டைச் சொல்லலாம். தமிழ்நாட்டின் பரப்பு 0.13 ச.கி.மீ. என்பதால் தமிழ்நாட்டைவிட மூன்று மடங்கு நிலப்பரப்பைக் கொண்டது எனலாம். இன்னும் சொல்லப் போனால் தெலுங்கானா ஆந்திரா மற்றும் தமிழ்நாடு சேர்ந்த நிலப்பரப்பு ஜப்பான் நிலப்பரப்புக்குச் சமமாக இருக்கும்.

மக்கள் தொகையை வைத்துப் பார்த்தால் ஜப்பான் இன்னும் பெரிய நாடாகும். உலகிலேயே அதிக மக்கள் தொகை கொண்ட நாடுகள் சீனா (139 கோடி), இந்தியா (126 கோடி), அமெரிக்கா (32 கோடி), இந்தோனேஷியா (25 கோடி), பிரேசில் (20 கோடி) ஆகிய நாடுகளுக்கு அடுத்த இடத்தில் இருக்கும் ஜப்பானில் 13 கோடி மக்கள் வாழ்கிறார்கள்.

மேலே சொல்லப்பட்ட நாடுகளைவிட நிலப்பரப்பில் சிறிய நாடாகக் காட்சியளித்தாலும் மக்கள்தொகை அடர்த்தியில் (Population Density) ஜப்பான் பெரிய நாடாகும்.

மக்கள்தொகையைக் கட்டுப்படுத்திய ஜப்பான்

கடந்த 65 ஆண்டுகளில் ஜப்பானிலும் இந்தியாவிலும் மக்கள் தொகை வளர்ச்சி அல்லது கட்டுப்பாடு எப்படி என்று பார்ப்போம்.

	1950	1970	2000	2015
	கோடி	கோடி	கோடி	கோடி
ஜப்பான்	8.3	10.4	12.6	12.6
இந்தியா	36.9	55.3	100.6	125.1
உலகம்	252	369	612	732

ஒரு நாடு தனது நாட்டு மக்கள்தொகையை எப்படி கட்டுக்குள் கொண்டு வந்திருக்கிறது என்று பாருங்கள். இரண்டாம் உலகப் போரில் சுமார் 31 லட்சம் மக்கள் மாண்டபிறகு மக்கள் தொகை தேவைப் படுகிறது. 1950 ஆம் ஆண்டு 8.32 கோடி என்றும், 1960 ஆம் ஆண்டு 9.34 கோடி என்றும் 1980ஆம் ஆண்டு 11.7 கோடி என்றும் மக்கள்தொகை அதிகரித்தது. ஆனால் அது கட்டுப்பாடான அதிகரிப்புதான். அதோடு மக்கள் தொகை போதும் என்று கருதினார்கள். ஒரு தேசிய அழைப்பு விடுத்து, குடும்பக் கட்டுப்பாடு அறிமுகப் படுத்தப்பட்டு பல ஜப்பானியர்கள் குடும்பக் கட்டுப்பாடு செய்து கொண்டார்கள். பின்னர் 1990 ஆம் ஆண்டிலிருந்து மக்கள்தொகை வளர்ச்சி விகிதம் குறையத் தொடங்கியிருக்கிறது. 2000 ஆம் ஆண்டு 12.8 கோடி என்ற மக்கள் தொகை 2014 ஆம் ஆண்டு 12.7 கோடியாக அதே அளவில் சீராக உள்ளது. இது 2025 ஆம் ஆண்டு இன்னும் குறைந்து 12.4 கோடியாகி விடும். தேசத்தின் இலக்கை அவர்களது தனிக் கொள்கையாகப் பார்க்கிறார்கள். அதனை அனைவரும் ஒரு பண்பாக, ஒழுக்கமாகக் கடைப்பிடிக்கிறார்கள். மக்கள் தொகை சீராகி விடுகின்றது.

ஜப்பான் நாட்டின் பிறப்பு விகிதம் உலகிலேயே மிகக் குறைவாக இருந்தபொழுதும், இறப்பு விகிதமும் குறைந்து வருவதன் காரணமாக இன்னும் சில காலத்துக்கு மக்கள் தொகை நிலையாகத் தொடர்ந்திருக்கும்.

இன்று மக்கள்தொகையில், சீனா, இந்தியா, ரஷ்யா, அமெரிக்க ஐக்கிய நாடு, இந்தோனேஷியா, பாகிஸ்தான் ஆகிய நாடுகளுக்கு அடுத்த படியாக ஜப்பான் ஏழாவது இடத்தை வகிக்கிறது.

சதுர கிலோ மீட்டர் அளவில் ஜனத் தொகை விகிதத்தைக் கணக்கிட்டுப் பார்க்கையில் சதுர கிலோ மீட்டருக்கு 266 பேர் வசிக்கின்றனர். நெதர்லாந்தும் பெல்ஜியமும்தான் இந்த விகிதாசாரத்தில் ஜப்பான் நாட்டைவிட அதிகமாக உள்ளன. இவ்விரு நாடுகளிலும் முறையே சதுர கிலோ மீட்டருக்கு 346 ஆகவும், 301 ஆகவும் உள்ளன. இந்தப் புள்ளி விவரங்கள் சரியான அடர்த்தியைப் பிரதிபலிக்காது. ஏன் எனில் ஜப்பான் நாட்டில் விவசாயத்திற்கு ஏற்றதாக உள்ள நிலப்பரப்பு, வனம் ஆகியவை மொத்த நிலப்பரப்பில் 86 சதவிகிதமாகும். ஆதலின் மக்கள் தொகையின் அடர்த்தியை மக்கள் வாழும் நிலப்பரப்பின் அளவுடன் ஒப்பிட்டுப் பார்க்கையில், உலகிலேயே மிக அதிகமான மக்கள் நெருக்கம் கொண்ட நாடு ஜப்பான் தான் என்பது தெரியவரும்.

உண்மையில் ஜப்பான் நாட்டின் 1,260 லட்சம் மக்களில் 40 சதவிகிதத்திற்கும் மேற்பட்டவர்கள் அந்த நாட்டின் மொத்த நிலப் பரப்பில் 1 சதவிகித நிலப்பரப்பில்தான் குடியிருக்கிறார்கள். இந்த ஜனநெருக்கம், தலைநகரமாகிய டோக்கியோ பகுதியில் மிகவும் அதிகமாக உள்ளது. ஜப்பானின் மொத்த மக்கள் தொகையில் 9 பேருக்கு ஒருவர் என்ற விகிதத்தில் இன்று வசித்து வருகின்றனர். 1965இல் நடத்தப்பட்ட மக்கள் தொகை கணக்கெடுப்பின்போது டோக்கியோ நகரின் மக்கள் தொகை 1,08,69,000 ஆகும். 2014ஆம் ஆண்டு டோக்கியோவின் மக்கள் தொகை 1,30,00,000 ஆகும். தலைநகரில் ஏற்பட்டுள்ள ஜனநெருக்கம் தொடர்ந்து வரும் பிரச்சனையாகவுள்ளது. ஆனால் அதை சிறப்பான நிர்வாகம் மூலம் தீர்வு கண்டுள்ளனர் ஜப்பானியர்.

2015ஆம் ஆண்டு மக்கள் தொகை கணக்கெடுப்பின்படி ஏழு முதன்மையான நகரங்களின் மக்கள் தொகை விவரம் பின் வருமாறு : ஒசாகா 31,56,000 நகோயா 22,35,000, யொக்கோஹாமா 37,89,000, கியோத்தோ 14,65,000, கொபே 15, 17,000, கித்தாகுயூஷா 10,42,000.

1950ஆம் ஆண்டு ஜப்பானைவிட 4 மடங்கு மக்கள்தொகை கொண்ட நாடாக இருந்த நாம் இன்று அவர்களைவிட 10 மடங்கு மக்கள் தொகை என்று அதிகரித்திருக்கிறோம். அதனால் பொருளாதாரத்திலும், வாழ்க்கைத் தரத்திலும் மிகவும் பின்தங்கி இருக்கிறோம். 35 கோடியாக

இருந்த நாம் இன்று 126 கோடியாகி 2025ஆம் ஆண்டு 150 கோடியாகி விடுவோம். சீனாவைவிட அதிக மக்கள் தொகை கொண்ட நாடாகி விடுவோம். நாம் இந்த வளர்ச்சியைக் கட்டுப்படுத்த முடியாமல் திணறுகிறோம். பெருகி விட்ட மக்களுக்கு உணவு, உடை, இருப்பிடம், மருத்துவ வசதி, கல்வி என்று வசதிகள் செய்து தர முடியாமல் அதிக அல்லல்படுகிறோம். மக்கள் தொகைப் பெருக்கம் திட்ட வல்லுநரின் கவலையாகவே உள்ளது.

ஜப்பானின் மக்கள் தொகை 12.6 கோடி. இது இங்கிலாந்தைவிட இரண்டு மடங்கு, ஜெர்மனியை விட ஒன்றரை மடங்கு, பிரான்சை விட இரண்டு மடங்கு, ஆஸ்திரேலியாவை விட ஆறு மடங்கு, நார்வேயை விட 25 மடங்கு, ஸ்வீடனைவிட 14 மடங்கு. இவர்களுடைய பலமே இந்த மக்கள்தான். ஒவ்வொரு மனிதனும் ஒரு தொழிற்சாலை!

தரமான மக்கள்

மனித வளம் (Human Resource) என்று மேலாண்மை விஞ்ஞானிகள் கூறுவது; உடல்நலம் உள்ள, தயாரிப்புத் திறன் மிக்க, வேலைசெய்ய ஆர்வம் உள்ள குடிமக்களைத்தான். ஜப்பானில் ஏதாவது ஒரு தொழிலை ஒழுங்காகச் செய்ய ஒவ்வொருவருக்கும் தெரியும். வேலை செய்ய ஆர்வம் உள்ளவர்கள், அந்தத் தொழிலைச் செம்மையாகவும் செய்து முடித்து விடுவார்கள்.

எதையும் தங்களுக்கு திருப்தி தரும் வகையில் செய்து முடிப்பவர்கள். செய்யாத வேலைக்கு கூலி என்று எதைக் கொடுத்தாலும் அதை வாங்க மறுப்பவர்கள். அப்படிப்பட்ட தன்மான உணர்வு உள்ளவர்கள் அவர்கள்.

ஒரு நாட்டை மற்ற நாடுகளோடு ஒப்பிட்டுப் பார்க்க பல அளவு கோல்கள் உள்ளன. அதில் நிலப்பரப்பு மற்றும் மக்கள்தொகை அளவு கோலின் ஒப்பீடுகளைப் பார்த்தோம். இன்னொரு முக்கியமான அளவு கோல் அந்நாட்டு மக்களின் தயாரிப்புத் திறன் (Productive Ability) ஆகும்.

ஜப்பான் நாட்டு மக்களின் தயாரிப்புத் திறன் அமெரிக்காவிற்கு அடுத்தபடியாக இரண்டாவது இடத்தில் இருக்கிறது எனலாம். அமெரிக்க நாட்டின் G.N.P. 12970 பில்லியன் டாலர்கள், இதையடுத்து ஜப்பானின் G.N.P. 4988 பில்லியன் டாலர்கள் ஆகும். மூன்றாவது இடத்தில் ஜெர்மனி உள்ளது, இதன் G.N.P. 2852 மில்லியன் டாலர்கள் ஆகும். நான்காவது இடத்தில் சீனா உள்ளது. அதன் G.N.P. 2264 மில்லியன் டாலர்கள். (G.N.P. என்பது Gross National Product ஆகும். ஒரு நாட்டின் மொத்த வருமானம் இதுதான்.)

தனிமனித வருமானம் (Per Capita income) என்ற அளவுகோலின் படி ஒப்பிட்டாலும் ஜப்பான் பொருளாதாரத்தில் மிகப்பெரிய நாடாகும். இங்கு தனிமனித வருமானம் 36654 டாலர்கள் ஆகும். அதாவது ஒரு சராசரி ஜப்பானியரின் ஆண்டு வருமானம் 2012ஆம் ஆண்டு கணக்குப்படி 20 லட்சம் ரூபாய். இது இங்கிலாந்து, இத்தாலி, ரஷ்யா, ஸ்பெயின், தென்கொரியா ஆகிய நாடுகளைவிட அதிகம். நாம் உலக நாடுகளில் 125ஆவது தரவரிசையில் இருக்கிறோம். எனவே இது நமக்குப் பெருமை சேர்ப்பதாக இல்லை.

அமெரிக்கர்களின் தனிமனித வருமானம் 53,750 டாலர்கள் ஆகும், அதாவது ஒவ்வொரு சராசரி அமெரிக்கர்களின் ஆண்டு வருமானம் 35 லட்சம் (மாத வருமானம் சுமார் 2,70,000 ரூபாய்). உலகின் மிக வளர்ந்த நாடுகளான இங்கிலாந்து, இத்தாலி, தென்கொரியா போன்ற நாடுகளுக்கு ஈடு தரும் விதமாக ஜப்பானியர்களின் தனிமனித வருமானம் அதிகமாக இருக்கிறது.

இந்தியர்களின் தனிமனித வருமானம் ஆண்டுக்கு 5,412 டாலர்கள் (3 லட்சம் ரூபாய்). நம் நாட்டில் ஏழை, பணக்காரன் என்ற வேறுபாடு மலைக்கும் மடுவுக்கும் போல உள்ளது. ஆகவே, இந்த சராசரி வருமானக் கணக்கு சுட்டிக்காட்டுவதைவிட ஏழைகளின் உண்மையான வருமானமும் வாழ்க்கைத் தரமும் மிகவும் தாழ்ந்த நிலையில் உள்ளது.

அதாவது இந்த தனிமனித வருமானமான 3 லட்சம் ரூபாயை விட மிகக்குறைந்த வருமானம் உள்ள இந்தியர்கள் பல கோடிப் பேர். அதேவேளையில், இந்தியாவில் பல பணக்காரர்களின் வருமானமும் மிக அதிகமாகவே உள்ளது. சமீபத்தில் நடந்த ஒரு கணக்கெடுப்பில் உலகில் முதல் பத்து பணக்காரர்களில் நான்குபேர் இந்தியர்கள் என்று கண்டறியப்பட்டுள்ளது. அவர்கள் லட்சுமி மிட்டல் (32,000 கோடி டாலர்), முகேஷ் அம்பானி (20,100 கோடி டாலர்), அனில் அம்பானி (18,200 கோடி டாலர்), அசிம் பிரேம்ஜி (17,100 கோடி டாலர்) ஆகியோர் ஆவர்.

இப்படி மிகப்பெரிய பணக்காரர்களின் வருமானமும் சேர்க்கப்பட்டு சராசரி வருமானம் கணக்கிடப்பட்ட நிலையில் ஒரு சராசரி இந்தியனின் வருமானம் என்று கணக்கிடப்பட்ட தொகை ஒரு அடித்தட்டு மனிதனின் உண்மையான வருமானம் அல்ல. அவரது வாழ்க்கைத் தரத்தை அது சரியாகப் பிரதிபலிக்காது.

இந்திய ஏழைகள் பொருளாதாரத்தில் மிகவும் தாழ்ந்த நிலையில் உள்ளனர். மாதம், 1000 ரூபாய் வருமானம் கூட ஈட்ட முடியாத இந்தியர்கள் பல கோடி பேர் என்பது தான் வருத்தத்திற்குரிய உண்மை. வாழ்க்கைத் தரத்தாலும் மிகத் தாழ்ந்த நிலையிலேயே உள்ளனர். ஏழைகளாகவே பிறந்து ஏழைகளாக வளர்ந்து ஏழைகளாகவே மடிகின்றார்கள். அது அவர்களின் பிறவிப் பலன் என்று அவர்களை நம்பச் செய்வது தவறான செயல். ஆனால் ஜப்பானில் ஏழை, பணக்காரன் என்ற வேறுபாடு குறைவு. மிகவும் பின்தங்கிய நிலையில் உள்ளவர்களின் வருமானம் சராசரி ஜப்பானியரின் வருமானத்திற்குச் சற்றே குறைவாக இருக்கும், அவ்வளவுதான்.

ஏழை என்று கருதப்படும் ஜப்பானியரின் வாழ்க்கைத்தரம் கூட உயர்ந்து இருக்கிறது. ஏழை ஜப்பானியருக்கு ஒரு சொந்த வீடு இருக்கிறது, சொந்தமாகக் காரும் இருக்கிறது. ஏழைகள் என்று கருதப்படும் ஜப்பானியர்களின் வீட்டில் கூட குளிரூட்டும் இயந்திரம் (AC) கண்டிப்பாக உள்ளது. பிச்சைக்காரர்களையோ, குடிசை வீட்டில் குடியிருப்பவர்களையோ அங்கே பார்க்க முடிவதில்லை. அடித்தட்டு மக்கள்கூட மிகச்சிறிய வீடுகளில்தான் குடியிருக்கிறார்கள் என்றாலும் சொகுசாகவே இருக்கிறார்கள் என்பதுதான் உண்மை.

அது 15 x 15 அடி என்ற அளவில் ஒரு குட்டி வீடு என்றாலும் அதில் எல்லா வசதிகளையும் செய்துகொண்டு சொகுசாக வாழ்கிறார்கள். இவர்கள் அனைவரும் படித்தவர்கள் என்பதையும் கவனிக்க வேண்டும். சுத்தமான உணவு, போதுமான உடைகள், பாதுகாப்பான குடிதண்ணீர், தடையில்லா மின்சாரம் போன்றவை எல்லோருக்கும் தேவைக்கு அதிகமாகவே கிடைத்து விடுகிறது. இவர்களது வீட்டில் பல அறைகள் இல்லை என்றாலும் சொகுசான ஒரு கழிப்பறை நிச்சயமாக இருக்கிறது.

நம்மால் முடியும்

நம்மிடம் நிலப்பரப்பு போதுமானதாக இருந்தது. ஆனால் இன்று இல்லை. இந்தியா சுதந்திரம் வாங்கியபோது நாம் 35 கோடியாக இருந்தோம். அந்த மக்கள்தொகை பெருகி 126 கோடியாக மாறி விட்டதால் நமக்குப் போதுமான நிலம் இல்லை. எனவே நிலத்தை அதிகரிக்க முடியாத காரணத்தினால் நாம் அறிவியலை துணைக்கழைத்துக் கொண்டு மக்கள் தொகையைக் குறைத்து மீண்டும் 35 கோடி என்ற நிலைக்கு வருதல்

வேண்டும். அதற்கு ஒரே வழி குடும்பத்திற்கு ஒரு குழந்தை என்று சட்டம் கொண்டு வர வேண்டும். அரசு நிர்ணயிக்கும் திருமண வயதான ஆண்களுக்கு 21, பெண்களுக்கு 18 என்ற வயது முடியாமல் திருமணம் கூடவே கூடாது.

எனது சொந்தக் கருத்து இது; ஆணும் பெண்ணும் 30 வயது முடிந்தபின் திருமணம் என்று அவரவர் சொந்த முடிவு எடுத்து அதனடிப் படையில் செயல்பட்டால்கூட பிறக்கும் குழந்தைகளின் எண்ணிக்கையைக் குறைத்துவிடலாம். அதோடு எல்லாப் பெண்களும் உழைத்து பொருள் சேகரித்துச் சுதந்திரமாக வாழலாம். குடும்பம் நடத்தவும் குழந்தையை வளர்க்கவும் போதிய வசதி வந்தபிறகு குழந்தை பெற முன்வரலாம்.

காடுகள் மற்றும் விவசாய நிலங்கள் குறுகி விட்டன. அவை மேலும் அழிந்து நாம் குடிதண்ணீருக்கும், உணவுக்கும் திண்டாடும் நிலை வந்து விடும் என்பதால் காடுகளிலும் விவசாய நிலங்களிலும் வீடு கட்டுவதை நாம் அனைவரும் தவிர்க்க வேண்டும். அரசும் ஆணையிட்டுள்ளது; நாம் அதை மீறக்கூடாது. மீறுபவர்களை அனுமதிக்கவும் கூடாது. அதற்காக அனைவரும் ஒன்றுபட வேண்டும்.

மீதம் இருக்கும் காடுகளையும் விவசாய நிலங்களையும் ஆறுகளையும் மலைகளையும் கடற்கரைகளையும் தேசிய சொத்தாக நினைத்துப் பாதுகாக்க வேண்டும். நூறு அடுக்கு வீடுகள் கட்டி அதில் வாழ்ந்தால், இழந்த விளைச்சல் நிலங்களைக்கூட மீட்டு விடலாம். அதற்கு நாம் முயல வேண்டும். தேசிய சொத்துக்களை நமது உயிராக நினைத்துப் பாதுகாக்க வேண்டும்.

சென் கதை

சென் ரிஷி ஒருவர் கந்தை அணிந்து கொண்டு பணக்காரன் வீட்டுக்கதவைத் தட்டினார். அங்கிருந்தவர்கள் அவருக்கு அனுமதி மறுத்து, வெறுங்கையுடன் திருப்பி அனுப்பினார்கள். திரும்பிப்போனவர், தனது உயர்ந்த குருபீடத்திற்கான வஸ்திரங்கள் அணிந்து பிரமாண்டமாக மீண்டும் வந்து கதவைத் தட்டினார். அவரை வரவேற்று ராஜவிருந்து பரிமாறினார்கள். தான் அணிந்து வந்த தங்க வஸ்திரத்தைக் கழற்றி மேஜையில் வைத்து கைகளால் அவற்றை வணங்கிய அவர். "இந்த ராஜவிருந்து எனக்குத் தரப்பட்டது அல்ல. இந்தக் கவர்ச்சியான வஸ்திரத்திற்கு தரப்பட்டது" என்று கூறி வெளியேறினார்.

- ஒருவரது வெளிப்புறத்தோற்றத்தை மட்டும் பார்த்து அவரை எடை போடக் கூடாது என்பதை வலியுறுத்திய சென் கதை

சரித்திரம்

தங்கள் வரலாற்றின் மீது அதிக அக்கறை கொண்டவர்கள் ஜப்பானியர்கள். கி.மு. 3ஆம் நூற்றாண்டின் சீன நாட்டுப் பதிவேடுகளில் ஜப்பானியர்களைப் பற்றிய குறிப்புகள் உள்ளன. விவசாயம் செய்தும், மீன் பிடித்தும் வாழும் வித்தியாசமான மக்கள் என்று கூறும் அந்தக் குறிப்புகளை தங்கள் முன்னோர்களின் அடையாளமாக பத்திரப்படுத்தி வைத்துள்ளனர்.

ஜப்பானின் வரலாறானது, புதுமையின் எழுச்சியும் பழமையின் தொடர்ச்சியும் கலந்த விசித்திரமான ஒரு கலவை எனலாம். சென்ற ஒரு நூற்றாண்டு காலத்தில் இரண்டு பெரிய எழுச்சிகள், முதலில் 1868லும், அடுத்து 1945லும் ஏற்பட்டன.

புயல்கள், நில நடுக்கங்கள், மலைகளின் குமுறல்கள் ஆகியவை ஏற்பட்ட பிறகும் ஜப்பானின் நில அமைப்பு எப்படி மாறவில்லையோ அதேபோல அந்த நாட்டு மக்களும் மாறவில்லை. மாறிவரும் சூழ்நிலைக்கேற்ப தங்களை மாற்றிக் கொண்டதாலும், அவர்களுடைய பாரம்பரிய உணர்வுகளான, தேசபக்தி, ஒருமைப்பாடு, ஒழுக்கம், கொள்கை ஆகியவற்றை வலுப்படுத்திக் கொண்டதாலும் அவர்கள் வலிமை பெற்று நிற்கிறார்கள்.

கொரியர்கள் படையெடுப்பு

ஜப்பான் நாட்டின் பூர்வீகக் குடிகள் கிழக்காசியாவிலிருந்தும், தென் பசிபிக் தீவுகளிலிருந்தும் குடி பெயர்ந்து வந்தவர்கள் என்று தொல்பொருள் ஆராய்ச்சியாளர்கள் உறுதிபடுத்தியுள்ளனர். மேலும் ஜப்பானியர்களின் முன்னோர்கள் 'யமாத்தோ' இனம் என்ற ஓர் கூட்டத்தைச் சேர்ந்தவர்களாக இருக்கக்கூடும் என்றும் கூறுகிறார்கள்.

இவர்கள் முதல் 3 அல்லது 4 - ஆம் நூற்றாண்டுகளில் படிப்படியாக ஏனைய கூட்டங்களைத் தோற்கடித்து தங்கள் கூட்டத்தை வலிமைப் படுத்திக் கொண்டார்கள்.

கி.பி. 200ஆம் ஆண்டிற்குப் பின்னர் கொரியத் துணைக் கண்டத்திலிருந்து பலமுறை குதிரைப்படை வீரர்கள் படையெடுத் துள்ளனர். ஜப்பானியர்கள் சீன தேசத்திலிருந்து வந்தவர்கள்; கொரியர் களும் சீன தேசத்திலிருந்து வந்தவர்கள் என்பதால், காலப்போக்கில் கொரியர்களும் ஜப்பானியர்களுடன் கலந்து ஐக்கியமாகி விட்டனர்.

கி.பி.நான்காம் நூற்றாண்டில் ஜப்பானுக்கும், கொரிய தீபகற்ப நாடுகளுக்குமிடையே தொடர்பு ஏற்பட்டு விட்டன. சீனத்தில் அபிவிருத்தியடைந்த தொழில்களான நெசவு, உலோகத் தொழில், தோல் பதனிடுதல், கப்பல் கட்டுதல் ஆகியவை கொரியாவிலிருந்து ஜப்பானுக்கு அறிமுகம் செய்யப்பட்டன.

ஆரம்ப காலத்தில், சீனத்திலிருந்தும் கொரியாவிலிருந்தும், ஜப்பானியர்கள் கைத்தொழில்கள், கலைகள், கல்வி, தொழில்நுட்பம் ஆகியவற்றைக் கற்றுக் கொண்டார்கள். ஆனால் காலப்போக்கில், அவற்றை ஆதாரமாகக் கொண்டு படிப்படியாக தங்களுக்குரிய தனித்தன்மை மிகுந்த கலாச்சாரத்தை ஏற்படுத்திக் கொண்டனர்.

சீன மொழி எழுத்துகளைக் கையாண்டு, மருத்துவ அறிவையும், பஞ்சாங்கத்தின் ரகசியங்களையும், வான இயல் விவரங்களையும், கன்பியூஸியசத்தையும் ஜப்பானியர்கள் கற்றுக் கொண்டனர்.

கி.பி. 538இல் இந்தியாவிலிருந்து கொரியா, சீனா வழியாக பௌத்த மதம் ஜப்பானில் பரவ ஆரம்பித்தது. சீன அரசாங்க அமைப்பினைப் பின்பற்றி ஜப்பானிய மன்னர்கள் தங்கள் நாட்டின் அரசாங்க அமைப்பை ஏற்படுத்தினர்.

நாரா காலம்

கி.பி. 6 ஆம் நூற்றாண்டுகளில் மன்னராட்சி ஏற்பட்டிருக்கிறது. ஓசாகாவைத் தலைமையிடமாகக் கொண்டு மன்னர்கள் ஜப்பானை ஆண்டுள்ளனர். ஜப்பான் நாட்டின் நிலையான தலைநகரமாக 'நாரா' நகரம் அமைக்கப்பட்டது. கி.பி. 710 முதல் 784 வரை ஜப்பான் அரச குடும்பம் அங்கு தங்கி, தங்கள் ஆதிக்கத்தை நாடு முழுதும் பரவச் செய்திருக்கிறது. எனவே இந்தக் காலம் 'நாரா காலம்' என்று அழைக்கப்படுகிறது.

இந்தக் காலகட்டத்தில் 'புநிவாரா' எனும் குடும்ப ஆட்சி நடைபெற்றது. புநிவாரா குடும்ப ஆண்களை அண்டைநாட்டு அரசனின் அரண்மனைக்குப் பிரதிநிதியாக அனுப்பி வைத்து, பின்னர் அந்த அரச குடும்பப் பெண்ணை மணந்து, ஆட்சியைப் பிடித்தனர் இவ்வம்சத்தினர்.

அதுவரை மன்னர் இறந்த பொழுதெல்லாம் தலைநகரமும் மாறிக் கொண்டே இருந்தது. கி.பி. 794ஆம் ஆண்டில் கியோத்தோவில் புதிய தலைநகரம் நிர்மாணிக்கப்பட்டது. இந்த நகரமும் அப்பொழுது இருந்த சீனத் தலைநகர வடிவிலேயே அமைக்கப்பட்டு அரசரின் வாழ்விடமாக சுமார் 1000 ஆண்டுகள் இருந்து வந்தது. 9ஆவது நூற்றாண்டின் இறுதியில் சீனத்துடன் இருந்த தொடர்புகள் குறைய ஆரம்பித்தன.

அதற்குப் பின்னர் ஜப்பானிய நாகரிகம் தனக்கே உரிய தனித் தன்மையுடனும், அம்சங்களுடனும் வளர்ந்தது. ஜப்பானிய வரலாற்றில் வெளிநாடுகளிலிருந்து ஏற்றுக்கொள்ளப்பட்ட தொழில் நுணுக்கங்கள், கலைகள், அறிவியல் ஆகியவை மாற்றங்களுக்கு உள்ளாகி படிப்படியாக அவர்களுடைய நாகரிகத்துடன் ஐக்கியமாகின.

நகர வாழ்க்கை சீரும் சிறப்புமாக அமைந்திருந்தது. அரச குடும்பத்தினர் கலை ஞானங்களையும், சமூகக் கேளிக்கைகளையும் நாடிச் செல்லத் தொடங்கியவுடன், மாகாணங்களை ஆண்ட வீர வம்சங்களின் மீது இருந்த ஆதிக்கம் படிப்படியாக குன்றிப் போயிற்று. நாளடைவில் அரசரின் அதிகார ஆதிக்கம் குன்றியது.

12ஆம் நூற்றாண்டு முதல் 19ஆம் நூற்றாண்டு வரை ஜப்பானில் மன்னராட்சி நிலவியது. அப்போது ஜப்பானில் ஜமீன்தார் கலாச்சாரம் மக்களிடம் இருந்தது. இதை நிலப்பிரபுத்துவ வாழ்க்கை முறை (Feudalism) எனலாம். கிட்டத்தட்ட இந்தியாவில் இருந்ததைப் போன்று, மத்தியில் ஒரு சக்கரவர்த்தி. அவருக்குக் கட்டுப்பட்டு பிராந்திய குறுநில மன்னர்கள் பலர் இருந்தார்கள். ஒரு மனிதனுக்கு பிறப்பால் உயர்வு உண்டு என்பதை ஜப்பானியர்கள் நம்பினார்கள், அப்படிப்பட்டவர்களுக்கு மரியாதையும் தரவேண்டும். ஆகையால், மன்னராட்சியை மக்கள் ஆதரித்தனர். பிறப்பால் சிறப்பு பெற்ற மன்னரையும் நேசித்தார்கள்.

ராஜவம்சத்தில் பிறந்தவர்கள் பிறப்பால் உயர்ந்தவர்கள், அவர்கள் நாட்டை ஆள்வதுதான் முறை என்ற கோட்பாடுதான் அவர்கள் நாட்டிலும் இருந்திருக்கிறது.

ஜப்பானிய வரலாற்றின் குழப்பமான காலமாகக் கருதப்படும் மத்திய காலத்தில் பழைய அரசர்களின் மரபில் வந்த இரு பிரிவினர் களான மினாமொத்தோக்கள், தைராக்கள் ஆகியோர் வீரமிகுந்த போர்களை தங்களுக்குள் நடத்தினர், நம்மூர் சேர, சோழ, பாண்டியர்கள் போல. இறுதியில் 1185ஆம் ஆண்டு உட்கடல் பகுதியில் நடைபெற்ற வரலாற்றுச் சிறப்புப் பெற்ற தன்நோ உரா யுத்தத்தில், தைராக்களை மினாமொத்தோக்கள் வெற்றி கண்டு ஆதிக்கம் செலுத்தினர்.

ஜமீன்தார் கலாச்சாரம்

மினாமொத்தோக்களின் வெற்றியால் அரச பரம்பரையின் ஆட்சி ஸ்தம்பித்தது. சுமார் ஏழு நூற்றாண்டு காலத்துக்கு நிலப் பிரபுக்களின் கை ஓங்கியிருந்தது - பின்னாட்களில் ஷோகுன் என்கிற ராணுவ ஆட்சியாளரின் ஆதிக்கம் வர அதுவே காரணமாக அமைந்தது.

யொரித்தொமோ என்னும் மன்னன், மினாமொத்தோக்களின் அரசரைத் தோற்கடித்து ஆட்சி பீடத்தில் அமர்ந்தான். அவன் கியோடோ விலிருந்து தனது ஆட்சியினை டோக்கியோவுக்கு மாற்றினான். ஜப்பான் தலைநகராக இப்போதுவரை டோக்கியோ இருப்பதன் வரலாறு இதுவே.

1192இல் வெற்றி வாகை சூடிய யொரித்தொமோ, இன்று டோக்கியோ என்றழைக்கப்படும் காமகுராவில் ராணுவ ஆட்சியை ஏற்படுத்தி, முன்னர் கியோத்தோவில் ஆண்ட மன்னர்களின் அதிகாரங்கள் அனைத்தையும் தனதாக்கிக் கொண்டான்.

இந்த அரசன் தனக்குத்தானே 'ஷோகன்' என்னும் பட்டத்தை அளித்துக் கொண்டான். ஷோகன் என்பதற்குப் படைத்தளபதி என்று பொருள். ராணுவ மொழியில் ஜெனரல், அரபி அல்லது இந்தி மொழியில் நவாப் எனலாம். இந்த ஷோகன்கள்தான் 13 ஆம் நூற்றாண்டு முதல் சமீபகாலம் வரை ஜப்பானை ஆட்சி செய்தவர்கள். அதாவது போர்ப் படைத் தளபதி ஆட்சிதான் ஷோகன் ஆட்சி. பாபர், அக்பர், ராணா பிரதாப் சிங், சத்ரபதி சிவாஜி ஆகியவர்களைப் போன்று ஒரு படைவீரனின் ஆட்சி அது.

நம் நாட்டில் டில்லியை ஆண்ட பாதுஷாவை ஹைதராபாத்தில் ஆட்சி செய்த நிஜாம் மதிக்காதது போலவும், மதுரையில் ஆண்ட நாயக்கர்களை சில வலிமை வாய்ந்த பாளையக்காரர்கள் மதிக்காதது

போலவும் பிராந்திய ஷோகன்கள் மத்தியில் ஆட்சி செய்த சக்கர வர்த்திக்குக் கட்டுப்பட்டவர்கள்தாம் என்றாலும் சில ஷோகன்கள் வலிமை படைத்தவர்கள் என்பதால் அவர்களை சக்கரவர்த்தி கட்டுப்படுத்த முடியாத நிலைதான் இருந்தது.

சாமுராய்கள்

ஷோகன்களுக்கு இடையே மோதல்கள் ஏற்படவே, இந்தப் போர்களில் சண்டையிடுவதற்கான வீரப்பரம்பரை ஒன்று உருவானது. இவர்கள் தான் **சாமுராய் வீரர்கள்**. வீரம், தன்மானம், கட்டுப்பாடு, மரணத்தை விரும்பி வரவேற்கும் தன்மை ஆகிய பண்புகளை உடையவர்களாகத் திகழ்ந்தார்கள் **சாமுராய்வீரர்கள்**. சண்டையில் தோல்வியுற்றால் சாமுராய் வீரர்கள் உடனே தற்கொலை செய்து கொள்வார்கள்.

தியானத்தில் ஒரு சாமுராய்

ஆகவே, தற்கொலை செய்வதையும் ஒரு தன்மானச் செயலாகவே கருதுகிறார்கள் சாமுராய்கள். அதிலும், தற்கொலை செய்துகொள்ளும் விதம் மிகவும் வித்தியாசமானதாகவும், வேதனையானதாகவும் இருக்கும். தனது வாளால் வயிற்றைப் பிளந்து, பின்னர் இதயத்தில் வாளைச் செலுத்தி மரணத்தைத் தழுவினர். இந்த தற்கொலை முறையை 'செப்பாக்கு' என்றழைத்தனர்.

சாமுராய் போர் வீரர்கள் பல நற்பண்புகளைப் போற்றி வளர்த்தனர். தைரியம், விசுவாசம், தனிமனித ஒழுக்கம், கடமை, கண்ணியம், சுயநல மறுப்பு ஆகியவைகளை உயர்வாகக் கருதினர். இப்பண்புகள் உள்ள சாமுராய்களுக்கு மதிப்பும், மரியாதையும் பதவி உயர்வும் கிடைத்ததால் பொதுமக்களிடத்திலும் இப்பண்புகள் பரவின. நற்பண்புடையவர்களுக்கு நல்ல மதிப்பும், நல்ல மரியாதையும் கிடைக்கிறது என்றால் மக்கள் அப்படிப்பட்ட பண்புகளை வளர்த்துக் கொள்வார்கள் அல்லவா?

சாமுராய்கள் புத்தமதத்தைத் தழுவினாலும் பலர் அதன் ‘சென்’ மார்க்கத்தில் தான் அதிக அக்கறை காட்டினார்கள். பல ‘சென்’ கோவில்களும் கட்டப்பட்டு, பலர் வீரர்கள் அதில் ஐக்கியம் ஆகினர். தியானம், எளிமை, இயற்கை ஆகியவற்றை ‘சென்’ புத்த மதம் வலியுறுத்தியது.

‘சென்’ தியானம் சுயக் கட்டுப்பாட்டையும், நற்பண்புகளையும் பலப்படுத்த உதவுவதாகவும் அவர்கள் கருதினார்கள். பல ‘சென்’ கோயில்கள் காமகுராவிலும் (டோக்கியோ) கியோட்டாவிலும் கட்டப்பட்டு இயற்கை அழகுள்ள தோட்டங்கள் ஏற்படுத்தப்பட்டன. ‘சென்’ சந்நியாசிகள் விழிப்புடன் இருக்க அங்கு தேநீர் திருவிழாக்களும் அறிமுகப்படுத்தப்பட்டன.

இன்றுவரை தேநீர் திருவிழாக்கள் (Tea Festivals) ஜப்பான் நாட்டில் மிகவும் பிரபலமானவையாக உள்ளன.

மன்னராட்சி அழிந்துபோக சமாதானக் கலைகளே காரணமாக இருந்தன என்பதை அறிந்திருந்ததால் அவற்றிற்குப் பதிலாக போர்க் கலைகளையும், கட்டுப்பாடுகளையும் ராணுவ ஆட்சியினர் ஆதரித்தனர். இந்தக் காலம் சாமுராய்களின் வீர சகாப்தமாக விளங்கியது.

மினாமொத்தோக்களின் ஆட்சிக்குப் பின்னர் காமகுராவில் ராணுவ ஆட்சியை ஏற்படுத்திய யொரித்தொமோவின் மனைவியின் குடும்பத்தினரான ஹோஜோக்களின் ஆட்சி ஏற்பட்டது. மீண்டும் அரச வம்ச ஆட்சி தொடங்கியது. இந்த அரச வம்ச ஆட்சியும் அற்ப ஆயுள் கொண்டதாகவே இருந்தது.

மங்கோலிய படையெடுப்பு

மங்கோலிய சக்கரவர்த்தி செங்கிஸ்கான் பரம்பரையில் வந்த பாபர் இந்துஸ்தானத்தில் புகுந்து இப்ராகிம் லோடியை முதலாம் பானிபட் போரில் வென்று முகலாய பேரரசை நிறுவினார். இவரை இந்தியாவிற்கு வரவழைத்தவர் தவுலத்கான் லோடி, இப்ராகிம் லோடிக்கு போட்டியாக இருந்தவர். இதே மங்கோலிய பரம்பரையில் வந்தவர் குப்ளேகான். இவர் செங்கிஸ்கானின் பேரன், 1271ஆம் ஆண்டு யுவான் பேரரசை சீனாவில் நிறுவியவர். கொரியாவையும் தன் ஆட்சியின் கீழ் கொண்டு வந்தார். அவர் 1266ஆம் ஆண்டு தனது தூதுவர்களை ஜப்பானுக்கு அனுப்பி சீனா ஆட்சிக்கு அடிபணிய வேண்டிக் கொண்டார். மார்ச் 1269, செப்டம்பர் 1269, செப்டம்பர் 1271, மற்றும் மே 1272 ஆகிய காலகட்டங்களிலும் தூதுவர்களை அனுப்பி வைத்தார். தூதுவர்கள்

வெறும் கையுடன் திரும்பினர். ஜப்பான் அரசிடமிருந்து எந்த பதிலுமில்லை. கோபம் கொண்ட குப்ளேகான் 1274ஆம் ஆண்டு 15,000 சீன வீரர்களும், 8000 கொரிய வீரர்களும், 300 பெரிய கப்பல்களும், 500 சிறிய கப்பல்களும் கொண்ட பெரும்படையுடன் ஜப்பானைத் தாக்கினார். புனாய்ப்போர் என்பது இதுதான். முதலாம் ககாத்தா வளைகுடா போர் என்பதும் இதுதான். மிகப்பெரிய படைகள், இடி எனப்பாயும் அம்புகள், ராக்கட் போர்தளவாடங்கள் இவற்றின் தாக்குதலால் வாள் ஏந்திய ஜப்பானிய சாமுராய்கள் நிலைகுலைந்தனர். ஆனால் சாமுராய்கள், எதிரிகள் அணியில் புகுந்து கடுந்தாக்குதல் நடத்தி பலரைக் கொன்றனர். உயிர் இழப்பைக் கண்ட மங்கோலியப் படை கலங்கியது. முன்னேறிச் செல்ல அஞ்சியது. எனவே கப்பலுக்குத் திரும்பியது. குப்ளேகானுக்கு வெற்றி கிடைக்கவில்லை. ஜப்பான் வென்றது.

1275ஆம் ஆண்டு, 1279ஆம் ஆண்டு என்று இரண்டு முறை தூதுவர்களை மீண்டும் அனுப்பினார் குப்ளேகான். ஆனால் இம்முறை தூதுவர்கள் படுகொலை செய்யப்பட்டனர். அவர்களது தலைகள் துண்டிக்கபட்டு திருப்பி அனுப்பப்பட்டன. கோபமுற்ற குப்ளேகான் இரண்டாவது முறையாக ஜப்பான் மீது பெரும் போர் தொடுத்தான்.

1281ஆம் ஆண்டு 900 போர்க்கப்பல்களில் 40,000 மங்கோலியப் படைவீரர்களை ஒருபுறமும், 3,500 போர்க்கப்பல்களில் 10,00,000 சீனப்படைவீரர்களை இன்னொரு புறமும் அனுப்பி ஒரே நேரத்தில் ஜப்பானின் இரு பகுதிகளில் தாக்கினான் குப்ளேகான். இரவு கப்பல்களுக்குள் புகுந்து இருட்டின் துணைகொண்டு சீன வீரர்களை வெட்டிக்கொன்றனர் சாமுராய்கள். கடற்கரையில் பாதுகாப்புச் சுவர்கள் ஏற்படுத்தி எதிரிகளை ஜப்பானுக்குள் நுழைய விடாமல் துரத்தி அடித்தனர் சாமுராய்கள் வீரர்கள். இதைக் கண்ட குப்ளேகானின் வீரர்கள் பலர் கப்பல்களுக்குள்ளேயே இருந்து கொண்டனர். கப்பல்கள் பல மூழ்கடிக்கப்பட்டன. ஒரு சிலரே ஊருக்குத் திரும்பிச் சென்றனர். இதைத்தான் கோபைன் போர் என்கிறோம். அதுவேதான் இரண்டாவது ககாத்தா வளைகுடா போர்.

அன்றைய நாள் உலகின் மூன்றில் ஒரு பகுதி நிலப்பரப்பை ஆண்ட யுவான் பேரரசின் சக்கரவர்த்தியால் கூட ஜப்பான் நாட்டுக்குள் நுழைய முடியவில்லை என்பதுதான் சரித்திர உண்மை. அன்றும் ஜப்பான் ஒரு போர் இயந்திரம் என்பதில் சந்தேகமில்லை. இருந்தாலும் இந்த

இரண்டு போர்களின் போது புயல் காற்று வீசியதும் அவை மங்கோலியப் படைகளின் பல கப்பல்களை மூழ்கடித்தன என்பதையும் மறுப்பதற்கில்லை. ஒருவேளை ஜப்பானியர்களுக்கு இயற்கையும் துணை நின்றதோ என்னமோ?

மீண்டும் ராணுவ ஆட்சி

கியோத்தோவில் முராமாச்சி இனத்தவரின் ராணுவ ஆட்சி மீண்டும் தொடங்கியது. அது, 1333 முதல் 1573 வரை சுமார் இரண்டு நூற்றாண்டுகளுக்கு மேல் நிலைத்திருந்தது. காமகுராவின் ராணுவக் கட்டுப்பாடுகளிலிருந்து விலகி புஷிதோ வீரத்தின் நெறிதவறாத தன்மைகள், மற்றும் ஒழுக்க சமய நெறிகளை உருவாக்கி, இன்றும் மிக முக்கியமான குணமாக இருக்கும் எளிமை, கட்டுப்பாடு ஆகியவற்றைக் கொண்ட கலாச்சார வாழ்க்கை ஏற்பட இந்த ஆட்சி வழிவகுத்தது.

இரண்டு நூற்றாண்டுகளுக்கும் மேலாக முராமாச்சியின் ராணுவ ஆட்சி நாட்டின் மற்ற பகுதிகளிலிருந்த போட்டி இனங்களின் கடும் எதிர்ப்புகளுக்கு இலக்காகியது. ஆகவே 16ஆவது நூற்றாண்டின் இறுதியில் மாகாணத் தலைவர்களின் ஆதிக்கப் போராட்டங்களின் விளைவாக ஏற்பட்ட உள்நாட்டுப் போர்களால் ஜப்பான் சீரழிந்தது.

இறுதியில் 1590ஆம் ஆண்டு தீரமிக்க தளபதியான ஹிதெயோஷி தொயொதொமி என்பவரால் சட்டமும் ஒழுங்கும் நிலைநாட்டப்பட்டன. நாட்டை ஒற்றுமைப்படுத்தி அமைதியை நிலைநாட்ட அவர் மேற்கொண்ட பல முயற்சிகள் பயனளித்தன. தொக்குகாவா ராணுவ அரசை நிலைநாட்டிய இயெயாசு என்பவர் தொடர்ந்து நல்லாட்சி தந்தார். ஆனால் பல உள்நாட்டுப் போர்கள் நடந்தன.

இந்த உள்நாட்டுப் போர் காலத்தில்தான் ஜப்பான் நாட்டின் புகழ்பெற்ற கோட்டைகள் பலவும் கட்டப்பட்டன.

ஜப்பான் நாடு முழுமைக்கும் தன்னை உறுதியான ஆட்சித் தலைவனாக ஆக்கிக் கொண்ட இயெயாசு தனது ராணுவ ஆட்சியை தோக்கியோவென்று இன்று கூறப்படும் எதோவில் 1603இல் தொடங்கினான். இயெயாசு அமைத்த முறைகளில்தான் அடுத்த 265 ஆண்டுகளுக்கு ஜப்பானின் வாழ்க்கை நெறியின் சகல அம்சங்களும் குறிப்பாக அரசியல், சமூக அமைப்புகள் உருவாக்கப்பட்டன. அவற்றைப் பாதுகாக்க தொக்குகாவா ராணுவ ஆட்சியாளர் தீவிர நடவடிக்கை எடுத்தார். அதன் காரணமாக

1639ஆம் ஆண்டு, ஜப்பான் நாட்டின் வெளிநாட்டு உறவு அனைத்தும் முடக்கப்பட்டது. வர்த்தகம் மற்றும் அரசியல் முறையில் ஜப்பான் உலகின் தனித் தீவானது.

ஐரோப்பியர் வருகை

முராமாச்சி காலத்தில்தான் மேற்கத்தியர் முதன் முதலாக ஜப்பான் நாட்டிற்கு வந்தார்கள்.போர்ச்சுக்கீசியர்கள் 1498ஆம் ஆண்டு நம் நாட்டில் கேரளாவின் கள்ளிக்கோட்டைக்கு வருகை தந்தனர். அதனைத் தொடர்ந்து கோவாவில் குடியேறிய சில போர்ச்சுக்கீசியர்கள் 1543 ஆம் ஆண்டு ''க்யூசு'' என்ற ஜப்பான் நாட்டின் தெற்கு முனையில் வந்திறங்கினர்.

ஸ்பெயின் நாட்டினர், டச்சுக்காரர்கள் மற்றும் ஆங்கிலேயர்களும் இங்கு வந்து முகாமிட்டனர். ஐரோப்பியர்களின் வருகை ஜப்பானியரின் வாழ்க்கை முறையில் மாற்றங்களை உண்டாக்கியது. தீவிர கிறிஸ்துவப் பிரச்சாரகர்கள் தென் ஜப்பானில் மதமாற்றங்களை ஏற்படுத்தினர்.

1549 ஆம் ஆண்டு பிரான்சிஸ் சேவியர் என்ற போர்ச்சுக்கீசிய பாதிரியார் கிறிஸ்தவ இயக்கத்தை இங்கு ஆரம்பித்தார். கோவாவில் கிறிஸ்தவ மதத்தை வளர்த்த இவர்தான் ஜப்பான் சென்று வந்தவர். இவருடைய உடல் இன்னும் கோவாவில் Basilice of Bom Jesus ஆலயத்தில் பராமரிக்கப்பட்டு வருகிறது. இவர் தமிழ்நாட்டில் உள்ள கன்னியாகுமரி கடற்கரைக்கும், தூத்துக்குடி திருநெல்வேலி எல்லையில் உள்ள மணப்பாடு கிராமத்திற்கும் விஜயம் செய்து அங்கு வாழ்ந்த அனைத்து மக்களையும் கிறிஸ்தவ மதத்திற்கு மாற்றியவர் என்பது குறிப்பிடத்தக்கது.

ஆரம்பத்தில் ஐரோப்பியர் வியாபாரம் செய்வதற்காக வந்தாலும், அதற்குப் பின் வந்தவர்கள் கிறிஸ்தவ மதத்தைப் பரப்புவதிலேயே மிகுந்த ஆர்வம் காட்டினர். 17 ஆம் நூற்றாண்டின் ஆரம்பத்தில் சுமார் 50 லட்சம் ஜப்பானியர்களை கிறிஸ்தவர்களாக மாற்றிவிட்டனர்.

பிற்காலத்தில் ராணுவ ஆட்சியினர், கிறிஸ்துவ மதமும், ஐரோப்பியர் கொண்டு வந்துள்ள துப்பாக்கிகளைப் போலவே மிகவும் ஆபத்தானது என்பதை உணர ஆரம்பித்தனர். அதைத் தொடர்ந்து கிறிஸ்துவ மதம் ஜப்பானில் தடை செய்யப்பட்டது.

போர்ச்சுக்கீசியர்களை ராணுவத்தினர் விரட்டி அடித்ததால், மதம் மாறியிருந்த ஜப்பானிய கிறிஸ்தவர்களும் மீண்டும் புத்தமதத்திற்குத் திரும்பி விட்டனர். இன்று ஜப்பானில் ஐந்து லட்சம் கிறிஸ்தவர்கள் கூட இல்லை.

ஈயாசு என்ற மன்னன் கத்தோலிக்க பாதிரியார்களை விரட்டியடித்தார். பின்னர் ஹியோயோசி ஆட்சியிலும், டோகுகுவா ஆட்சியிலும் கிறிஸ்தவ பாதிரியார்கள் துரத்தப்பட்டனர். 1638 ஆம் ஆண்டு கிறிஸ்தவ பாதிரியார்களே இல்லை என்ற நிலை ஜப்பானில் ஏற்பட்டது. அதோடு ஐரோப்பிய வர்த்தகத்திற்கும் முற்றுப்புள்ளி வைக்கப்பட்டது.

நாகசாகியிலிருந்த சிறு தீவு ஒன்றில் மட்டும் மிகச் சில டச்சு வர்த்தகர்கள், சீன வர்த்தகர்கள் தவிர, ஏனைய அந்நிய நாட்டவர்கள் அனைவரும் விரட்டப்பட்டனர். இரண்டரை நூற்றாண்டு காலத்துக்கு இந்தச் சிறிய குடியேற்றத் தீவுதான் ஜப்பானுக்கும் வெளி உலகுக்கும் இருந்த ஒரே தொடர்பாக விளங்கியது.

இச்சிறிய குடியேற்றத் தீவின் மூலமாக மேற்கத்திய மருத்துவ முறைகளும், விஞ்ஞானமும் ஜப்பானில் அறிமுகமாகின. மற்றபடி வேறு எந்த இடத்துடனும் தொடர்பின்றி, தனிமைப்படுத்தப்பட்டிருந்தது ஜப்பான்.

ஜப்பானியர்கள் போர்ச்சுக்கீசியர்களின் துப்பாக்கிகளில்தான் தீராத ஆர்வம் காட்டினர். நாடு முழுவதும் துப்பாக்கிக் கலாசாரம் பரவியது. வாளேந்திய ராணுவ வீரர்கள் கைகளில் துப்பாக்கிகள் கிடைத்தன. ஜப்பானிய அரண்மனைகளும், கோட்டைகளும் ஐரோப்பியக் கோட்டைகளைப் போல் கட்டப்பட்டன. அவற்றில் பீரங்கிகள் நிறுவப்பட்டன.

சாமுராய் வீரர்கள் ஆறு சதவிகிதம்தான். ஆனால் அவர்களும் படிக்கத் துவங்கி விட்டனர். பெரும்பாலான விவசாயிகளும், வணிகர்களும் கூட கல்வி கற்றுவிட்டனர். 17 ஆம் நூற்றாண்டில் அபரிமிதமான கல்வி வளர்ச்சி ஏற்பட்டது. இதனால் நாட்டில் கருத்துப் பரிமாற்றம் ஏற்பட அது வழி செய்தது. மக்கள் செய்தி வாசிக்க ஆரம்பித்தனர்.

திறமை மிக்க, கல்வி கற்ற, பண்புள்ள மனிதர்தான் நாட்டை ஆள வேண்டும் என்பது சீனாவைச் சேர்ந்த கன்பிபூசியஸ் என்ற சிந்தனையாளரின் கருத்து. இந்த கருத்தால் கவரப்பட்ட ஜப்பானியர்கள் கல்வி கற்க தீவிரம் காட்டினர்.

ஆரம்பத்தில் அமெரிக்கர்கள், போர்ச்சுக்கீசியர்கள் என்று பலதரப்பட்ட மக்களும் வியாபாரம் செய்தனர். அதைப் பயன்படுத்தி ஜப்பானியர்களும் மேற்கத்திய விஞ்ஞானம், உலோகப் பயன்பாடு மற்றும் துப்பாக்கி ஆகியவற்றைக் கற்றுத் தேறினர். கலை, இலக்கியப் படைப்புகளும் தோன்றின. ஜப்பான் படுவேகமாக கல்வியிலும், கலாச்சாரத்திலும், தொழிலிலும் வளர ஆரம்பித்தது.

மெய்ஜி மீட்பு

உள் நாட்டிலேயே இயெயாசுவால் உருவாக்கப்பட்ட அரசியல் சமூக அமைப்புகள் காலப்போக்கில் எதிர்ப்பை சந்திக்கத் தொடங்கின.

18ஆவது நூற்றாண்டின் இறுதியிலும், 19ஆவது நூற்றாண்டின் தொடக்கத்திலும் ஜப்பானில் வெளிநாட்டார் வரவுக்கு இடம் கொடுக்க வேண்டுமென்கிற குரல் சில பகுதிகளில் பலமாக ஒலித்தது.

1801 - 1900 ஆண்டுகளில் ஐரோப்பிய நாடுகள் பல காலனிகள் மீது ஆதிக்கம் செலுத்தினர். இங்கிலாந்து இந்திய நாட்டை தனது ஆட்சியின்கீழ் கொண்டு வந்தது. ஐரோப்பிய நாடுகள், சீனாவுடன் வணிகம் செய்ய ஜப்பான் நாட்டைக் கடந்து செல்ல வேண்டியிருந்தது. ஆனால் ஜப்பானியர்கள் கி.பி. 1630 முதல் எந்த வெளிநாட்டினரையும் உள்ளே வர அனுமதிக்கவில்லை. மேற்கத்திய நாட்டுக் கப்பல்கள் தங்களது துறைமுகங்களைப் பயன்படுத்தவும் அனுமதிக்கவில்லை.

1853 ஆம் ஆண்டு மெத்யூ ஷி பெர்ரி என்ற கடற்படைத் தளபதி தலைமையிலான அமெரிக்கப் படையினர் 4 போர்க் கப்பல்களுடன் டோக்கியோ விரிகுடாவில் நுழைந்தனர். அவருக்கு அனுமதி கிடைக்கவில்லை. அடுத்த ஆண்டு மீண்டும் பெரிய கப்பலில் வந்த அவர் ஜப்பானியத் துறைமுகத்தில் தங்களை அனுமதிக்க வேண்டும் என்று மிரட்டினார்.

அமெரிக்கா பெரிய நாடு என்பதால் ஜப்பான் அதற்கு ஒப்புக் கொண்டது. அதைத் தொடர்ந்து அதே ஆண்டில் ரஷ்யா, இங்கிலாந்து, நெதர்லாந்து ஆகிய நாடுகளுடனும் இதேபோன்ற ஒப்பந்தங்கள் ஏற்பட்டன. சில ஆண்டுகள் கழித்து இவை வர்த்தக ஒப்பந்தங்களாக மாற்றப்பட்டன. பிரான்சு நாட்டுடனும் இதே போன்ற ஒப்பந்தம் ஒன்று ஏற்பட்டது.

அதைத் தொடர்ந்து பல ஐரோப்பிய நாடுகளும் ஜப்பானை மிரட்டி அனுமதி பெற்று கட்டாய வணிகம் செய்யத் தொடங்கினர்.

அவர்கள் இதுவரை அறிந்திராத அல்லது கண்டிராத வெளிநாட்டினர் ஜப்பானில் வந்திறங்குவதும், வணிகம் செய்வதும், தாங்கள் தங்கியிருக்கும் இடங்களில் தன்னாட்சி செய்வதும் ஜப்பானியர்களுக்குக் கொஞ்சமும் பிடிக்கவில்லை.

பணக்கார நாடு, வளமான இராணுவம்

இச்சம்பவங்களின் விளைவாக ஜப்பானிய நிலப்பிரபுத்துவ அமைப்பின் அஸ்திவாரத்தை ஆட்டங்காணச் செய்யும் சமூக அரசியல் மேகங்கள் சூழ்ந்தன.

வெளிநாட்டவரை விரட்டியடிக்க ஒரு நல்ல சக்திவாய்ந்த பேரரசர் வேண்டும் என்று மக்கள் கருதினார்கள். ''மன்னனுக்கு மரியாதை கொடு, காட்டுமிராண்டிகளை வெளியேற்று'' என்று போர் முழக்கமிட்டனர். சில தனிப்பட்ட சாமுராய் வீரர்கள் ஐரோப்பியர்களைப் படுகொலை செய்தனர். ஆனால் அதில் பெரிய வெற்றி கிட்டவில்லை. 1863 ஆம் ஆண்டு சத்மா என்ற சாமுராய் யோகோகாமா என்னும் இடத்தில் ஒரு ஆங்கிலேயரைக் கொன்றபோது, கோபமடைந்த ஆங்கிலக் கடற்படையினர் அந்நாட்டின் தலைநகரான காகோசிமாவை அழித்தனர். அதேபோல் சோசூ என்னும் துறைமுகத்தில் ஜப்பானியர் ஐரோப்பிய நாட்டு கப்பலைச் சுட்டதற்காக ஐரோப்பிய கடற்படை சோசூ துறைமுகத்தையே தரைமட்டமாக்கியது.

அன்றைய ஜப்பானில் டோக்கிகவா ஆட்சி நடைபெற்றது. 1863 ஆம் ஆண்டு நடந்த நிகழ்வுகளால் இந்த ஆட்சி வேரோடு சாய்ந்தது. ''ஷோகன்களின்'' கூட்டமைப்பு ஆட்சியைப் பிடித்தது. இவர்கள் ''காட்டு மிராண்டிகளை வெளியேற்று'' என்ற கோஷத்தை விட்டுவிட்டு ''பணக்கார நாடு, வளமான இராணுவம்'' என்ற கோஷத்தை எழுப்பினார்கள்.

சில ஐரோப்பியர்களின் உதவியுடன் நவீன துப்பாக்கிகளையும், வெடிமருந்தையும் தயாரித்தனர். சிறுவனான 'மெய்ஜி' என்பவன் தலைமையில் பல சிற்றரசர்கள் - ஷோகன்கள் - இந்த மாற்றங்களைக் கொண்டு வந்தனர். கி.பி. 1852ஆம் ஆண்டு பிறந்த 15 வயது நிரம்பிய 'மெய்ஜி'யை மன்னனாக நியமித்தனர். இவர் தொடர்ந்து கி.பி. 1912 வரை ஆட்சிக் கட்டிலில் அமர்ந்து ஜப்பானை மிக உன்னத நிலைக்குக் கொண்டு வந்தார்.

ஜப்பான் சரித்திரத்திலேயே 1867 முதல் 1912 வரையிலான மெய்ஜியின் சகாப்தம் சிறந்த காலமாகக் கருதப்படுகிறது. அவருடைய ஆட்சியின்

முற்பகுதியில் மேலை நாடுகளில் பல நூற்றாண்டு காலத்தில் ஏற்பட்டிருந்த வளர்ச்சி ஜப்பானில் சில ஆண்டுகளில் ஏற்பட்டது என்பது பெருமைப்படக்கூடிய விஷயம் என்று ஜப்பானியர்கள் கருதுகிறார்கள்.

மெய்ஜி மன்னர் தலைநகரை கியோத்தோவிலிருந்து முந்தைய தலைநகரமான எதோவுக்கு மாற்றினார். எதோ என்ற பெயர் டோக்கியோ என்று மாற்றப்பட்டது. டோக்கியோ என்பதற்கு 'கிழக்கத்தியத் தலைநகரம்' என்பது பொருள். சட்டரீதியான முடியாட்சியை அங்கீகரித்து அரசியல் சாசனம் ஒன்று உருவாக்கப்பட்டது. நிலப்பிரபுத்துவ சமூக வகுப்புகள் முற்றிலும் ஒழிக்கப்பட்டன. மேற்கத்திய நவீன நாகரிகத்தை அறிந்து கொள்ளவும், அதனை ஏற்றுக் கொள்ளவும் மக்கள் உற்சாகத்துடன் முன்வந்தனர்.

1873ஆம் ஆண்டு இளைஞர்கள் கட்டாய ராணுவப் பணிக்கு அழைக்கப்பட்டனர். சாமுராய் வீரர்கள் இராணுவத்தில் மட்டுமே சேர வேண்டும்; நாட்டுப்புறங்களில் கத்தியுடன் சுற்றக்கூடாது என்பது சட்டமானது. அரசாங்கமும் நவீனமாக்கப்பட்டது. நிதி அமைச்சகம் பலம் பெற்றது. அது இராணுவத்தின் வரவு செலவு கணக்குகளை கட்டுப் படுத்துவதில் மிகவும் திறமை வாய்ந்ததாக இருந்தது.

ஜப்பான் இராணுவம் - தரைப்படை, கப்பல்படை, விமானப்படை போன்றவை ஜெர்மனி நாட்டு இராணுவ அமைப்பைப் போன்று உருவாக்கப்பட்டது.

டெலிகிராப் தொலைத்தொடர்பு, இரயில் தொடர்பு போன்றவை ஏற்படுத்தப்பட்டன. சில்க் தயாரிப்பு அதிகரிக்கப்பட்டது, தொழிற்சாலைகள் பல தொடங்கப்பட்டன. துப்பாக்கிகள், வெடிமருந்து, பீரங்கிகள் போன்றவை உள்நாட்டிலேயே தயாரிக்கப்பட்டன. அரசு கையிலிருந்த இராணுவம் உறுதியானதால் உள்நாட்டு சாமுராய்களின் மிரட்டல் களுக்கு அரசு அடிபணியாத நிலை ஏற்பட்டது.

உள்நாட்டு கலகங்கள் மறைந்தன. பஞ்சு உற்பத்தி, நூல் தயாரிப்பில் முன்னேற்றம் ஏற்பட்டது. மற்ற தொழில்களும், தயாரிப்பும் அதிகரித்து பொருளாதாரத்திலும், இராணுவத்திலும் தலைசிறந்து விளங்கியது ஜப்பான்.

மாணவர்களை ஐரோப்பாவிற்கு அனுப்பி உயர்கல்வி கற்க ஏற்பாடு செய்தனர் கிறிஸ்தவ பாதிரியார்கள். பலர் அவர்களாகவே விரும்பி ஆங்கிலம் கற்க ஆரம்பித்தனர்.

1750 முதல் 1880 வரையிலான காலத்தில் உலகில் எந்த நாட்டின் வளர்ச்சியை விடவும் அதிக வளர்ச்சி கண்டது ஜப்பான். இதே கால கட்டத்தில்தான் ஆங்கிலேயர் இந்தியாவில் வேரூன்றவும், ஆட்சியைப் பிடிக்கவும் முயற்சி செய்தனர் என்பதை நினைவில் கொள்க.

இந்த காலக்கட்டத்தில் நம் நாட்டை ஆண்ட மன்னர்கள் ஒயின், அபின், மது என்று மயங்கிக் கிடந்ததாலும் ஒருவருக்கொருவர் காட்டிக் கொடுத்ததாலும் ஆங்கிலேயரின் ஆட்சி ஏற்படுவதை நம்மால் தடுக்க முடியவும் இல்லை, இங்கேயே அவர்கள் உருவாக்கிய இராணுவத்துடன் நாம் போரிட முடியவுமில்லை.

1894 - 95ஆம் ஆண்டு மிகப்பெரிய நாடான சீனாவை 400 மைல்கள் (640 கி.மீ.) கடலில் கடந்து சென்று தாக்கியது ஜப்பான். இச்சண்டையில் உலகமே வியந்து நோக்கும் அளவிற்கு சீனாவைத் தோல்வியுறச் செய்தது ஜப்பான். மீண்டும் 1904 - 05ஆம் ஆண்டில் ரஷ்யாவின் மீது படையெடுத்துச் சென்றபோது யாரும் எதிர்பாராத வெற்றி ஜப்பானுக்குக் கிடைத்தது. தென்சகாலினை மீண்டும் கைப்பற்றியதுடன், பார்மோசா, கொரியா ஆகிய வற்றையும் தன்னுடன் இணைத்துக் கொண்டது ஜப்பான். மஞ்சூரியா மீதும் விசேஷ ஆதிக்கம் செலுத்தியது. உலகத்தின் பார்வை ஜப்பான் மீது திரும்பியது.

உலகில் எந்த நாட்டிற்கும் ஈடுகொடுக்கும் வல்லரசாக மாறியது. ஜப்பான். இதுபோன்ற பெரிய சவாலைச் சந்தித்த எந்தவொரு நாடும் ஜப்பானைப் போல சிலிர்த்து எழவில்லை.

சீனா, ரஷ்யா போன்ற நாடுகள்மீது படையெடுத்து வெற்றி கண்ட போது உலகமே ஜப்பானைப் பார்த்து வியந்தது. அந்த வெற்றிக்கான முக்கியக் காரணங்கள் இவை,

அ) தேசத்திற்கு எதிராக ஜப்பானியர்கள் ஒருபோதும் எந்த செயலையும் செய்ய மாட்டார்கள்.
ஆ) ஒருதாய் மக்கள் என்ற உணர்வு கொண்டவர்கள்.
இ) குழு ஒற்றுமை உணர்வு உள்ளவர்கள் அவர்கள்.
ஈ) சுய மரியாதை கொண்டவர்கள் - அது போற்றி வளர்க்கப்படுகிறது.
உ) அவர்களின் தைரியம் எல்லையற்றது.
ஊ) நாட்டுப்பற்று அவர்கள் இரத்தத்தில் ஊறிப்போனது.
எ) அவர்களே உலகில் சிறந்தவர்கள் என்ற அசைக்க முடியாத நம்பிக்கை அவர்களிடம் இருக்கிறது.

இது போன்ற காரணங்களால் ஒரு புது ஜப்பான் உருவானது. அதாவது சிங்கப்பூரில் Lee Kuan Yew (1923 - 2015) என்பவரின் தலைமையில் பொருளாதார வளர்ச்சி ஏற்பட்டதுபோல, சீனாவில் Deng Xio Ping (1904 - 1997) என்பவரின் தலைமையில் வளர்ச்சி ஏற்பட்டது போல, ஜப்பான் 'மெய்ஜி' மன்னரின் ஆட்சியில் வளர்ச்சி கண்டது. பொருளாதாரம், இராணுவம் ஆகியவற்றிலும் வல்லரசாகத் தலைநிமிர்ந்து நின்றது.

ஜப்பானுக்கு புது ரத்தம் பாய்ச்சிய மெய்ஜி மன்னர் 1912இல் முதல் உலகப்போர் தொடங்குவதற்கு முன்னரே மரணமடைந்தார். முதல் உலகப்போரின் முடிவில் ஜப்பான் வல்லரசு நாடுகளில் ஒன்றாகக் கருதப்படும் அளவிற்கு வலிமை பெற்றிருந்தது.

அமெரிக்க ஆதிக்கச் சீர்திருத்தங்கள்

இரண்டாம் உலகப்போர் மிகவும் கசப்பான அனுபவமாகி விட்டது. 6.6 லட்சம் ஜப்பானிய மக்கள் குண்டுவீச்சில் பலியானார்கள். சுமார் 21 லட்சம் ராணுவ வீரர்கள் போரில் கொல்லப்பட்டனர். மொத்தம் 31 லட்சம் மக்கள் அழிந்துபோனார்கள். பொருளாதாரம் தரைமட்டமானது. நகரங்கள் மட்டுமல்லாமல் மக்கள் மனதும் கருகிற்று. மனரீதியாகவும், 'மான' ரீதியாகவும் ஜப்பானியர்களுக்குப் பெரும் இழப்பு ஏற்பட்டது.

நாடு திரும்பிய ஜப்பானியப் படைவீரர்களுக்கு கதாநாயகர்களுக்கான வரவேற்பு காத்திருக்கவில்லை. இராணுவத்தையும் அதன் தளபதிகளையும் மக்கள், வெறுத்தார்கள். எட்டு ஆண்டுகள் போர் நடந்தபோது பாதிக்கப் பட்டவர்கள் அவர்கள்தானே!

1945ஆம் ஆண்டு ஆகஸ்டு மாதத்தில் உலகின் நான்கு வல்லரசுகள் பிறப்பித்த போட்ஸ்டாம் பிரகடனத்தை ஜப்பான் ஏற்றுக்கொண்டு நேசநாட்டுப் படைகளுக்கு அடிபணிந்தது. இரண்டாம் உலகப்போர் முடிந்ததும், அமெரிக்காவும், ரஷ்யாவும் கூட்டாக ஜப்பானை ஆள்வது என்று முடிவானாலும் கருத்து வேறுபாடு காரணமாக அது நடை பெறவில்லை. இறுதியில் அமெரிக்காவே ஜப்பானை நிர்வகிக்கத் தொடங்கியது. அமெரிக்காவையே முக்கியமாகக் கருதினார்கள் ஜப்பானியர்கள். செப்டம்பர், 1945 அன்று அமெரிக்கப் படைகள் ஜப்பானிற்குள் நுழைந்தன.

அதைத் தொடர்ந்து நேச நாட்டுப் படைகளின் ராணுவத் தலைமை அலுவலகம் டோக்கியோவில் அமெரிக்க ராணுவத் தளபதி ஜெனரல் டக்ளஸ் மெக் ஆர்தர் தலைமையில் அமைக்கப்பட்டது.

ஜப்பானில் பணியமர்த்தப்பட்ட அமெரிக்கப் படையின் தளபதி மேக் ஆர்தர் ஒரு தன்னம்பிக்கை மிக்க, வசீகரத் தன்மையுள்ள, தைரியம் மிக்க சுறுசுறுப்பான அதிகாரி. ஒரு நல்ல தேவதூதரைப் போல் செயல் பட்ட அவரை ஜப்பான் மக்கள் விரும்பினர். ஜப்பானிய மக்களை நேரில் கண்டபோது அவர்கள்மீது இருந்த 'கொடூரமானவர்கள்' என்ற எண்ணம் அவரிடமிருந்து நீங்கிவிட்டது.

அமெரிக்க வீரர்களும் ஜப்பானியரை மிகவும் மென்மையான, நல்ல கட்டுப்பாடுமிக்க கல்வி கற்ற தன்னம்பிக்கையுள்ள மக்களாகத்தான் கண்டனர். தங்களது நாட்டை மீண்டும் உருவாக்க ஆர்வமும், ஒத்துழைப்பும் நல்கினார்கள் ஜப்பானியர்கள்.

ஜப்பானிய ராணுவம் கலைக்கப்பட்டது. காலை என்ற தீவை ரஷ்யா எடுத்துக் கொண்டது. ஒக்கினாவா தீவை அமெரிக்கா எடுத்துக் கொண்டது. 6.5 லட்சம் ஜப்பானியப் படைவீரர்களை மற்ற ஆசிய நாடுகளிலிருந்து அழைத்து வந்து ஜப்பானில் இறக்கி விட்டனர். ராணுவக் கப்பல்கள், ஆயுதங்கள் முழுவதுமாக அழிக்கப்பட்டன. ஜப்பானியத் தளபதி டோஜோ உட்பட ஏழு தலைவர்களுக்கும் மரண தண்டனை நிறைவேற்றப்பட்டது.

மீண்டும் ராணுவத்தை உருவாக்க வாய்பே இல்லாதபடி செய்த அமெரிக்கா அத்தோடு நிற்கவில்லை. ஒரு புதிய அரசியலமைப்பு சட்டத்தையும் இயற்றியது. மே 3, 1947 அன்று அமல்படுத்தப்பட்ட புது அரசியலமைப்பு சட்டத்தின்படி நாட்டின் சக்கரவர்த்தி பெயரளவில்தான் நாட்டின் அதிபராக இருப்பார். 'டயட்' என்ற பாராளுமன்றத்திடம் எல்லா அதிகாரங்களும் குவிக்கப்படும். பிரதம மந்திரி மக்களவையால் தேர்ந்தெடுக்கப்பட்ட நபராக இருக்க வேண்டும். மக்களுக்கான உரிமைகள் அமெரிக்க நாட்டில் உள்ளதுபோல் தரப்படும். பெண்களுக்கு ஓட்டுரிமையும், சம உரிமையும் வழங்கப்படும். நிலம் உழுபவருக்குத் தான் சொந்தம், குத்தகைத் தொகை விளைச்சலில் வெறும் 10 சதவிகிதம் என்றும் அறிவிக்கப்பட்டது.

புரட்சிகரமான திட்டங்களை மற்ற நாட்டில் அறிவிப்பது மிகவும் சுலபம். நல்லெண்ணத்தில் ஏற்படுத்தப்பட்டாலும் அமெரிக்காவின் சீர்திருத்தங்களுக்கு எதிர்ப்பு இல்லாமல் இல்லை. ஜனநாயக விடுதலைக் கட்சி (Liberal Democratic Party) உருவெடுத்தது. இந்தக் கட்சி அமெரிக்காவின் திட்டங்களை எதிர்த்தது. படித்த இளைஞர்கள் மத்தியிலும் அமெரிக்காவிற்கு எதிர்ப்பு கிளம்பியது.

இச்சூழ்நிலையில் வடகொரியா, தென்கொரியாவை ஜூன் 25; 1950 அன்று தாக்கியதால் அனைவரின் கவனமும் அங்கு திரும்பியது. அமெரிக்கா ஆதிக்கத்தை தொடரும் விதமாக ஒரு ஒப்பந்தம் செப்டம்பர் 1951 அன்று ஏற்படுத்தப்பட்ட சான்பிரான்சிஸ்கோ சமாதான ஒப்பந்தத்தின்படி 1952 ஏப்ரல் 28 அன்று அமெரிக்கப் படைகள் ஜப்பானை விட்டு முழுவதுமாக வெளியேறின. இழந்த தனது அதிகாரத்தை ஜப்பான் மீண்டும் பெற்றது. அது உலக அரங்கில் சுதந்திர நாடாக மீண்டும் தன்னை அலங்கரித்துக் கொண்டது. அமெரிக்காவின் கட்டுப்பாட்டிலிருந்த இந்த 7 ஆண்டுகள் மட்டும்தான் ஜப்பானின் சரித்திரத்தில் வேறு ஒரு நாடு ஆதிக்கம் செலுத்திய காலம் எனலாம். இராணுவம் என்ற ஒன்று இல்லாத நிலையில் ஜப்பானிய 'டயட்' தனது கூட்டத் தொடரின்போது தற்காப்பு இராணுவம் என்ற ஓர்அமைப்பை 1954ஆம் ஆண்டு ஏற்படுத்தியது.

ஜப்பான் வெளிநாடுகளுடன் தனது தொடர்பினை வலுப்படுத்தியது. காலப்போக்கில் கொரியா, ரஷ்யா மற்றும் சீனாவுடன் நல்லுறவை ஏற்படுத்தியது. ஜப்பான் மக்கள் 1960 முதல் பல போராட்டங்களில் ஈடுபட்டாலும், அமெரிக்காவுடனான பாதுகாப்பு ஒப்பந்தத்தை ரத்து செய்யவில்லை. மக்கள் போராட்டம் 1968 ஆம் ஆண்டு உச்சகட்டத்தை அடைந்தது. ஒக்கினாவைக் கைப்பற்றிய அமெரிக்காவிடம் அதைத் திரும்ப ஒப்படைக்குமாறு ஜப்பானியர் கோரினர். போராட்டங்களின் பயனாக 1969 ஆம் ஆண்டு ஒக்கினா தீவு ஜப்பானிடம் ஒப்படைக்கப்பட அறிவிப்பு வந்தாலும், மே 1972ஆம் ஆண்டுதான் அது திருப்பி ஒப்படைக்கப்பட்டது. அதன்பிறகு போராட்டங்கள் ஓய்ந்தன.

பொருளாதாரப் புரட்சி

அரசியல்ரீதியாக இதுபோன்ற குழப்ப நிலை இருந்தபோதிலும் திரை மறைவுக்குப் பின்னால் ஜப்பான் அதிசய பொருளாதார முன்னேற்றம் கண்டது. 1969ஆம் ஆண்டு ஜப்பான் உலகின் மூன்றாவது பொருளாதார நாடு என்ற நிலைக்கு வளர்ந்தது. இதற்கு Jimmu Book என்று பெயர். சரித்திரத்தில் கண்டிராத பொருளாதார வளர்ச்சியை அடைந்தது ஜப்பான். ஒவ்வொரு ஏழு ஆண்டுகளுக்கும் ஜப்பானின் பொருளாதாரம் இரட்டிப்பு ஆனது. உலக நாடுகளுக்கு தங்களது பொருளாதார முன்னேற்றத்தை பறைசாற்றியது ஜப்பான். 1964ஆம் ஆண்டு டோக்கியோவில் ஒலிம்பிக் போட்டிகளையும் நடத்திக் காட்டியது. நம்மால் இன்றுவரை ஒரு ஒலிம்பிக் போட்டியைக்கூட நடத்த முடியவில்லை. 1970ஆம் ஆண்டு உலக வர்த்தகக் கண்காட்சியை ஒசாகாவில் பிரம்மாண்டமாக நடத்தினார்கள் ஜப்பானியர்கள்.

1950ஆம் ஆண்டிற்குப் பிறகு மக்கள்தொகை பெருகியது. ஒரு காலகட்டத்தில் அது 13.5 கோடியை எட்டியது. ஒரு குடும்பத்திற்கு இரண்டு குழந்தைகள் என்றார்கள். இப்போது நகரங்களில் ஒரு குடும்பத்திற்கு ஒரு குழந்தை என்று இருக்கிறது. தற்போது அதே மக்கள் தொகை சீராகத் தொடர்ந்து வருகிறது. படிப்படியாக மக்கள் தொகை குறைந்து இன்று ஜப்பானிய மக்கள் தொகை அதே 12.7 கோடி என்ற நிலை உள்ளது. அதாவது மக்கள்தொகை வளர்ச்சி 0 சதவீதமானது.

போருக்கு முன்னால் ஜப்பானியர்களின் பொருட்கள் மலிவானவை என்ற எண்ணம் உலக அளவில் இருந்தது. அவை ஜப்பானின் சந்தைக்காகத் தயாரிக்கப்பட்டவை, தரமும் சற்றுக் குறைவுதான். ஆனால் 1970 ஆம் ஆண்டு முதல் உயர் தொழில்நுட்பத்தில் பொருட்கள் தயாரிக்கப்பட்டன. நம்பகமான, தரமான, அதேவேளையில் அமெரிக்காவை விட விலை குறைவாக இருந்ததால் உலக அளவில் ஜப்பானியப் பொருட்களுக்கு மரியாதை ஏற்பட்டது.

வெளிநாடுகளில் Made in Japan என்று பெயரிட்ட பொருட்களுக்கு வரவேற்பு உண்டாயிற்று. ஜப்பானியரிடம் பணம் புழங்கியது. 1980ஆம் ஆண்டு உலகிலேயே அதிக கடன் கொடுத்த நாடானது ஜப்பான். அதிக கடன் வாங்கிய நாடானது அமெரிக்கா. இந்த நிலை 1945ஆம் ஆண்டில் இருந்த நிலைமைக்கு நேர் எதிர்மாறான சூழ்நிலையாகும் என்பதைக் குறிப்பிட்டே ஆகவேண்டும்.

ஜப்பான், உலகிலேயே இரண்டாவது சக்தி வாய்ந்த தொழில் வளர்ச்சி அடைந்த நாடாயிற்று.

ஒருகாலத்தில் அமெரிக்கர்கள் தங்கள் உபயோகத்திற்காக கார் தயாரித்தார்கள். பின்னர் உலகத்திற்காக தயாரித்தார்கள். போர்டு கார் நிறுவனம் ஒரே ஆண்டில் 10 லட்சம் கார் தயாரித்தது. ஹென்றி போர்டுதான் அதன் நிறுவனர். அன்றைய தினத்தில் உலகின் பெரும்பணக்காரர் அவர்தான். அதிகப்படியான கார்கள் தயாரித்ததும் அவர்தான். ஆனால் இன்று ஒரு அமெரிக்கக் குழந்தையிடம் உலகின் பெரிய கார் தயாரிப்பாளர்கள் யார் என்று கேட்டால் சற்றும் தயக்கமில்லாமல் 'ஜப்பானியர்' என்று சொல்லிவிடும்.

சாம்பலிலிருந்து உயிர்த்தெழும் 'பீனிக்ஸ்' பறவைபோல கம்பீரமாக எழுந்து நிற்கிறது ஜப்பான்.

நம்மால் முடியும்

நமது சரித்திரத்தை ஒப்பிடும்போது ஒன்று புலப்படும். இந்தியாவைத் தங்களது ஆட்சியின் கீழ் கொண்டுவந்த ஆங்கிலேயர்களால் ஒரு சின்ன நாடான அதுவும் தீவு நாடான ஜப்பானைப் பிடிக்க முடியவில்லை. அதற்கு முதல் காரணம் அவர்களது ஒற்றுமை. நம் நாட்டில் ஒரு அரசன் இன்னொருவன் மீது செய்த சதி நம் நாட்டைக் காலனி நாடாக்கியது. நமது நாட்டிலும் மாநிலத்திற்கு மாநிலம் இருக்கும் எல்லைக்கோடு களையப்பட வேண்டும். மதங்கள், இன வேறுபாடு மறைய வேண்டும். நாம் அனைவரும் ஒரு தாய் மக்கள் என்ற உணர்வு வர வேண்டும். சார்லஸ் டார்வின் சொன்னதை நினைவுகூர வேண்டியுள்ளது. இவ்வுலகின் அனைத்து உயிர்களும் ஒரே ஒரு முன்னோரிடமிருந்து (Common ancestor) வந்தவைதான். அனைத்து இந்தியரையும் சகோதர, சகோதரியாகப் பார்ப்போம். சுவாமி விவேகானந்தர் உலக மக்களை சகோதரர்களே, சகோதரிகளே என்றுதான் அழைத்தார். நாம், இந்தியர்களை சகோதர சகோதரிகளே என்று முதலில் அழைப்போம்.

இந்திய நாட்டு வரலாறு நமக்குத் தெரியும். அதை நாம் பாடநூல்களில் படித்துவிட்டோம். நமது நாடு உருவானதும், ஆளப்பட்டதும், அடிமை யானதும், பின்னர் விடுதலை அடைந்ததும் வாசிக்க வாசிக்க உற்சாகம் ஊட்டுவதுதான். ஆனால் அதைப்பற்றிப் பெருமைப்படுவதா என்று தெரியவில்லை. நடந்ததை எண்ணிப் பயன் இல்லை! இனி நடப்பதை எண்ணி காய் நகர்த்துவதுதான் அறிவுடைமையாக இருக்கும். நாம் இனிதான் சரித்திரம் படைக்க வேண்டும். அதுவும் உலக அளவில் சரித்திரம் படைக்க வேண்டும். அதற்கு கல்வி, தொழில், வர்த்தகம், விஞ்ஞானம் ஆகிய துறைகளில் நாம் வளர்ச்சி காணவேண்டும். அதற்கான முதல் முயற்சியில் ஒவ்வொருவரும் இறங்க வேண்டும்.

நம்நாட்டில் நாம் ஏற்படுத்தப் போகும் கல்வி வளர்ச்சி, தொழில் புரட்சி, அரசியல் முயற்சி, இயற்கை பாதுகாப்பு ஆகியவை அடுத்த 50 ஆண்டு சரித்திரமாக பதிவு செய்யப்பட வேண்டும்.

சென் கதை

ஜப்பானிய சாமுராய் ஒருவர் சிறைபிடிக்கப்பட்டார். அவருக்குத் தூக்கம் வரவில்லை. அடுத்தநாள் அவரை விசாரித்து துன்புறுத்தி தூக்கிலிடப்போகிறார்கள். அப்போது சென் ஆசிரியரின் வார்த்தைகள் ஞாபகத்திற்கு வந்தது அவருக்கு.

"நாளை என்பது நிஜமல்ல. அது ஒரு மாயை. இன்றுதான் அதுவும் இந்தக் கணம் தான் உண்மையானது". அந்த வார்த்தைகளை உணர்ந்தார். அமைதியுடன் உறங்கினார்.

- இந்த நிமிடத்தின் வலிமையை அறிவுறுத்தும் சென் கதை

புஷிடோ

புஷிடோ என்பது ஜப்பானியர்களின் ஒழுக்க மரபு.

ஒரு தாய் மக்கள் என்ற உணர்வோடும், ஒரே நாடு என்ற தேசப் பற்றோடும் வாழ்ந்த, இன்னும் வாழ்ந்து கொண்டிருக்கிற ஜப்பான் நாட்டு மக்களின் வெற்றிக்கான காரணங்கள் என்ன என்பதை பலரும் ஆராய்ந்து பார்த்திருக்கிறார்கள். ஆராய்ச்சியாளர்களும், வரலாற்று ஆசிரியர்களும் ஒரு கருத்தில் ஒருமித்துப் போகிறார்கள்; அதுதான் ஜப்பானியர்களின் புஷிடோ என்கின்ற ஒழுக்க மரபு. இதை அவர்களின் வாழ்வு முறை எனலாம். ஒரு காலக்கட்டத்தில் மக்கள் எதை நம்பினார்கள், எப்படி வாழ்ந்தார்கள், இன்று எப்படி வாழ்கிறார்கள், எதை ஏற்றுக்கொள்கிறார்கள், எதை ஏற்க மறுக்கிறார்கள் என்பதை அவர்களின் வாழ்க்கை முறை என்கிறோம்.

புஷிடோ இன்றி ஜப்பான் இல்லை

கல்வி என்றாலும் தொழில் என்றாலும் சமுதாய வாழ்க்கை என்றாலும், சுகாதாரம் என்றாலும் தூய்மை என்றாலும் ஜப்பான் மக்கள் உலகமே பாராட்டும்படி நடந்துகொள்கிறார்கள். அந்த உயர்ந்த வாழ்க்கை முறைக்குக் காரணம் அவர்களது புஷிடோ என்ற ஒழுக்க கலாச்சாரமரபு.

''புஷி'' என்றால் ராணுவத் தளபதி ; புஷிடோ என்றால் ராணுவத் தளபதியின் நடத்தை. ஒரு சிறந்த ராணுவத்தளபதி எதைத் தனது உயிராக மதிக்கிறான், எதை நம்புகிறான், எதற்கு முக்கியத்துவம் தருகிறான், எதற்காக வாழ்கிறான் அல்லது சாகிறான் என்பதே அது. சுருங்கச் சொன்னால் ஒரு நல்ல ராணுவத் தளபதி நடந்துசெல்லும் பாதை புஷிடோ எனலாம்.

புஷிடோ என்ற கலாச்சாரம் ஜப்பானில் ஆயிரம் ஆண்டுக்கும் மேலாகவே இருந்து வந்திருக்கிறது. Samurai, the soul of Japan என்ற நூலை எழுதிய இன்சூ நிட்டோபி (Inazo Nitobe) என்பவர், இந்த புஷிடோ கலாச்சாரம் ஜப்பானியர்களின் நன்னடத்தை மரபு என்றும், அதை ஐரோப்பிய போர்த் தளபதியின் (Knight) வீரப்பண்பு (Chivalry) என்ற போர்க் குணத்துடன் ஒப்பிடலாம் என்றும் கூறுகிறார். அவர் மேலும் கூறுகையில், இந்த புஷிடோ என்ற நன்னடத்தை ஒழுக்கமுறை அவர்களது நாட்டில் பூக்கும் செர்ரிப்பூக்களைப் போன்று அவர்களது மண்ணுக்கே உரிய பண்பாடு என்றும் உரிமை கொண்டாடுகிறார்கள்.

ஜப்பானின் போர் வீரர்கள் ''சாமுராய்கள்''. அந்த சாமுராய்கள் போர்க்களத்தில் எப்படி நடந்து கொள்ள வேண்டும், வீட்டில் எப்படி நடந்து கொள்ளவேண்டும், சமுதாயத்தில் எப்படி நடந்து கொள்ள வேண்டும் என்பதுதான் புஷிடோ. எனவே புஷிடோவை நன்னடத்தை விதிகள் எனலாம். அவை எழுதப்பட்ட விதிகள் அல்ல. ஆனாலும், அவை ஜப்பானியர் இதயத்தில் பசுமரத்தாணி போல பதியப்பட்ட வாழ்க்கைத் தத்துவங்கள். பரம்பரை பரம்பரையாகப் பேசப்பட்டும், போற்றப்பட்டும் போதிக்கப்பட்டும் கடைப்பிடிக்கப்பட்டும் வந்ததால் அவை அவர்களின் இரத்தத்தோடு கலந்துவிட்டன.

மன்னர் ஆட்சி ஆரம்பமானதும் இதுபோன்ற போர் இனம் தோன்றுவது இயல்பு. இங்கிலாந்தில் நார்மேன் படை எடுப்பின்போது மன்னராட்சி ஏற்பட்டு Knight என்ற போர்த் தளபதிகள் தோன்றியது போல, ஜப்பானில் 12-ஆம் நூற்றாண்டின் இறுதியில் யோரிடோமோ என்பவரின் ஆட்சிக்காலத்தில் சாமுராய் வீரப் பரம்பரையினர் தோன்றினர் என்று கூறலாம். இன்று போர் இல்லை; சாமுராய் போர்

வீரப் பரம்பரையும் இன்று ஜப்பானில் இல்லை. ஆனால் அந்த போர் பரம்பரையினரின் போர்க் குணங்கள், நன்னடத்தை விதிகளாக நிலைத்து நிற்கின்றன. கல்வியிலும், தொழிலிலும் குடும்ப வாழ்க்கையிலும் அதனைக் காண முடிகிறது.

இவர்களுக்கு மட்டும் புஷிடோ என்ற நடத்தை விதிகள் எங்கிருந்து வந்தன? மதம், போர், புகழ் ஆகியவை தான் ஐரோப்பாவில் போர்த் தளபதிகளிடம் போர்க் குணங்கள் தோன்ற காரணமாக இருந்திருக்கின்றன. ஆனால் ஜப்பானில் புஷிடோ நற்குண விதிகள் தோன்ற பல காரணங்கள் இருந்தன.

சாமுராய் போர்வீரன்

(அ) போர்கள் பல நிகழ்ந்தன; அவை பல உன்னதக் கலைகளையும், விஞ்ஞானப் பயன்பாடுகளையும் உருவாக்கின. இன்றையக் காலத்தில் நாம் பயன்படுத்தும் இணையதளம் கூட முதலில் ராணுவத்திற்காக உருவாக்கப்பட்டதுதான். அணுசக்திகூட இரண்டாம் உலகப் போரை முடிவுக்குக் கொண்டுவரக் கண்டுபிடிக்கப்பட்டதுதான். பல கலைகளும் பல நற்பண்புகளும் ஜப்பானியர்களிடம் போர்களால் உருவாயின.

(ஆ) 'சென்' என்ற ஒரு தியான முறையும் இந்த நன்னடத்தை விதிகளுக்கு காரணகாரியமாக இருந்திருக்கிறது. இதை நமது பாரம்பரிய தியானத்துடன் ஒப்பிடலாம். வார்த்தைகளால் சொல்ல முடியாத "தான்" என்ற தற்பெருமை இல்லாத நிலையை அடைய "சென்" உதவுவதாகவும், ஒருவர் தன்னைப் படைத்த பரமாத்மாவோடு ஒன்றிவிட அது உதவும் என்றும் சாமுராய்கள் நம்பினார்கள். செ ன் என்ற தியானம், புத்தமதத்திலிருந்து பிரிந்து வந்த ஒரு கோட்பாடு எனலாம்.

(இ) "ஷின்டோ" என்ற ஜப்பானிய மதம் முதியோருக்கு மரியாதையையும் அரசனுக்கு விசுவாசத்தையும் தர வேண்டும் என்றது. மன அமைதியின் உயர்வையும் இறைபோன்ற தூய்மையையும் இம்மதம் வலியுறுத்தியது. இந்த ஷின்டோ கோயிலில் விக்கிரகங்கள் இல்லை, அதற்குப்பதிலாக ஒரு கண்ணாடி மட்டும்

அவர்களால் முடியும் என்றால் நம்மாலும் முடியும்

இருக்கும். கடவுளின் பிரகாரத்தில் கண்ணாடியின் முன் நிற்பவருக்கு அவரது பிம்பம் தெரியும், அவர்தான் தெய்வம். நீதான் கடவுள். உன்னை நீ அறிந்து கொள், என்பதுதான் அங்கு போதனை. இதைத் தான் ரோமானியர்களும் சொன்னார்கள். உனது நற்குணங்களைத் தெரிந்து கொள் என்கிறது ஜப்பானிய மதமான ஷின்டோ.

(ஈ) ஜப்பானியர்கள் இயற்கையை நேசித்தார்கள். அதோடு மண்ணை ஆளுகின்ற அரசனையும் நேசித்தார்கள். நாடு என்பது நிலமும் நீரும் வளமும் மட்டும் அல்ல; அது கடவுள். அதை ஆள்பவன் கடவுளின் பிரதிநிதி, அவனுக்கு நாம் உயிரையும் தரலாம் என்பது ஒரு கொள்கை. ''தேசபக்தி'' ''விசுவாசம்'' என்ற உணர்ச்சி பூர்வமான இரண்டு கொள்கைகளை அவர்களது பூர்வீக மதமான ஷின்டோ தூக்கி உயர்த்திப் பிடித்திருக்கிறது..

(உ) முதலாளி - தொழிலாளி உறவு, கணவன் மனைவி உறவு, மற்றும் நண்பனுடன் உறவு தூய்மையாகவும், விசுவாசமாகவும் இருக்க வேண்டும் என்று சீன அறிஞர் கன்பியூசியஸ் வலியுறுத்தினார். அந்த போதனைகள் ஜப்பானியர்களால் ஏற்றுக்கொள்ளப்பட்டன. உறவில் தூய்மையையும் விசுவாசத்தையும் அவர்கள் போற்றினார்கள். இதைத்தான் சாமுராய்கள் பின்பற்றினார்கள்.

(ஊ) சீன அறிஞர் கன்பியூசியஸ் மற்றும் மென்சியஸ் ஆகியோர்களது அறிவுரைகளை மக்கள் படித்திருந்தாலும், அவர்கள் மத போதனைகளுக்கும், புத்தக ஞானத்திற்கும் அதிகப்படியான முக்கியத்துவத்தைத் தரவில்லை. முறையாகப் பயன்படுத்தப்படும் அறிவுதான், ஞானம் என்று கருதினார்கள். செயல் வடிவிலான ஞானத்திற்குத்தான் முக்கியத்துவம் தந்தனர். ''ஏட்டுச் சுரைக்காய் கறிக்கு உதவாது'' என்று நம் முன்னோர்கள் சொல்வதைப் போலவே சாமுராய் வீரர்களும், புத்தமத போதனைகளைச் சொன்னார்கள். ஆகவே அறிவு என்பது இறுதி இலக்கு அல்ல; ஞானம் என்ற மேன்மையை அடையப் பயன்படும் கருவியாகவே அதைக் கருதினார்கள். செயல்படுவதற்கு அறிவைவிட ஞானம் தான் உயர்ந்தது என்று அவர்கள் நம்பினார்கள். 'செயலோடு சேர்ந்த அறிவுதான் ஞானம்' என்பது அவர்களது கொள்கை. அதாவது நடைமுறைக்குப் பயன்படும் அறிவுக்கு முன்னுரிமை அளித்தார்கள்.

ஆக, புஷிடோ என்ற பண்பாடு எங்கிருந்து வந்திருந்தாலும் அவை எளிமையான ஒரு சில பண்புகள்தாம். அவற்றை ஜப்பானிய

மக்கள் போற்றி வளர்த்தார்கள். அந்த உன்னதப் பண்புகள் மிகவும் மோசமான சூழ்நிலையிலும், வரலாற்றின் ஆபத்தான நாட்களிலும் அவர்களையும் அவர்களது நாட்டையும் காப்பாற்றின. ஜப்பானியர் களை ஆபத்திலிருந்து காப்பாற்றி உலகின் முன்னிலைக்குக் கொண்டுவந்த புஷிடோ பண்புகள் சிலவற்றைப் பார்ப்போம்.

1. நேர்வழி: [Rectitude / Justice]

நமது முன்னோர்கள் அறம் என்றார்கள். பல அறங்களை போதித்தார்கள். நேர்மை அல்லது நீதிதான் புஷிடோ குணத்தின் முதல் அறம். மற்ற எல்லாவற்றையும் விட, குறுக்கு வழியில் காரியம் சாதிப்பதை ஜப்பானியர்கள் அதிகம் வெறுத்தார்கள். சமுதாயம் சரியான வழியில் மட்டுமே பயணிக்க வேண்டும், அந்த நேர் வழியிலிருந்து இம்மியும் விலகக் கூடாது என்பது அவர்களது கோட்பாடு. இதில் எந்த மனத் தடுமாற்றமும் இருக்கக்கூடாது. இறப்பது சரி என்றால் இறந்துவிட வேண்டும்; தாக்குவது தான் சரி என்றால் தாக்க வேண்டும். ஒரு ஞானியை ஜிஷி (Gishi) என்றழைக்கிறார்கள். நம் நாட்டில் சொன்னால் குருஜி, மகான் அல்லது மகாத்மா எனலாம். அவர், அந்தப் பெரிய கல்வி ஞானத்தை நேர்வழியில் சம்பாதித்திருக்கிறார் என்று பொருள். 47 விசுவாசிகள் (47 Faithful) என்னும் கதையில் வருபவர்கள் அனைவரும் ஜிசிக்கள் என்றுதான் அழைக்கப்பட்டார்கள்.

இருட்டில் செய்யும் தொழிலையும், திருட்டுத்தனமாக பணம் சேர்ப்பதையும் ஜப்பானியர்கள் வெறுக்கிறார்கள். அனைவரும் முறையாக வருமானவரி செலுத்துவதும் இந்தப் பண்பால்தான். ஒரு மனிதனின் எலும்புக் கூடு என்பது நேர்மைக்குணம், நாம் நிமிர்ந்து நிற்பதற்கு அது உதவுகிறது. அது இல்லை என்றால் எந்த சாதனை படைத்தாலும் அதில் எந்தப் பலனுமில்லை என்பது சாமுராய்களின் நம்பிக்கை. குறுக்கு வழியில் சாதனை படைத்தால் அல்லது பணம் சேர்த்தால் அவனால் ஜப்பானிய சமுதாயத்தில் மரியாதையாக வாழ முடியாது. ஒரு சாதாரண ஏழைக்குக் கிடைக்கும் மதிப்பு கூட அவனுக்கு இருக்காது. மனிதன் நடந்து செல்லும் பாதை நேர்மை என்றார் மென்சியஸ் என்ற அறிஞர். நேர்மைப் பாதை நேர்கோட்டிலானது மட்டுமல்ல, அது குறுகிய பாதை என்றும் சொன்னார். சொர்க்கத்திற்குச் செல்ல வேண்டும் என்றால் அந்த நேர்கோட்டில், குறுகியபாதையில் இறுதிவரை பயணிக்க வேண்டும்.

கடமையை ஜப்பானியர்கள் கிரி (Gi-ri) என்கிறார்கள். பெற்றோருக்கும், தந்தைக்கும், முதலாளிக்கும், நாட்டுக்கும் ஆற்ற வேண்டிய கடமையைக் குறிப்பது கிரி.

தனது கடமையைச் சரியாகச் செய்வது 'கிரி' என்றாலும் அந்தக் கடமைதான் நேர்வழி என்பது அவர்களது நம்பிக்கை. வீட்டில் வயது முதிர்ந்தவர்களுக்கு அதிக மரியாதை தந்து, அவர்கள் சொல்வதைக் கேட்கவேண்டும். மிக உயர்ந்த இடத்தில் இருக்கும் அரசன்தான் எஜமான், அவனுக்கு அனைத்து மரியாதையும் தர வேண்டும். திறமையால் அந்த சிம்மாசனத்துக்கு வரவில்லை அரசன், பிறப்பு என்ற விபத்தால் அந்த இடத்திற்கு வந்தவன். திறமையின் மூலம் வந்த இயற்கையான ஒரு பதவி அல்ல அது; செயற்கையால் வந்தது. இருப்பினும் கடமை என்பது அவனுக்காக தன்னையும் தன்னுயிரையும் அர்ப்பணிப்பது என்பது சாமுராயின் உயர்ந்த பண்பு. ஜிஷி என்பவர்களை கண்ணியம் உள்ளவர்கள் என்றும் கூறலாம்.

இந்த உன்னத நேர்மைத்திறன் என்ற பண்போடு இணைந்து பின்னிப் பிணைந்திருப்பது துணிச்சல் என்ற ராணுவ நற்பண்பு. அதைப்பற்றி அடுத்து பார்ப்போம். அதுபோல இந்த நேர்வழிக்கும் கடமை என்ற நற்பண்பிற்கும் நெருங்கிய தொடர்பு உண்டு.

2. துணிச்சல்: (Valour)

வீரம் அல்லது தைரியம் என்ற குணம், எல்லா நாட்டு இளைஞர்களிடத்திலும் உயர்வாகப் பேசப்படும் பண்புதான். இதை ஆங்கிலத்தில் Bravery, Courage, Fortitude, Valour போன்ற வார்த்தைகளால் சித்தரிக்கிறார்கள். ஆனால் ஜப்பானியப் பெற்றோர்கள், தங்களது குழந்தைகளைத் துணிச்சல் மிக்கவர்களாக வளர்ப்பதற்கு விசேஷ முயற்சி எடுக்கிறார்கள். குளிர்காலத்தில் குழந்தைகளைப் பனிக்கட்டி மீது நிற்க வைக்கிறார்கள், தெரியாத ஒரு நபருக்கு தபால் கொடுத்து அனுப்புகிறார்கள். தனியாகக் கல்லறைக்குப் போய் வரச் செய்கிறார்கள். பேய் இருக்கும் பங்களாவுக்குக் கூட தனியாக போய் வரச் சொல்கிறார்கள். அஞ்சாமை என்ற போர்க் குணத்தை சிறுவயதிலேயே கட்டாயமாக குழந்தைகளுக்கும் புகட்டுகிறார்கள். அச்சம் நீங்கியதும் துணிவு வந்துவிடுமல்லவா?

கராகிரி என்ற தற்கொலை வைபவம்

வீரம் மிக்க சாமுராய்களின் கதைகளைச் சொல்லும் தாயார் அந்த சாமுராய்கள் எத்தகைய வலியைத் தாங்கிக்கொள்கிறார்கள், கராகிரி என்ற கவுரவத் தற்கொலை செய்யும் போதுகூட சிரித்த முகத்துடன், எந்த வலியையும் முகத்தில் காட்டாதவாறு உயிர் விடுகிறார்கள் என்பதைச் சுட்டிக்காட்டுகிறார்கள். குழந்தைகள் பசித்து அழும்போது அவனைக் "கோழை" என்று திட்டுகிறார்கள். அடிக்கடி பட்டினி போட்டு அந்தச் சிறுவனைச் சோதித்தும் பார்க்கிறார்கள். இரவில் தூங்கவிடாமல் அவனது மன தைரியத்தை வளர்க்கிறார்கள். இருட்டான இடத்திற்குத் தனியாக அனுப்பி வைத்து மன தைரியம் ஏற்பட பயிற்சி தருகிறாள் தாய்.

மன தைரியத்தின் வெளித்தோற்றம் ஒரு அமைதியான முகம் என்று ஜப்பானியர் கருதினார்கள். தைரியத்திற்கும் ஒரு ஆன்மீக முகம் உண்டு, அது அமைதியான மனம் என்பது சாமுராய்களின் நம்பிக்கை. உண்மையில் வீரமுள்ளவன் எப்போதும் சீரான மனநிலையிலேயே இருப்பான்; அவனது தெளிவான மனதை யாரும் குலைக்க முடியாது. பெரிய பேரிடர்களின் மத்தியிலும் அவனது மனம் பதறாது, பாதை மாறாது; துன்பங்கள் அவனை அசைக்காது; புயலைப் பார்த்து அவன் புன்னகைப்பான்; அவனது மனதில் பயம் இல்லை; வார்த்தைகளிலும் தடுமாற்றம் இல்லை, இப்படிப்பட்ட சிங்கம் நிகர் இதயத்தை ஜப்பானியர்கள் யோயு (Yoyu) என்றழைத்தார்கள். யோயு மனம், போர் வீரனுக்கு அவசியம் வேண்டும்.

சாதாரண மக்களுக்குப் பெரிய பிரச்சனையாகத் தெரிவது சாமுராய் வீரனுக்கு ஒரு விளையாட்டாகத் தெரியும். வாள் சண்டைகூட ஒரு முரட்டுத் தனமான மோதல் போலில்லாமல் ஒரு அறிவு பூர்வமான உரையாடல் போன்று இருக்கும். சண்டையிடும் போது கூட ஒருவருக்கொருவர் நகைச்சுவையுடன் பேசலாம். சடாட்டோ என்ற சாமுராய் எதிரியைத் துரத்தித் தாக்கி அவரது கத்தியால் எதிரியின் ஆடையைக் கிழித்துவிட்டு, "உனது அங்கியை நூலாகப் பிரித்து விட்டேன்" பார்த்தாயோ" என்றாராம். அப்போது வீழ்ந்த சாமுராய் "கிழிந்தது உன் வாளினால் அல்ல, நூலுக்கு வயதாகிக் கிழிந்தது" என்றாராம். சண்டை தொடர்ந்து நடந்திருக்கிறது.

எவ்வளவு பெரிய ஆபத்திலும் அல்லது வலியிலும் சாமுராய் அமைதியுடன் காணப்பட வேண்டும் என்பது அவர்களது குறிக்கோள் என்று குறிப்பிட்டேன். சாமுராய்க்குப் போர்க்களத்தில் மனப்பதற்றம் கூடாது என்றும் குறிப்பிட்டேன். உண்மையில் மனப்பதற்றம் இல்லை என்பதை வெளிப்படுத்துவதாக அவர்களது அந்தக் கவிதை நயம் இருக்கிறது. அதாவது ஆக்ரோஷமாக சண்டை இடும்போது கூட கவிதை படைப்பார்களாம் சாமுராய் வீரர்கள். ஓட்டா டோக்கன என்பவர் டோக்கியோ அரண் மனையைக் கட்டிய சாமுராய். அவனது நெஞ்சில் வாளைப் பாய்ச்சிய எதிரி சொன்னான்

"இதுபோன்ற நேரங்களில் இருதயம் மட்டும் வாழ்க்கையின் ஒளிக்காக ஏங்குகிறது பார்த்தாயா?"

அந்த மரிக்கப்போகும் மாவீரன் கொஞ்சம் கூட வலியை வெளிக்காட்டாமல் அதே கவிதையை இப்படி முடித்தானாம்.

"அமைதியான நேரங்களில் அந்த இருதயம் வாழ்க்கை ஒளியின் மகிமையை உணரவில்லை என்பதும் உண்மைதானே".

இதை நிச்சயம் விளக்கியாக வேண்டும். ஜப்பானியர்களுக்குத் துணிச்சல் என்பது ஒரு கொடூர சொல்லோ, செயலோ அல்ல. அதுபோல் தைரியம் என்பது தனது உயிரை விடுவதும் அல்ல. அவர்களுக்குத் துணிச்சல் என்பது, சரி என்று படுவதைச் செய்வதுதான். வீரம் என்பது ஒரு நல்ல காரியத்திற்குப் பயன்பட்டால் மட்டுமே அதை ஒரு நற்குணமாகக் கருதினார்கள். கெட்ட காரணத்திற்காக உயிரை மாய்த்தால் அவனது மரணத்தை ஒரு நாயின் மரணமாகத்தான் அவர்கள் கருதினார்கள். உண்மையான தைரியம் என்பது, "உயிர்வாழ்வது சரி என்றால் மட்டுமே உயிர்வாழ்வது, மாள்வது தான் சரி என்றால் உடனே மாள்வது".

இவை இரண்டும் வீரச்செயல் என்று அவர்கள் ஏற்றுக் கொள்கிறார்கள். கிரேக்க அறிஞர் பிளேட்டோ சொன்ன வார்த்தைகள் ஜப்பானியர்களுக்குப் பொருந்துகிறது. "ஒரு மனிதன் எதற்கு பயப்பட வேண்டும் அல்லது எதற்கு பயப்படக்கூடாது என்ற தெளிவான ஞானம் தான் உண்மையான தைரியம்" என்றார் அவர். 'அஞ்சுவது அஞ்சாமை பேதமை' என்ற வள்ளுவரின் வாக்கும் அவர்களுக்குப் பொருந்துகிறது.

3. கருணை: [Benevolence]

கருணை, அன்பு, இரக்கம், பரிதாபம் ஆகியவை மனிதர்களின் சிறந்த நற்பண்புகள். ஆனால் இது ஜப்பானியர்களிடம் சற்று அதிகமாக இருப்பதாகவே கருதப்படுகிறது. அரசர்கள் இரக்க குணம் உள்ளவர்களாக இருத்தல் வேண்டும் என்பது உலக நியதி. ஆனால், கொடுங்கோலாட்சி செய்த கொடூர அரசர்கள் வரலாற்றில் பலர் இருந்திருக்கிறார்கள். மன்னர் கருணையுடையவராக இருக்க வேண்டும் என்று கன்பியூசியஸ் மற்றும் மென்சியஸ் கூறினார்கள். அரசர்கள் மக்களின் முதல் சேவகன் என்று பிரடரிக் மாமன்னர் சொன்னது ஐரோப்பாவில் நிலைத்து நின்றது. ஜப்பான் நாட்டு அறிஞர் யேசன் என்பவர் கூறியதாவது, "அரசன் பொறுப்பானவன்; அவன் கொடுமையானவன் அல்லன், சர்வாதிகாரியும் அல்லன். அவன் குடிமக்களின் தந்தை, கடவுள் அவனிடம் கொடுத்த பொறுப்பை அவன் சிறப்பாகச் செய்ய வேண்டும்." அரசாட்சி பற்றி கன்பியூசியஸ் கூறும் போது, "அரசன் மக்களை நேசிக்க வேண்டும், மக்கள் அரசனை மதிக்க வேண்டும். மக்கள் வெறுப்பதை அரசன் வெறுக்க வேண்டும், அப்போது தான் அவன் மக்களின் தந்தை ஆகிறான்". என்றார்.

ஆக ஜப்பானில் நடந்தது மன்னர் ஆட்சி அல்ல, அது மன்னராட்சியும் மக்களாட்சியும் ஒன்று சேர்ந்த ஒரு கூட்டு அரசாட்சி என்றுதான் கூற வேண்டும். அரசர் ஒரு குடிமகன், அவர் கருணை உள்ளவராகவும் அன்பு பாராட்டுபவராகவும் இரக்க குணம் உள்ளவராகவும் நடந்துகொள்ள வேண்டும் என்பது அவர்களது அரச கோட்பாடு.

கருணை என்பது ஒரு இளகிய குணம், பெண்களுக்கான குணம் என்றும் நினைக்கிறோம். ஜப்பானியர்கள் கூட அளவுகடந்த இரக்க குணத்தை ஊக்குவிக்கவில்லை. மாறாக, இரக்க குணத்தை நீதியுடனும் நேர்மையுடனும் கலந்து பார்க்கிறார்கள். அநீதி விளைவிக்கப்பட்டபோது பாதிக்கப்பட்டவர்மீது கருணை காட்டுகிறான் சாமுராய். போர் நடக்கும் போது பெண்களுக்கும், குழந்தைகளுக்கும் அநீதி விளைவிக்கப்பட்டால்

அவர்களுக்காக அவனது இதயம் உருகுகிறது. புஷி நோ நாசாகே என்பது ஒரு சாமுராய் போர் வீரனின் இளகிய மனதைக் குறிக்கிறது. இளகிய மனதுக்காரன்தான் உண்மையான வீரன் என்றும், அன்பான ஒருவனுக்குத்தான் துணிச்சல் வரும் என்றும் அவர்கள் நம்புகிறார்கள். பலவீனமானவர்களுக்கு ஆபத்து என்றால், ஏழைக்கு ஆபத்து என்றால், குழந்தைக்கு ஆபத்து என்றால் சாமுராய் தனது உயிரை மாய்த்தாவது அவர்களைக் காப்பற்றுவான்.

கருணையின் அடித்தளமே துன்பப்படுபவர்களைக் கண்டு வாடும் மனம்தான். ஆக கருணை உள்ள வீரன், வலியால் துடிப்பவனுக்காக உருகுவான், அவரது துயர் துடைக்க முற்படுவான். சாமுராய்களின் ஒரு தனிப்பட்ட போர்க்குணமே பலவீனமானவர்களுக்கும், ஏழைகளுக்கும், வீழ்ந்த எதிரிக்கும் உதவி செய்வதுதான். வீழ்ந்த எதிரியின் உயிர்காத்த சாமுராய்களின் கதைகள் பல உண்டு.

சாமுராய்களின் இந்தப் பண்புக்கு எடுத்துக்காட்டாக ஒரு கதை சொல்லப்படுகிறது. பின்னோக்கி நடக்கும் ஒரு சன்னியாசியின் கதை இது. முன்னொருகாலத்தில் பலசாலியான இவர், கி.பி. 1184 ஆம் ஆண்டு சுமாறே உரா போரில் பங்கு கொண்டு எதிரிகளை வென்றவன். ஒரு எதிரி சாமுராயைக் கையால் பற்றி இழுத்து அவனை நெஞ்சோடு கையால் அமுக்கிப் பிடித்தார். அந்த எதிரியின் முகத்தைப் பார்த்தால், மீசை கூட முளைக்கவில்லை, அவன் ஒரு ''சிறுவன்''. அவன் மீது கருணை கொண்டு ''தப்பித்து ஓடிவிடு'' என்கிறார். அந்த இளைஞனும் ஒரு சாமுராய், எனவே அவன் ''நான் தோற்றுவிட்டேன், நீங்கள் என்னை வாளால் வெட்டிக் கொன்றுவிடுங்கள்'' என்றான். ''எனக்கு கொல்ல மனதில்லை, தயவு செய்து மோசமான வீரர்கள் வருமுன் ஓடிவிடு'' என்று கெஞ்சுகிறான் அந்த வலிமையான சாமுராய். அந்தச் சிறுவனோ, ''நான் சாகத்தான் வேண்டும், திரும்பிச் சென்றால் எனது மானம் போய்விடும். மோசமான உங்கள் சாமுராய் ஒருவரால் நான் சாகக்கூடாது. தயவு செய்து நீங்களே என்னைக் கொன்று விடுங்கள்'' என்று கெஞ்சுகிறான். மோசமான சக சாமுராய் வரும் சத்தம் கேட்கிறது. ஒரு கவுரவமான மரணத்தை அந்த இளைஞனுக்கு வழங்குகிறார் பெரிய சாமுராய். ஆனால் பின்னர், தான் செய்த காரியத்தை எண்ணி எண்ணி வருந்தினார். போர் முடிந்ததும், பிராயச்சித்தம் தேடுகிறார். ஒரு புத்த பிட்சுவாக மாறி அமைதியைப் போதிக்கிறார். இதுதான் அந்தக் கதை.

இது ஒரு கொடூரமான கதை என்றாலும் இதில் சாமுராய்களின் கருணை உள்ளத்தைக் காணமுடியும். தன்னிடம் அடைக்கலம் புகுந்த பறவையை வேடன் கொல்லக்கூடாது என்ற தத்துவம் இதில் அடங்கி இருக்கிறது. தவிர்க்க முடியாத தவறுக்குக் கூட சாமுராய் எப்படி மனதால் துடிக்கிறார் என்பது இந்தக் கதையின் மூலம் புரியும்.

சாமுராய் வீரர்களுக்கு வாள்வீச்சுக் கலை மட்டும் அல்ல, மெல்லிசையும், மனதை இதப்படுத்தும் குழல் இசையும் சொல்லித் தந்திருக்கிறார்கள். சிராகவா என்ற இளைஞன் கவிதை வரிகளால் நம்மை வியக்க வைக்கிறான்

பூக்களின் வாசம்; தூரத்து மணி ஓசை;
வண்ணங்களின் ஒளி இசை மழை
அமைதியான இந்த இரவில்
இவை அனைத்தும் உன்னிடம் கேட்காமல்
அறைக்குள் நுழையும் போது
அவற்றைப் புறந்தள்ளாதே! ஆரத்தழுவி ஏற்றுக்கொள்.

ஆரம்ப காலங்களில் வாள்வீச்சையும், முரட்டுத்தனத்தையும் நேசித்த பல சாமுராய்களும் பின்னர் கவிதை வடித்தும், கதை எழுதியும் அவர்களது மெல்லிய உணர்வுகளையும் இரக்க குணத்தையும் வெளிப்படுத்தினர்.

குரோனர் என்ற இளம் ஐரோப்பியப் போர் வீரன் வீழ்ந்தபோது "Farewell to life" என்ற பாடலை போர்க்களத்தில் எழுதினானாம். பல சாமுராய்கள் போர் முனையில் கூட கவிதை வடித்தார்கள். "கல்வி பயின்ற ஒவ்வொரு சாமுராயும் ஒரு கவி; அல்லது ஒரு மகாகவி" என்பது ஜப்பானின் பழமொழி.

4. பணிவு : [Politeness]

ஜப்பானுக்குப் பயணம் செய்து பாருங்கள், அவர்கள் காட்டும் பணிவைக்கண்டு வியந்து போவீர்கள். அவ்வளவு மரியாதை தருகிறார்கள். அது யாராக இருந்தாலும், தலை தாழ்த்தி உண்மையாகவே நம்மை மதித்து வணக்கம் செலுத்துகிறார்கள்.

அதிகாரத்தில் இருப்பவரிடம் சிரம் தாழ்த்தி மரியாதை செலுத்துவதை உயர்ந்த ராணுவ நற்பண்பு என்று சொல்லிட முடியாது. அது அச்சத்தின் காரணமாகச் செய்வது. ஆனால் ஒரு சாதாரணமானவரை மதித்து அவர் மனிதர் என்ற காரணத்திற்காக அவருக்கு மரியாதை தருவதுதான் உயர்ந்த

அவர்களால் முடியும் என்றால் நம்மாலும் முடியும்

ராணுவ நற்குணம் என்று ஜப்பானிய சாமுராய்கள் கருதுகிறார்கள். வாளேந்திய வலிமையான வீரர்களிடம் கூட இந்த நற்குணம் ஓங்கி இருப்பதைப் பார்த்தால் நமக்கு ஆச்சரியமாகத்தான் இருக்கிறது.

சமுதாயத்தில் மரியாதை தந்து மரியாதை வாங்க வேண்டும் என்பதால், அந்தப் பயிற்சி குழந்தைகளுக்கும் தரப்படுகிறது. அவர்கள் பெரியவர்கள் மத்தியில் எப்படி நடக்க வேண்டும், எப்படி உட்கார வேண்டும், எப்படிப் பேச வேண்டும் என்று பயிற்சி தரப்படுகிறது. மேஜையருகில் நாற்காலியில் உடகார்ந்து சாப்பிடுவது ஒரு விஞ்ஞானம் போல் போதிக்கப்படுகிறது. தேநீர் அருந்துவதில் கூட பல சம்பிரதாயங்களைக் கடைப்பிடித்து, கவனமாகச் செய்ய வேண்டும். அதை ஒரு விமானம் ஓட்டுவதைப் போன்று கவனமாக நடத்துகிறார்கள். மேலும் தேநீர் அருந்துவதை ஒரு திருவிழாவாகவே கொண்டாடுகிறார்கள். இதெல்லாம் தேவையா? பேசாமல் டீ குடித்துவிட்டுப் போக வேண்டியதுதானே என்று சிலர் கேட்கலாம். டீ சாப்பிடுவது தேநீர் விழாவின் நோக்கம் அல்ல, பெரியவர்களிடம் அதுவும் படித்த நாகரிகமான மக்களிடம் பணிவுடனும் மரியாதையுடனும் நடக்க பயிற்சி அளிக்கவே இந்தத் தேநீர்த் திருவிழாக்கள் விமரிசையாக நடத்தப்படுகின்றன.

வணக்கம் செய்யும் முறை

ஒருவர் பொது இடத்தில் மரியாதையுடன் நடந்துகொள்ள வேண்டும் என்பது ஜப்பானில் முக்கியம், அதிலும் அவர்கள் கவுரவமாக (Cho no yu) நடந்து கொள்ள வேண்டும் என்பதில் கண்ணும் கருத்துமாக இருக்கிறார்கள். அதை வெளிப்படுத்தும் தத்துவம், ஓகாகவாரா (Ogagawera) என்பது ஆகும். பொது இடத்தில் நடத்தை என்பதன் நோக்கம், மனதைத் திடப்படுத்துவதுதான். அமைதியாக ஒரு பொது இடத்தில், கம்பீரத் தோற்றத்துடன் ஒருவர் உட்கார்ந்தால், அந்த அமைதியான உடல் தோற்றத்தைப் பார்த்து ஒரு மோசமான கொடூரன் கூட விலகிப்போவான் என்கிறது இந்தத் தத்துவம்.

பொது இடத்தில் மரியாதையுடன் நடந்து கொள்வதற்கு சா னே யூ என்ற தேநீர்த் திருவிழாவைக் குறிப்பிட வேண்டும். தேயிலைத் தண்ணீரை உறிஞ்சுவது ஒரு மென் கலை. இந்தியாவில் இந்தப் பழக்கம் தோன்றியது, பின்னர் கைவிடப்பட்டது. இன்று ஜப்பானியர்கள் மன அமைதிக்கும், உணர்வுகளை அடக்கி ஆள்வதற்கும், உடல் தோற்றப் பொலிவை வளர்ப்பதற்கும் இந்த தேநீர் விருந்தில் திரளாகக் கலந்துகொள்கிறார்கள். அந்த அறையின் தூய்மை, சத்தமில்லாத அமைதி, குறைவான சூரிய வெளிச்சம், எந்தப் படங்களும் இல்லாத சீரான சுவர்கள். ஆக நமது கவனம் எங்கும் சிதறாமல் ருசிக்கும் தேநீரில் மட்டும் இருக்கும். சண்டை நடைபெறும் நேரத்தில்கூட வாளேந்திய சாமுராய்கள் இங்கு வந்து தேநீர் அருந்தியிருக்கிறார்கள் என்றால் இது ஒரு பொழுதுபோக்கு அல்ல, ஒரு கவுரவமான பழக்கத்தை ஏற்படுத்தத்தான் இங்கு வந்திருக்கிறார்கள் என்பது தெரிகிறது. மனதைப் பக்குவமாக்கி, பிறருக்கு மரியாதை தரும் பழக்கத்தை வளர்த்துக்கொள்ளவே இங்கு வருகிறார்கள்.

பணிவு என்பது நல்ல பண்பு என்றாலும் அதை கருணை, பெருந் தன்மை என்ற குணங்களுடன் தொடர்புபடுத்தி பார்க்கின்றனர் ஜப்பானியர். மற்றவர்களின் உணர்வுகளுக்கு மதிப்பளிக்கும் வகையிலும் தங்களது அனுதாபத்தைத் தெரிவிக்கின்ற வகையிலும் பணிவை வெளிப்படுத்து கிறார்கள். அதாவது ''துக்கத்தில் அழுபவர்களோடு நாமும் சேர்ந்து அழ வேண்டும், ஆனந்தமாக இருப்பவர்களுடன் சேர்ந்து நாமும் ஆனந்தமாக இருக்க வேண்டும்'' என்பது அவர்களது கோட்பாடு. இதை வலியுறுத்தி ஒரு நிகழ்வு பல இடங்களில் பேசப்பட்டது. நீங்கள் வெயிலில் நிற்கிறீர்கள், உங்களுக்குத் தெரிந்த ஒரு ஜப்பானியர் அவ்வழியாகச் சென்றால் அவர் உங்களைக் கண்டுகொள்ளாமல் சென்றுவிடமாட்டார். உங்கள் அருகில் வருவார், அவரிடம் குடை இருந்ததென்றால் உங்களை அந்தக் குடையின் நிழலில் ஏற்றுக்கொள்வார். இல்லை என்றால், அவர் தனது தொப்பியைக் கழற்றி கையில் வைத்துக்கொள்வார். ஏன் அப்படிச் செய்தார் என்று நீங்கள் உங்களுக்குள் முணுமுணுப்பீர்கள். நீங்கள் வெயிலில் நிற்கும்போது, உங்கள் தலை காயும்போது அவர் மட்டும் தொப்பி வைத்துக்கொள்வது எப்படி சரிப்படும்? என்பதுதான் அவரது வாதமாக இருக்கும். இதுதான் இவர்களின் பணிவு என்ற நற்பண்பின் வெளிப்பாடு.

எல்லா ஊரிலும் விருந்தினர்களுக்குப் பரிசு தருகிறார்கள். மேற்கத்திய நாடுகளில் சிறந்த பரிசுப் பொருட்கள்தான் தர வேண்டும். அதாவது தரும் பரிசுப் பொருளில் ஏதாவது சிறப்பு இருக்க வேண்டும்.

''உன்னை மதிக்கிறேன் ஆகவே இந்த விலைமதிப்பற்ற பரிசுப் பொருளைத் தருகிறேன்'' என்பதுதான் அதன் மறைமுக பொருள். ஆனால் ஜப்பானில் பரிசளிக்கும் தத்துவம், ''நீங்கள் உயர்ந்தவர், என்ன பரிசு தந்தாலும் உங்களுக்கு இணையாகாது, இருப்பினும் இந்தச் சிறுபரிசை மரியாதையின் அடையாளமாக ஏற்றுக் கொள்ளுங்கள்'' என்பது போன்று இருக்குமாம். அங்கு பரிசின் சிறப்பு முக்கியம் இல்லை, விருந்தினர்தான் முக்கியமானவர் என்பதுவே சிறப்பு.

மற்றவர்களுக்கு மரியாதை தந்து திருப்திப்படுத்துவதில் அதிகக் கவனம் செலுத்துகிறார்கள். ஒருவரிடம் பணிவு காட்டுவதா அல்லது பொய் சொல்லுவதா என்று கேட்டால் பணிவு செலுத்துவதுதான் உயர்ந்தது என்று எந்த ஜப்பானியரும் சொல்லி விடுவார். எடுத்துக்காட்டாக உடல் நலம் இல்லாமல் இருக்கும் ஒருவரிடம், ''உங்களுக்கு உடல் நலம் இல்லையா?'' என்றால் ''அப்படி எல்லாம் இல்லை, வீட்டிற்கு உள்ளே வாருங்கள்'' என்று வரவேற்பாராம். ''நாங்கள் வந்ததால் உங்களுக்குச் சிரமமா?'' என்று கேட்டால் ''ஐய்யயோ அப்படி எல்லாம் ஒன்றும் இல்லை தயவு செய்து வீட்டிற்குள் வாருங்கள்'' என்று ஜுரத்தில் அவதிப்படும் ஒருவர் கூறுவாராம். அவருக்கு உடல் நலம் இல்லை என்பதை ஒப்புக்கொள்ளவே மாட்டாராம்! அது விருந்தினருக்குத் தரும் அவமரியாதை என்பது அவர்களது உயரிய சிந்தனை.

5.சத்தியம்: (Veracity)

சத்தியம் இல்லாத கீழ்ப்படிதலும், பணிவும் ஒரு ஏமாற்று வேலை அல்லது கபட நாடகம் ஆகும். எனவே ஒருவருக்கு பணிவு காட்டும் போதும் மரியாதை செலுத்தும்போதும் அதில் உண்மை வேண்டும் என்பதை ஜப்பானியர் உணர்ந்திருக்கிறார்கள். உண்மையான உணர்வு உள்ளவர்கள் கடவுளுக்கு நிகரானவர்கள் என்று கன்பியூசியஸ் கூறினார். உண்மையாயிருப்பதுதான் உயர்ந்த லட்சியம் என்றும் எல்லா முயற்சிகளின் ஆரம்பம் அதுதான் என்றும், உண்மையில்லை என்றால் உலகில் ஒன்றும் இல்லை என்றும் அவர் கூறினார்.

உண்மையாக நடந்துகொண்டால் எந்த விசேஷ முயற்சியும் இன்றி மாற்றங்களை ஏற்படுத்த முடியும் என்பது புஷிடோ கொள்கை. வார்த்தையில் சத்தியம் இருப்பதை அவர்கள் பெரிதும் எதிர்பார்க் கிறார்கள். சாமுராய்களுக்குப் பொய் பேசுவது என்பதே கோழைத்தனம் போன்றது. உயர்ந்த இடத்தில் இருக்கும் சாமுராய்களின் பேச்சு மற்றும்

செயல் அவர்களின் உன்னத நிலைக்கு உகந்ததாக இருத்தல் வேண்டும். வியாபாரம் செய்பவர்கள் வேண்டுமானால் உண்மை தவறலாம், விவசாயிகள் சத்தியம் விலகலாம் ஆனால் போர் வீரன் ஒருபோதும் அதிலிருந்து விலகி நிற்கக்கூடாது. சாமுராய் கொடுத்த வாக்குறுதிகளை அவன் உயிருடன் இருந்தால் நிறைவேற்றிவிடுவான். எனவேதான் அவர்கள் எந்த உறுதிமொழிப் பத்திரங்களும் எழுதிக்கொள்வது இல்லை. ஓர் உறுதிமொழி எடுத்துக்கொள்வதும் சத்தியம் செய்வதும் தங்களுடைய நற்பெயருக்கு இழுக்காகவே சாமுராய்கள் கருதினார்கள். அது அவர்களது நேர்மைக் குணத்தை சந்தேகப்படுவது போன்றது. அதற்கான அவசியம் இல்லை என்று அவர்கள் நம்பினார்கள்.

கொடுத்த வாக்கை மீறியதால் தற்கொலை செய்துகொண்ட சாமுராய் கதைகள் பல உண்டு, இதற்கு நி கான் (ni-gon) என்று பெயர்.

ஜப்பானிய மொழியில் உண்மை அல்லாததை "மாகோடா" என்றும் உண்மையை "ஹோல்டா" என்றும் பொய் என்பதை "உசோ" என்றும் அழைக்கிறார்கள். நான் முதலில் குறிப்பிட்டது போல, பொய் சொல்வதா அல்லது ஒருவரிடம் மரியாதை இல்லாமல் நடப்பதா என்ற நிலை வருமாயின் "பொய் சொல்லிவிடுவார்" என்று சொல்வார்கள். இந்த முரண்பாடு, அவர்கள் மற்றவர்களைப் புண்படுத்த விரும்பாதவர்கள் என்பதைக் காட்டுகிறதே தவிர பொய் பேசிப் பழகியவர்கள் என்று பொருள் ஆகாது.

ஜப்பானிய வியாபாரிகள் கொடுத்த வாக்குறுதியைக் காப்பாற்றுவதற்கான காரணம் அவர்களுக்குச் சமுதாயத்தில் இருக்கும் நற்பெயரைத் தக்கவைத்துக் கொள்ளத்தான் என்று கூறப்படுகிறது. வியாபாரிகளுடன் நடக்கும் ஒப்பந்தங்களில் "நான் சொன்னபடி பணத்தைத் திருப்பித் தராத பட்சத்தில் பொது இடத்தில் வைத்து என்னை அவமானப் படுத்திக் கொள்ளலாம்" என்றும், "நான் வாக்கு தவறிய பட்சத்தில் பொது இடத்தில் என்னை ஒரு முட்டாள் என்று அழைத்துக் கொள்ளலாம்" என்றெல்லாம் நிபந்தனை உரை எழுதிக்கொள்வார்களாம். இவை மிகப்பெரிய இழுக்கு என்பதால், அவர்கள் அந்த நிலைமைக்கு ஆளாக மாட்டார்கள், பணத்தை உரிய நேரத்தில் திருப்பித் தந்துவிடுவார்கள்.

பொய் சொல்வது என்பது ஒரு பாவச்செயல் அல்ல, பொய் சொல்லக்கூடாது என்ற நிபந்தனையை ஜப்பான் நாட்டுச் சட்டம் சொல்லவில்லை. ஆனால் பொய் சொல்லுவது மிக மிகப் பலவீனமாகவே கருதப்படுகிறது. எனவே அவர்கள் பொய் பேசக் கூச்சப்படுகிறார்கள்.

6. கவுரவம்: (Honour)

கவுரவம் என்பது ஒருவருக்குத்த தன்மீது உள்ள மதிப்பீடு எனலாம். அந்த மதிப்பீடு அவருக்கு நன்கு தெரிந்திருக்கும். எனவே, அந்த மதிப்பீட்டுக்கேற்ப மற்றவர்கள் அவரை மதிக்கிறார்கள் என்பதும் அவருக்குத் தெரிந்திருக்கிறது. மரியாதை, பெருமை, சிறப்பு, நன்மதிப்பு போன்ற வார்த்தைகள் கூட ஒரு மனிதனின் கவுரவத்தைக் குறிக்கும் சொற்கள் எனலாம்.

தனது கடமை மீதும் போர்த்தொழில் மீதும் உயிரையே வைத்திருக்கும் சாமுராய்க்கு கவுரவம்தான் அவன் போற்றும் ஒரு உயர்ந்த குணம் என்பதில் ஐயமில்லை. புகழ் (na), செல்வாக்கு (quid-bun) என்னும் வார்த்தைகள் கூட ஒரு சாமுராயின் கவுரவத்தைக் குறிக்கும் வார்த்தைகளாக ஜப்பானில் பயன்படுத்தப்படுகின்றன. கிரேக்கர்கள் முகமூடி (persona) என்ற வார்த்தையைப் பயன்படுத்தினர், அதுதான் பின்னர் Personality என்றாகியது. தமிழில் ‘‘ஆளுமை’’ என்கிறோம்.

கவுரவம்தான் ஒரு மனிதனின் மரணம் இல்லாத நிரந்தரத் தன்மை, அது அவர்களது வாழ்வின் ஒரு பாகம். நற்பெயர் என்று கூட நாம் சொல்லலாம். அந்தக் கவுரவத்திற்குப் பங்கம் என்றால் அது ஒரு சாமுராய்க்கு வெட்கக்கேட்டை ஏற்படுத்தும். அவமானம் என்பது கவுரவத்திற்கு எதிரானது, அதை எந்த வீரனும் வெறுப்பான்; எனவே அதைத் தவிர்ப்பான்.

சிறுவர்களிடம் கவுரவத்தைச் செயற்கையாக வளர்க்கிறார்கள் தாய்மார்கள். ‘‘இதைச் செய்ய உனக்கு வெட்கமாயில்லை?’’ ‘‘உன்னைப் பார்த்துச் சிரிப்பார்கள்’’ என்று தாய்மார்கள் அடிக்கடிச் சொல்லுவது, சிறுவர்கள் தவறு செய்யும்போது திருத்துவதற்காகச் சொல்லப்படும் வார்த்தைகள். இதிலிருந்து பிள்ளைகளின் கவுரவத்திற்குக் களங்கம் ஏற்பட்டு விடக்கூடாது என்று பெற்றோர்கள் எவ்வளவு கவனமாக இருக்கிறார்கள் என்பது புரிகிறது. அப்படி கவுரவத்திற்குப் பிழை ஏற்பட்டால் அவருக்குக் கேடு என்பதை கவனமாகக் கற்பித்திருக்கிறார்கள் தாய்மார்கள். சாமுராய்களின் நம்பிக்கையை வெளிப்படுத்தும் ஒரு பழமொழி இது. ‘‘அவப்பெயர் என்பது ஒரு தழும்பு போன்றது. ஒரு மனிதன் வளர வளர அதுவும் விரிந்து போகுமே தவிர சிறியதாகாது’’. எக்காரணத்திற்காகவும் ஒருபோதும் வாழ்நாளில் அவப்பெயர் வந்துவிடக்கூடாது என்று அவர்கள் விழிப்போடிருக்கிறார்கள்.

சாமுராய்கள் சுய கவுரவத்தைக் காக்க வீண் சண்டைக்குச் சென்று உயிர் இழப்புகள் ஏற்படுத்திய கதைகள் ஜப்பானில் பல உண்டு. ஒரு சாமுராயின் வீரத்தைச் சந்தேகித்தால் அவனோடு அந்தக் கணமே போரிட்டு விடுவான். அப்படி மிகைப்பட்ட கவுரவத்தால் கற்பனைக் கெட்டாத வன்முறையில் ஈடுபட்ட சாமுராய்களும் உண்டு. ''முதுகில் ஒரு ஈ ஓடி விளையாடுது'' என்ற தகவலைச் சொன்ன நபரையே தனது கத்தியால் இரண்டாகப் பிளந்தானாம் ஒரு சாமுராய்! ''அவ்வளவு பெருமைக்குச் சொந்தக்காரனான என்னை ஒரு இரத்தத்தை உறிஞ்சும் ஈயுடன் ஒப்பிடுகிறான் இந்தக் கோழை. எனவே அவனைக் கொன்றேன்'' என்றானாம் அந்த முரட்டு சாமுராய். இது மிகைப்படுத்தப்பட்ட ஒரு கதை என்றாலும், சாதாரண மக்களைப் பிரமிக்க வைக்கவும், போர்த்தொழிலின் மேன்மையை உயர்த்திப் பிடிக்கவும் இதுபோன்ற கட்டுக்கதைகள் புனையப்பட்டிருக்கின்றன.

இவ்வளவு பெருமைக்குச் சொந்தக்காரர்களாக இருக்கும் சாமுராய்களுக்குப் பெருந்தன்மை மற்றும் பொறுமை குணங்கள் கூட உயர்வாக கற்பிக்கப்படுகின்றன. சின்னச் சின்ன விஷயங்களுக்கெல்லாம் கடும் கோபம் அடையும் சாமுராயை முன்கோபக்காரன் என்று வர்ணிக் கிறார்கள். அப்படி கோபகுணம் படைத்த சாமுராய்க்கு மக்கள் மத்தியில் மரியாதை குறைவு. ''கோபம்'', ''பொறுமை'' என்ற இரண்டு குணங்களும் ஒன்றுக்கொன்று எதிரானதாக உள்ளன. மூன்று விதமான சாமுராய்களை அடையாளம் காட்டுகிறார் ஈயாசு (iyeyash) என்ற தத்துவ ஞானி.

நோபு நாகா என்பவர்; ''அந்தக் குயில் நான் விரும்பும்போது பாட்டுப்பாடவில்லை என்றால் அதைக் கொன்று விடுவேன்.''

ஹிடியோசி என்பவர்; ''குயிலை நான் கட்டாயப்படுத்தி பாட வைப்பேன்.''

ஈயாசு என்பவர்; ''குயில் பாட்டுப்பாட வாயைத் திறக்கும் வரை நான் காத்திருப்பேன்.''

எப்படிப்பட்ட வீரனாக இருந்தாலும் அவன் பொறுமை உள்ள, முன்கோபம் இல்லாதவனாக இருந்தால் மட்டுமே சமுதாயத்தில் அவனுக்கு முழு மரியாதை கிடைக்கிறது.

இப்படி அவமரியாதையைப் பொறுத்துக்கொண்டு துன்பங்களை தாங்கிக்கொள்ளும் பண்பைத்தான் மென்சியர் என்ற அறிஞர் போதித் திருக்கிறார். ''சிலர் நம்மீது புறம் பேசி இழிவுபடுத்தும்போதும் உனது கடமையின் மீது கவனம் செலுத்து'' என்கிறார் அவர். சூம்சாவா என்ற சாமுராய் இவ்வாறு கூறுகிறார், ''மற்றவர்கள் உன்மீது பழிச்சொல்

கூறும்போது நீ அவர்களைப் பழித்துப் பேசாதே, மற்றவர்கள் கோபப்படும்போது நீ அவர்கள் மீது கோபப்படாதே, ஆசையையும் கோபத்தையும் கைவிட்ட பின்னர்தான் மகிழ்ச்சி பெருகும் !''

ஜப்பானிய சாமுராய்களைப் பொறுத்தவரை புகழ்தான் பெரியது, ஞானமும் சொத்தும் கூட பெரியது இல்லை. எனவே இளைஞர்கள் புகழுக்காக மட்டுமேதான் வாழ்ந்தார்கள். இளைஞர்கள் வறுமையில் வேலை தேடி வெளி உலகத்திற்குப் போகும்போது, ''நான் பெரும்புகழ் ஈட்டிய பிறகுதான் திரும்ப வருவேன், இல்லாவிட்டால் இந்த வீட்டு வாசலை மிதிக்கமாட்டேன்'' என்ற உறுதிமொழியுடன்தான் வீட்டைவிட்டு வெளியேறுவார்களாம். இன்றுகூட இளைஞர்களிடம் தாய்மார்கள், ''வீட்டிற்குத் திரும்ப வருவதாக இருந்தால் கோட்டும் சூட்டும் (caparisoned in brocode) அணிந்து வரவேண்டும்; இல்லாவிட்டால் என் முகத்திலே விழிக்காதே'' என்று கூறி அனுப்பி வைப்பார்களாம்.

இளைஞர்களும் புகழுக்காகவே வாழ்கிறார்கள். அதற்காக ஆபத்தான வேலையையும் செய்வார்கள், பல துன்பங்களைக் கூட அனுபவிப்பார்கள். ஒசாகா கோட்டையைத் தாக்க முயன்ற படையில் 14 வயதுடைய சாமுராய் சென்றான். அவனை அணியின் பின்பகுதியில் சேர்த்துக்கொண்டனர். படையின் முற்பகுதிக்குச் செல்ல முயன்றும் அவனை அனுமதிக்கவில்லை. கோட்டையைக் கைப்பற்றிய பின்பு, அவன் தேம்பித் தேம்பி அழுதானாம். ஏன் என்று கேட்டபோது, படையின் முற்பகுதியில் போர் செய்து எதிரிகளை வீழ்த்த வாய்ப்புக் கிடைக்கவில்லையே! என்று சொல்லிக் கதறினானாம். ''நீ இளைஞன்தானே, இன்னும் வாய்ப்புக் கிடைக்கும் அல்லவா'' என்று பெரியவர் ஒருவர் ஆறுதல் சொன்ன போது, ''ஆமாம் நீ ஒரு முட்டாள்! உனக்கு ஒண்ணும் தெரியாது, எனக்கு 14 வயது முடியப் போகிறது. 14 வயதில் சாதிக்கவேண்டியது வீணாகிவிட்டதே'' என்று கூறிப் பெரியவர் மீது கோபப்பட்டானாம் அச்சிறுவன். புகழுக்காகவும், பெருமைக்காகவும் சாமுராய்கள் வாழ்ந்தார்கள். இன்றும் அதே ராணுவ நற்பண்புகளுடன் வாழ்கிறார்கள் அவர்களது வாரிசுகள்.

7. ராஜ விசுவாசம்: [Loyalty]

இதுவரை நாம் விவரித்த போர்க் குணங்கள் உலகின் மற்ற போர்வீரர்களிடமும் இருக்கும். ஒரு வேளை அது ஜப்பானியரிடம் சற்றுக் கூடுதலாக இருந்ததாக நம்பலாம். ஆனால் இந்த ராஜ விசுவாசம் என்ற குணம் ஜப்பானியருக்கே உரிய குணம். இதில் அவர்களை மிஞ்ச உலகில் வேறு யாரும் இல்லை.

புஷிடோ

"அனைவரும் சமம்" இது அமெரிக்காவில். ஒருவர் எவரைப் போலவும் நல்லவர் என்று நம்பப்படுகிறது அங்கு. இன்னும் ஒருபடி மேலே போய், எவரும் எல்லாரையும் விட சற்று அதிகமாக நல்லவர் என்று கூடக் கருதுகிறார்கள். தனி மனித சுதந்திரம் அங்கு போற்றப்படுகிறது. ஆனால் ஜப்பானில் அப்படி அல்ல, வீட்டில் கணவன் பெரியவர்; நாட்டில் ஆட்சி செய்பவர் பெரியவர், அவருக்கு முழு விசுவாசமாக இருக்க வேண்டும். அரசனுக்கு உயிரையும் தரத் தயாராக இருக்க வேண்டும். இது அவர்களது கோட்பாடு.

சீன அறிஞர் கன்பியூசியஸ் என்பவரது கோட்பாடு இது. "ஒருவர் தனது தந்தைக்கு விசுவாசமாக இருத்தல் வேண்டும், மனைவி கணவனுக்கு விசுவாசமாய் இருக்க வேண்டும், சாமுராய் வீரன் தனது அரசனுக்கு விசுவாசமாக இருக்கவேண்டும்". இதுவே ஜப்பானியர்களின் பண்பாடாக மாறி இருக்கிறது. ராஜ விசுவாசத்தைச் சித்தரிப்பதற்காக அதிரவைக்கும் ஒரு கதை சொல்லப்படுகிறது. மிச்சிசேன் என்ற பிரபு, அவரது பேரரசரின் பெருமைக்கு ஊறு விளைவித்ததாக தலைநகரிலிருந்து வெளியேற்றப்படுகிறான். கோபம் தணியாத பேரரசர், மிச்சிசேனின் பாலகனின் தலையைக் கொய்துவர உத்தரவு பிறப்பிக்கிறான். மிச்சிசேனின் பாலகன் சென்சோ என்ற ஆசிரியரின் குருகுலத்தில் கல்வி கற்கிறான் என்ற செய்தி கிடைக்கிறது. சக்கரவர்த்தி தமது சேவகனை அனுப்பி வைக்கிறார். இந்த ஆசிரியர் சென்சோ என்பவர் மிச்சிசேன் பிரபுவிடமிருந்து பல நன்மைகளை அனுபவித்தவர், அவரது விசுவாசி. மிச்சிசேனின் மகனை பலியாக்கிட அவருக்கு மனமில்லை. மனக் குழப்பத்தில் ஒரு திட்டம் அவர் மனதில் தோன்றுகிறது. மிச்சிசேனின் மகனின் தோற்றம் கொண்ட ஒரு மாணவனை பலிகடா ஆக்கிவிடலாம் என்று நினைக்கிறார். ஆனால், அவரது மகன்தான் அந்தத் தோற்றத்தை உடையவனாக இருக்கிறான். தேடிவந்த சேவகனிடம் மிச்சிசேனின் மகன் என்று கூறி தன் மகனை ஒப்படைக்கிறார். சேவகனும் அதை நம்பி, அச்சிறுவனை அழைத்துச்செல்கிறான். பள்ளியில் மகனை விட்டுச்சென்ற தாய் தனது குழந்தையை அழைக்க வருகிறார். அதாவது சென்சோவின் மனைவி. அவளிடம் நடந்ததைக் கூறுகிறார். எனது தந்தை மிச்சிசேனின் நிலங்கள் மூலம் வருமானம் ஈட்டினார், நாங்கள் எல்லாம் அவரால் வாழ்ந்தவர்கள், அவரது விசுவாசிகள். அவருக்கு நான் கடமைப் பட்டுள்ளேன். நமது அருமை மகனை பலிகடா ஆக்கிவிட்டேன். நமது மகன் நமது குடும்பத்தின் ராஜவிசுவாசத்தைக் காட்டி உயிர்

அவர்களால் முடியும் என்றால் நம்மாலும் முடியும்

விட்டிருக்கிறான். அதற்காக சந்தோஷப்படு என்றாராம். அதைக் கேட்ட மனைவியின் இதயத்தில் இடி விழுந்தாலும் ஒரு வீரத்தாய்போல் அவர் அதை ஏற்றுக்கொண்டாராம்.

இது ஒரு கொடுமையான கதை என்றாலும் அக்கதை ஒரு போர்க் குணத்தை வெளிப்படுத்துகிறது என்பதை நம்மால் மறுக்க முடிய வில்லை. இது பல நூறு ஆண்டுகளுக்கு முன்னால் சொல்லப்பட்ட கதை என்பதால் அதன் கொடூரத்தை மன்னிக்க முடிகிறது. இப்படி நூற்றுக் கணக்கான கதைகள் ஜப்பான் நாட்டு இலக்கியத்தில் உண்டு.

பல வேளைகளில் எஜமானுக்குச் செய்ய வேண்டிய கடமைக்கும் பெற்றோருக்குச் செய்யவேண்டிய கடமைக்கும் முரண்பாடு வரும் போது மனப்போரட்டத்தில் மனம் நொந்து போகிறான் சாமுராய் வீரன். தனது அரசன் இட்ட கட்டளையை நிறைவேற்ற தகப்பனார் தடை செய்ததால், சிக்மோரி என்ற சாமுராய் மனம் வெந்து நொந்து தவிக்கிறார். அவர் இறைவனிடம் மன்றாடுகிறார், ''நேர்மையையும், தூய்மையையும் என்னால் கடைப்பிடிக்க முடியவில்லை, தயவு செய்து என்னை உன்னிடம் அழைத்துக் கொள்'' என்று கூறியவாறு தற்கொலை செய்து கொண்டானாம் அந்த சாமுராய்.

இப்படி பாசத்திற்கும் கடமைக்கும் இடையில் இருதலைக்கொள்ளி எறும்பாகத் தவித்த சாமுராய்களும் உண்டு. ஆனால் 'கோ' எனும் குடும்ப விசுவாசம் மிகவும் சக்திவாய்ந்த ஒரு கடமையாகத்தான் கருதப் படுகிறது. அது அரசனின் ராஜவிசுவாசத்திற்கு முரண்படுகிற போது தோற்றுப் போகிறது. தாய்மார்கள் கூட தமது மகனை அரசனுக்கு விசுவாசமாக இருக்க வேண்டும் என்று சொல்லி வளர்க்கிறார்கள்.

அரசனுக்கு விசுவாசமாக இருக்கும் சாமுராய், அரசனுக்காக உயிரைத் தியாகம் செய்யும் சாமுராய் தனது மனசாட்சியை அரசனுக்கு அடிமையாக்கி விட்டானா என்றால் இல்லை. மோசமான ஒரு அரசன், அதுவும் பேராசை கொண்ட அரசனுக்காகப் போரிடும் சாமுராய்களுக்கு சமுதாயத்தில் மரியாதை இல்லை. அது சாமுராய்களுக்குத் தெரியாமலும் இல்லை. அப்படிப்பட்ட சாமுராய்கள் ''நீ சீன்'' என்று வெறுப்புடன் அழைக்கப்படுகிறார்கள். இப்படி ஒரு அயோக்கிய அரசனிடம் பணி புரியும் சாமுராய்களுக்கு ஒரு கடமை உண்டு. அதாவது அந்த சாமுராய் அந்த நெறிகெட்ட அரசனிடம் அவனது தவறுகளை எடுத்துரைக்க வேண்டும், அவரது நடவடிக்கைகள் மக்களால் வெறுக்கப்படுகின்றன என்றும்

எடுத்துச் சொல்ல வேண்டும். அதை அவன் ஏற்க மறுத்து அந்த சாமுராய்க்கு மரண தண்டனை வழங்கினாலும் அதை அவன் மகிழ்ச்சியுடன் ஏற்றுக்கொள்ள வேண்டும்.

பொய்யான புறத்தோற்றத்தால் தனது எஜமானின் அன்பைப் பெறும் சாமுராய்களும் உண்டு. ஆனால் அவர்கள் அபூர்வம். அவர்களையும் மக்கள் வெறுக்கிறார்கள், அவர்களுக்கு "சோஷின்" என்று பெயர்.

ஆக, ராஜவிசுவாசம் சாமுராய்களின் உன்னதமான போர்ப் பண்பு. அதற்கு சமுதாயத்தில் அதிகப்படியான வரவேற்பு உண்டு. ஆனால் அந்தப் போர்வீரன் நல்லவனாகவும் உண்மையானவனாகவும் இருத்தல் வேண்டும். அவன் செங்கோல் ஆட்சி செய்யும் பண்புள்ள அரசனின் தளபதியாகவும் இருக்க வேண்டும்.

நம்மால் முடியும்

நம் நாட்டிலும் போர்கள் நடந்துள்ளன, போர் மறவர்கள் வாழ்ந்துள்ளனர். ஆனால் போர் வீரர்களின் குணாதிசயங்கள் மக்களிடம் காணப்பட்டதா என்பது தெரியவில்லை. அதை நூல்கள் மூலம் நீங்கள் தேடிக் கண்டுபிடியுங்கள். நமது இரண்டாயிரம் ஆண்டு வரலாற்றில் ஒரு பிரிவினர் ஏழையாகவும் அடிமையாகவும் ஒடுக்கப்பட்டவர்களாகவும் வாழ்ந்து கொண்டிருந்திருக்கிறார்கள் என்பது மட்டும் புலனாகிறது. எல்லாத் தரப்பு மக்களும் சமூக மற்றும் பொருளாதாரச் சுதந்திரத்துடன் வாழும்போதுதான் அனைவரிடமும் போர் நற்குணங்கள் தோன்ற வாய்ப்பு உண்டு.

அனைவரிடத்திலும் போர் உயர்பண்பை வளர்ப்பதற்காகச் செய்ய வேண்டியவை:

1. சுயகவுரவம், தைரியம், விசுவாசம், நேர்மை போன்ற குணங்களை வேண்டும் என்று திட்டமிட்டு உங்களுக்குள் வளர்த்துக் கொள்ளுங்கள். இவை எல்லாம் ஆசீர்வாதத்தால் வருவதில்லை.

2. அனைத்து இந்தியனும் எனது சகோதரர் அல்லது சகோதரி என்ற உணர்வு அனைவரிடமும் வரவேண்டும். இந்தப் பூமியில் மனிதர்கள் அனைவரும் உறவினர்கள் என்ற சார்லஸ் டார்வினின் கோட்பாட்டை நினைவில் நிறுத்துக.

3. சாதி, மதம், மொழி என்ற உணர்வுகளைக் களைந்து இந்திய தேசம் என்ற உணர்வுடன் வாழப் பழக வேண்டும். பெயரால், அடையாளத் தால் இந்தியன் என்று மட்டும் வெளியில் காட்ட வேண்டும்.

அவர்களால் முடியும் என்றால் நம்மாலும் முடியும்

4. சட்டத்திற்கு அஞ்சி வாழ்வதைவிடவும், ஒரு உயர் சக்திக்கு அஞ்சி வாழ்வதை விடவும், சுய ஒழுக்கத்துடன் வாழக் கற்றுக்கொள்ள வேண்டும்.

5. விஞ்ஞான அடிப்படையிலான ஒழுக்கத்தைக் கடைப்பிடிக்க வேண்டும். கலப்படம் செய்தால் நரகம் கிடைக்கும் என்பதைவிட, அது நம்மைப்போன்ற மனிதர்களுக்கு உடல்நலக் கேட்டை ஏற்படுத்தும் என்பதை எண்ணிப் பார்க்க வேண்டும்.

6. படித்து உயர்ந்த நீங்கள் படிக்காத ஒரு சிறுவனைப் படிக்க வைக்கலாம். அதை உடனே செய்யுங்கள்.

7. வேலை செய்யுங்கள், வேலைகளை உருவாக்குங்கள். உங்களுக்கு சம்பளம் தரும் முதலாளிக்கு விசுவாசமாக இருங்கள்.

மேற்கண்ட செயல்களால் நமக்கு நேரடியாகவும், மறைமுகமாகவும் போர் நற்குணங்கள் வளரும்.

சென் கதை

பாங்கி என்ற சென் ஆசிரியரிடம் தற்காப்புக்கலை கற்க இளவரசனுக்கு ஆர்வம் மிகுதி. ஒரளவுக்கு தற்காப்பு கலையையும் கற்றுக் கொண்டான். திடீரென ஒரு நாள் இளவரசன், ஆசிரியரின் துணிச்சலைச் சோதிக்க முடிவு செய்தான். சற்றும் எதிர்பாராதபோது தனது வாளை உருவி ஆசிரியரின் மீது வீசினான். தலையைச் சாய்த்து, ஜபமாலையால் வாளைத் திசைதிருப்பிய ஆசிரியர். "உனது இந்த முயற்சி சிறு பிள்ளைத் தனமாக உள்ளது. கட்டுப்பாடு இல்லாத உன்மனது முந்தி விட்டது. அதை நான் கண்டு கொண்டேன்" என்றாராம்.

- எண்ணங்கள் தான் செயல் ஆகின்றன.
முன்னது மனது என்பதை வலியுறுத்தும் பழைய சென் கதை

அவர்களால் முடியும் என்றால் நம்மாலும் முடியும்

பாகம் இரண்டு

சமுதாயம்

ஜப்பானியச் சமுதாயம் மிகவும் சிக்கலான (Complex) அதே வேளையில், மாறிக் கொண்டிருக்கும் ஒரு சமுதாயமாகும். ஜப்பானியர்கள் குழுக்களாகத் தான் இயங்குகிறார்கள். மற்ற நாடுகளில் குழுக்கள் இயங்கும். நமது நாட்டிலும் குழுக்களாக வாழ்கிறோம், மதம், ஜாதி, அரசியல் கட்சி என்ற குழுக்கள் பிரதானமானவை நம்மிடம். ஆனால் குழுக்கள் மீது உள்ள ஈடுபாடு ஜப்பானியர்களிடம் மிகவும் அதிகம். மேற்கத்தியத் தொழில்நுட்பங்கள் அவர்களது நாட்டுக்கு வந்ததும், அவர்கள் சொன்னது "மேற்கத்திய அறிவியல், ஆனால் ஜப்பானிய குழுக்கலாச்சாரம்" என்பதாகும். தங்களது குழுவின் தன்மையை விட்டுவிட விருப்பமில்லை. ஆனால் காலப்போக்கில் குழுவைச் சார்ந்து இருப்பதோடல்லாமல் தன்னைச் சார்ந்து இருக்கும் பண்பையும் விரும்பினர் இவர்கள். அமெரிக்க நாட்டைச் சார்ந்த சாமுவேல் என்பவர் எழுதிய Self Help என்ற நூலை மிகவும் விரும்பிப் படித்தனர். 1947ஆம் ஆண்டுதான் ஜப்பானிய குடிமக்களுக்கு உண்மையான தனிமனித உரிமைகள் வழங்கப்பட்டன. அதற்கு முன்னர், 1889 முடிய அரசியல் சட்டத்தில் வழங்கப்பட்ட எல்லா உரிமைகளும் அரசின் கட்டுப்பாட்டிற்கு உட்பட்டவையாகும்.

குடும்பம்

ஜப்பானியக் குடும்பங்கள் 'டி' என்று அழைக்கப்பட்டன. அது, சமீபகாலம் வரை ஒரு கூட்டுக்குடும்பம் (Joint Family) ஆகும். ஆனால் இப்போது இவ்வார்த்தை ஒரு சிறு குடும்பத்தைக் குறிக்கும். வயது முதிர்ந்தவர்கள் அவர்களால் முடிந்தவரை வேலை செய்கிறார்கள். பின்னர் அவரது வீடுகளிலேயே இருந்து விடுகின்றனர். இளைஞர்கள் குடும்பப் பொறுப்பை ஏற்கின்றனர். குடும்பம்தான் முதல் குழு!

பெற்றோர்களின் அதிகாரம் குடும்பத்தில் முதன்மையானது. குடும்ப உறவு மிகவும் நெருக்கமானது. ஆட்சி செய்பவர்கள்கூட மக்களின் தந்தை என்றே கருதப்பட்டனர். தலைவரை ஒயாபன் (Oyaban)

என்று அழைப்பது ஒரு தந்தை நிலையைக் குறிக்கும். சீடர்கள் அல்லது தொண்டர்கள் கோபுன் (Kobun) என்றழைக்கப்படுகின்றனர். இது ஒரு'குழந்தை' அல்லது 'குட்டி' என்ற சிறிய உயர்வுநிலையைக் குறிக்கும். ஜப்பானியர் 'உச்சி' என்று சொல்லுவது 'நம்மாள்' என்று சொல்வது ஆகும். அது ஒரு குடும்ப உணர்வைக் குறிப்பதற்கான வார்த்தையாகும்.

எந்தத் தொழில் செய்கிறோம் என்பது மிகவும் முக்கியமானது. என்ன சம்பளம் வாங்குகிறோம் என்பதைவிட எந்த நிறுவனத்தில் வேலை செய்கிறோம் என்பதுதான் சிறப்பு. கௌரவம் மிக்க பெரிய நிறுவனத்தில் அங்கத்தினராக இருப்பதையே விரும்புகிறார்கள் இவர்கள். குழு ஒற்றுமை ஏற்படுத்தும் வகையில் எல்லாத் தொழிற்சாலைகளிலும் காலையில் தொழிற்சாலைப் பாடலைக் குழந்தைகளைப்போல உற்சாகமாகப் பாடுகின்றனர் தொழிலாளர்கள். சுருக்கமாகச் சொன்னால் ஜப்பானியர்களை'நிறுவனங்களைச் சார்ந்த மனிதர்கள்' என்றுதான் வர்ணிக்க முடியும். வேலை செய்யும் தொழிற்சாலை அவர்களது இரண்டாவது குடும்பம். இதுவே அவர்களது இரண்டாவது குழுவும்கூட.

குடும்பத்தில் குழு உணர்வு இருப்பது போல பள்ளிக்கூடங்களிலும், கல்லூரிகளிலும் குழு உணர்வு உருவாக்கிப் பராமரிக்கப்படுகின்றது. ஒரு பள்ளிக்கூட மாணவன் ஒரு குழுவாகத் தொடர்ந்து செயல்படுகிறான். பல்கலைக்கழகங்களில் கூட அங்கே படித்த மாணவர்களுக்கு முன்னுரிமை அளித்து பணிக்கு நியமிக்கிறார்கள். குழு ஒற்றுமையை அது பிரதிபலிக்கிறது.

நம் நாட்டு ஐ.ஐ.டி. மாணவர்களிடையே ஒரு நல்ல ஒற்றுமையும் இணைப்பும் இருப்பதுபோன்று பள்ளிவாரியாக அங்கு படித்தவர்கள் ஒற்றுமையுடன் ஒரு குழுவாக உள்ளனர். இதுபோல பெண்கள் கூட்டமைப்புகளும், ஆசிரிய, பெற்றோர் சங்கங்களும் நெருக்கமான தொடர்பினை ஏற்படுத்திக் கொண்டு குழுக்களாகச் செயல்படுகிறார்கள்.

ஆனால், மதத்தின் அடிப்படையில் இவர்கள் குழுக்களாக இயங்கவில்லை. குழுவாகச் செயல்படும் அளவுக்கு புத்தமதம் இங்கு இன்று முக்கியத்துவம் பெறவில்லை. இதற்கு ஒரு விதிவிலக்கு சோக்கோ கக்காய் (Soka Gakkai) என்ற ஒரு புத்தமதப் பிரிவு. இதில் அறுபது லட்சம் விசுவாசிகள் உள்ளனர். இவர்களுக்குள் ஒரு ஒற்றுமை இருப்பதைக் காண முடிகிறது. இந்த சோக்கோ கக்காய் அமைப்பின் உதவியுடன் ஒரு கல்லூரி சென்னைக்கருகில் அம்பத்தூரில் இயங்குகிறது.

ஜப்பானியர்கள் 'ஆட்டுமந்தை' குணம் கொண்டவர்கள் என்று ஒரு கருத்து உண்டு. வெளியிலிருந்து பார்த்தால் ஜப்பானியர் அப்படிப் பட்ட குணம் உள்ளவர்கள் என்றுதான் தோன்றும். சுற்றுலா சென்றால்கூட ஒரு ஊர் மக்கள் அல்லது தொழிற்சாலை ஊழியர்கள் அல்லது கல்லூரி மாணவர்கள் என்று குழுவாகத்தான் செல்கின்றனர். தவிர தனிமை யாகவோ அல்லது குடும்பத்தினராகவோ அல்லது முன்பின் தெரியாதவர் களுடனோ சுற்றுலா செல்வதில்லை. இளைஞர்கள் ஒரு குழு உணர்வுடன் இயங்குகிறார்கள். அவர்கள் மத்தியில் புதிய பாணி செயல்களுக்கு வரவேற்பு உண்டு. ஒரு புதுப்பாணி இப்போதுதான் அறிமுகமாகிறது என்றால்கூட அது அனைத்து ஜப்பானியர்களையும் உடனடியாகப் பாதித்துவிடும். இளம் ஜப்பானியப் பெண்களும், ஆண்களும் இன்று நாகரிகப்பாணியில் உலா வருகிறார்கள்.

வாய்ச்சண்டை இல்லை

கூட்டத்தோடு ஒத்துப்போகவே ஜப்பானியர்கள் விரும்பு கிறார்கள். "வெளியில் நீட்டி நிற்கும் ஆணி அடிபடும்" என்பது அவர்களின் பழமொழி. கூட்டத்தில் சுமூக உறவுதான் வரவேற்கப்படுகிறது அல்லது மதிக்கப்படுகிறது. அதுதான் அவர்களது இலட்சியமும்கூட. புரிதல் மூலமாகவும், ஆழமான அறிவின் மூலமாகவும் சுமூகமான உறவை ஏற்படுத்துகின்றனர். வெளிப்படையாக வாய்ச்சண்டை போடுவது, வாக்குவாதம் செய்வது, ஒருவரை ஒருவர் தகாத வார்த்தையால் திட்டிக் கொள்வது என்பது இல்லை. நீதி கேட்டு போராடும் வழக்கம் மிகவும் அபூர்வம் எனலாம். ஒருவரை எதிர்த்துப் பேசுவதையும், சத்தம் போட்டுத் திட்டுவதையும் ஜப்பானியர் வெறுக்கின்றனர். முகபாவங்களை வைத்தும், நடவடிக்கையை வைத்தும் குறிப்பறிந்து விடுகிறார்கள். 'ஹராங்கி' என்ற வார்த்தையானது உடல் மொழிக்கலை என்று பொருள்படும். அடுத்தவரின் உடல் சொல்லும் மொழி அறிந்து அவரது மனதில் உள்ள கருத்தை அறிந்து கொள்வதைத்தான் இது குறிக்கிறது. மிகவும் உணர்ச்சி வசப்படுகிற மக்களாக இருந்தாலும், உணர்ச்சிகளை வெளியில் காட்ட மாட்டார்கள். உணர்ச்சி வசப்படுகிறவரை வெளியில் பார்ப்பது மிகவும் கடினம். கோபப்படுவதும், வாக்குவாதம் செய்வதும், கெட்ட வார்த்தையால் திட்டுவதும் இங்கு இல்லை. வீடுகளுக்குள் கூட கூச்சலிடும் அம்மா, கத்தும் மகள், சத்தம் போடும் அப்பா என்று இங்கு பார்க்க முடியாது. அல்லது அவை மிகவும் அரிது என்று அடித்துச் சொல்லலாம். மக்கள் அடர்த்தியாக வாழும் குடியிருப்புகளில் கூட முழுமையான அமைதியைப் பார்க்கலாம். யார் பேசுவதும் வெளியில் கேட்காது.

பொது இடங்களில் அன்பை வெளிக்காட்ட கட்டிப்பிடித்தல், முத்தமிடுதல் போன்றவற்றையும் பார்க்க முடியாது. வளர்ந்துவிட்ட பெண் மகளை தாய்கூட கட்டிப்பிடித்து முத்தமிடுவதில்லை என்கிறபோது பொது இடத்தில் அதனை எப்படி எதிர்பார்ப்பது? ஆனால் அமெரிக்கா, இங்கிலாந்து, பிரான்ஸ் போன்ற நாட்டு மக்கள் கட்டிப் பிடித்து அன்பையும், நட்பையும் வெளிப்படுத்துகிறார்கள். அங்கே, பொது இடத்தில் இளம் ஜோடிகள் நெருக்கமாக இருப்பதையும் வெளிப்படையாக அன்புகாட்டுவதையும் எவரும் தவறாக நினைப்பது இல்லை.

ஜப்பானியர்கள் தனிமனித சுகத்தை ஒரு குழுவிற்காக தியாகம் செய்வார்கள். குழு சார்ந்த மக்கள், குழுவோடு கூடி வாழத் திறம் படைத்தவர்கள், அப்படி வாழப் பழகிவிட்டவர்கள் என்று கூட இவர்களைச் சொல்லலாம். குழு ஒற்றுமையில் உறுதியாக இருக்கும் இவர்கள் கருத்து வேறுபாடுகள் ஏற்படும்போது பேச்சு வார்த்தைகள் மூலமும், சமரசம் செய்துகொள்வதன் மூலமும் தீர்வு கண்டு விடுகின்றனர். நீதிமன்றத்திற்குச் சென்று வழக்காடுவது மிகவும் அரிது. பெரிய தொழிற்சாலை நிர்வாகிகள் கூட நீதிமன்றத்தை நாடுவதை விட்டுவிட்டு மாற்றான் தொழிற்சாலையின் உயர் அதிகாரிகளுடன் விவாதித்து தீர்வு காண்கிறார்கள். இந்தக் குழு ஒற்றுமை உணர்வுதான் நாட்டு ஒற்றுமை உணர்வாக மறுவடிவம் பெற்றிருக்கிறது. அந்த வகையில் ஜப்பானியர் அனைவரும் நாட்டுப்பற்று உள்ளவராயிருக்கிறார்கள் என்பதில் என்ன ஆச்சரியம் இருக்கக்கூடும்.

நாட்டுப்பற்று மிக்கவர்களுக்கு உதாரணமாக ஜப்பானியர்களைத் தான் எடுத்துக்காட்டாகச் சொல்லவேண்டும். நம்மிடம் நீங்கள் யார்? என்று கேட்டால், நான் ஒரு டாக்டர் என்றோ, என்ஜினியர் என்றோ சொல்வோம். ஆனால் அவர்கள் நான் ஒரு ஜப்பானியன் என்பார்கள். இவ்வளவு நாட்டுப்பற்று இல்லை என்றால் அவர்கள் இரண்டாம் உலகப்போரில் ஆறு ஆண்டுகள் தாக்குப் பிடித்திருக்க முடியுமா? நாட்டிற்காக 31 லட்சம் ஜப்பானியர் உயிரையே தியாகம் செய்திருக்கிறார்களே!

ஜப்பானியரின் தனித்தன்மை

ஜப்பானியர் ஒரு குழுவைச் சார்ந்திருக்கும் பழக்கமுடையவர் என்பது உண்மை. அதைப்பற்றி விரிவாகக் கூறினேன். அப்படியானால் தனித்தன்மை இல்லாதவர்களா இவர்கள் என்று கேட்கலாம். சுறுசுறுப்பாக எறும்பு போல உழைப்பவர்கள். ஒற்றுமையுடன் ஒன்றுபட்டு உழைத்து வாழ்பவர்கள். ஆனால் அவர்கள் எறும்புக்கூட்டங்கள் அல்ல. தனது

சமுதாயம் 69

தனிப்பட்ட ஆசைகளை மற்றும் கூட்டத்தினரின் ஆசைகளுக்காக விட்டுக் கொடுத்தாலும், தனது தனித்தன்மையை வேறு பல வழிகளில் வெளிப்படுத்துகிறார்கள்.

வீடுகள் சிறியதாக இருப்பதாலும், வெளியில் இடமில்லை என்பதாலும் பெரிய தோட்டம் போட முடியாது. ஆனால் வீட்டில் மீதமுள்ள இடத்தில் எப்படியாவது ஒரு சிறிய தோட்டம் ஏற்படுத்துகிறார்கள். குட்டி மரங்கள், குட்டி செடிகளால் ஆன தோட்டம் அமைக்கிறார்கள். பூக்களை அழகுபடுத்தி வரிசையாக வைக்கும் கலை 'இங்கே பானா'. இதில் பெண்கள் சிறப்புறச் செயல்பட்டு தங்களின் தனித்தன்மையை வெளிப்படுத்துகிறார்கள்.

ஓரிகேமி கலை மூலம் உருவாக்கிய படைப்புகள்

காகிதத்தில் பொருட்கள் தயாரிக்கும் 'ஓரிகேமி' (Origamy) என்ற கலையிலும் தனித்தன்மையை வெளிப்படுத்துகின்றனர். ஓரிகேமி என்பது காகிதத்தை மடித்தும், வளைத்தும் உருவங்கள் செய்யும் ஓர் கலையாகும். ஓரி என்பது பேப்பரையும், கேமி என்பது பேப்பரை மடிப்பதையும் குறிக்கும்.17ஆம் நூற்றாண்டில் ஜப்பானில் புகழ்பெற்ற இக்கலையானது 1900ஆம் ஆண்டுகளில் மற்ற நாடுகளுக்கும் பரவியது. தற்போது

ஜப்பானின் ஓரிகேமி அமெரிக்கப் பள்ளிகளிலும் நம் நாட்டு பள்ளிகளிலும் போதிக்கப்படுகிறது. பழைய காலத்து ஓரிகாமி மட்டுமல்லாமல் தற்போது நவீன முறை ஓரிகேமி புகழ்பெற்றுள்ளது. இக்கலையில் வெட்டுதல், ஒட்டுதல் ஆகியவை பயன்படுத்தப்படுவதில்லை என்பது குறிப்பிடத்தக்கது. ஓரிகேமியின் சில நுட்பங்கள் தற்போது பொறியியலில் பயன்படுத்தப்படுகிறது.

காகிதத்தைக் கொண்டு பல்வேறு உருவங்களை வரவழைப்பதற்காக வெட்டி ஒட்டும் கலை 'கிரிகேமி' என்றழைக்கப்படுகிறது.

ஜப்பானியர்களின் மற்றொரு சிறப்பான கலை 'போன்சாய்'. பெரியதாக வளரும் மரங்களைக்கூட சிறியதாக தொட்டியில் அழகாக வளர்க்கும் கலை போன்சாய் என்றழைக்கப்படுகிறது. போன்சாய் மரங்களை உருவாக்கவும், பராமரிக்கவும் மிகுந்த அக்கறை தேவை. முறையாகப் பராமரிக்காவிட்டால் அவை எளிதில் மாண்டு போய்விடும். தொட்டிகளில் அழகழகாக மரங்களை வளர்க்கும் இந்த முறை சீனாவில் 2000 ஆண்டுகளுக்கு முன்னர் தோன்றினாலும் ஜப்பானியர்களால்தான் அது பிரபலமடைந்தது. இன்று உலகம் முழுவதும் போன்சாய் மரங்கள் வளர்க்கும் கலை பரவியுள்ளது. அதிக வயதுடைய போன்சாய் மரங்களின் விலை மிகவும் அதிகம்.

போன்சாய் மரங்கள்

கனசதுர தர்பூசணி

உருண்டை வடிவிலும், நீள வடிவிலும் தர்பூசணி பழங்களைப் பார்த்திருப்போம். சாப்பிட்டிருப்போம். ஆனால் கன சதுர வடிவத்தில் தர்பூசணி பழங்களைப் பார்த்திருக்கிறீர்களா? ஜப்பானில்தான் அவை உற்பத்தி செய்யப்படுகின்றன. எதையும் வித்தியாசமாக உருவாக்குவதில்

வல்லவர்களான ஜப்பானியர்கள் சதுர வடிவ கண்ணாடிப் பெட்டிக்குள் தர்பூசணிப் பழங்களை வளர்க்கின்றனர். அவற்றை வெளியிடங்களுக்கு அனுப்புவது மிகவும் எளிதாக இருக்கிறது. ஒன்றின் மேல் ஒன்றாக அடுக்கி அனுப்பி விடுகின்றனர். குளிர்சாதனப் பெட்டிகளின் உள்ளே வைப்பதற்கும் எளிதாக உள்ளது.

எல்லோரும் படித்தவர்கள். கவிதைகள் மற்றும் கட்டுரைகள் எழுதியும், படம் வரைந்தும் தங்களுக்கென்று ஒரு பெயரைச் சம்பாதிக் கிறார்கள். ஒவ்வொரு மனிதனுக்கும் ஒரு அடையாளம் (Identity) வேண்டும் அல்லவா? அப்படி ஒரு அடையாளத்தை எப்படியாவது ஏற்படுத்த முயல்கிறார்கள். ஆனால் அந்த முயற்சியால் தான் சார்ந்துள்ள குழுவிற்கு எந்த பாதகமும் ஏற்பட்டுவிடக் கூடாது என்பதிலும் கவனமாக இருக்கிறார்கள்.

நடனம், இசை, கலை ஆகியவற்றில் ஜப்பானியர்களின் தனித்திறமை வெளிப்படுகிறது. பாரம்பரிய இசை அல்லாமல் மேற்கத்திய இசையைக் கற்கவும் ஆர்வம் காட்டுகிறார்கள். இரண்டு அல்லது மூன்று வயது குழந்தைகளைப் பெரிய குழுக்களாக வயலின் கற்கச் செய்யும் ஏற்பாட்டிற்கு ''சுசுக்கி முறை'' என்று பெயர். இது உலகப் பிரசித்திப் பெற்றது. வர்ணம் பூசுதல், மண்பாண்டம் செய்தல் போன்றவைகளையும் பள்ளி மாணவர்கள் அக்கறையுடன் செய்கிறார்கள். சிறுமிகள் தேநீர் பண்டிகை, (Tea Ceremony) பூக்கள் அலங்காரம் ஆகியவற்றிலும், சிறுவர்கள் கராத்தே, ஜூடோ ஆகியவற்றிலும் அக்கறை காட்டுகிறார்கள். இச்செயல்கள் தனிமனிதத் திறமைகளை வெளிப்படுத்துகிறது. அவர்களுக்குப் பாராட்டுகளும், பரிசுகளும் குவிகின்றன.

பொழுது போக்கு

எந்த வருமானமும் இல்லை என்றாலும் உணர்ச்சிபூர்வமாக ஈடுபடும் செயல்தான் பொழுதுபோக்கு. இதற்கு 'ஹாபி' என்ற ஆங்கில வார்த்தையைப் பயன்படுத்துகிறோம். ஜப்பானில் இதற்கு 'சூமி' என்று பெயர். அதன் பொருள் 'சுவை' (Taste) என்பதாகும். தனக்கென்று ஒரு பெயர் சம்பாதிக்க இந்த 'சூமி' கண்டிப்பாகப் பயன்படும். ஜப்பானில் தனிமனித மரியாதைக்கு அவரது பொழுதுபோக்கு முக்கியமானது. ஒவ்வொருவருக்கும் ஒரு பொழுதுபோக்கு அவசியம் என்று ஜப்பானியர்கள் கருதுகிறார்கள். பள்ளிகளிலும், கல்லூரிகளிலும் தங்களது தனித்திறமை களின் அடிப்படையில் பொருள்களை உருவாக்கி, மற்றவர்களின் பார்வைக்காக வைத்து அவர்களது பாராட்டைப் பெறுகிறார்கள். பாராட்டிற்கு

ஏங்குகிறார்கள். உங்களது Hobby என்ன என்பதை அறிமுகமாகும் மாத்திரத்திலேயே கேட்டு விடுகிறார்கள். நமக்கு ஒரு பொழுதுபோக்கும் இல்லை என்று கூறினால் ஆச்சரியப்படுவார்கள் அவர்கள். நம்மில் பலருக்கும் அப்படி ஒரு பொழுதுபோக்கு உண்டா என்று சிந்திக்க வேண்டியுள்ளது. ஐ.ஏ.எஸ். நேர்முகத் தேர்வில் இந்தக் கேள்வி கேட்கப்படுகிறது. பலரும் புத்தகம் வாசிப்பதை பொழுதுபோக்கு என்று பதிலளிக்கிறார்கள்.

பொழுதுபோக்கிற்கு அவர்கள் முக்கியத்துவம் தருவது நமக்கு ஆச்சரியமாக இருக்கும். ஏனென்றால் அவர்கள் செய்யும் தொழிலில் தான் எப்போதும் தீவிரமாக இருப்பார்கள். ஆனால் ஹாபிக்கு எப்படி மரியாதை வந்தது என்று தெரியவில்லை. நம் நாட்டில் ஒருவர் செய்யும் தொழிலில் என்ன நிலையில் இருக்கிறார் என்பதை வைத்துத்தான் மரியாதை கிடைக்கும். ஒருவர் இருதய அறுவை சிகிச்சை நிபுணர் என்றால் அவரது மருத்துவமனை எவ்வளவு பெரியது? எத்தனை படுக்கைகள் உள்ளன என்பதைப் பொறுத்தே அவருக்கு நம் நாட்டில் மரியாதை. அவர் ஒரு மிருதங்க வித்வான் என்பதால் அவருக்குப் பெருமையில்லை. தனது தொழில் அல்லாத காரியத்தில் உயர்ந்து விளங்கினாலும் அவரது தொழிற்சாலையில் அதற்காக யாரும் அவருக்கு மரியாதை தருவதில்லை. The Greatness other than one's Profession is no greatness என்பது நம் நாட்டின் நிலை. ஆனால் அங்கு அப்படியில்லை. தொழில் அல்லாத துறையில் ஒருவரின் ஈடுபாட்டிற்கு அளவற்ற மரியாதை தருகிறார்கள்.

நமது பள்ளிக்கூடங்களில் அதிக மதிப்பெண் பெறும் மாணவர்களுக்கு மட்டும்தான் அன்பு, மரியாதை அல்லது பரிசு தரப்படுகிறது. ஏனென்றால் பள்ளிக்கூடம் என்பது வெறும் மதிப்பெண் பெற வைக்கும் இடம் மட்டும் தான் என்ற எண்ணம் நம்மிடம் ஏற்பட்டுள்ளது. தேசிய அளவில் நீச்சல் போட்டியில் தங்கம் வென்ற மாணவனை 'வகுப்பிற்கு வராதே வெளியே போ' என்று ஒரு ஆசிரியர் திட்டியிருக்கிறார். அவன் ஒரு வாரம் விடுமுறை எடுத்ததே அந்த ஆசிரியருக்கு அப்படி ஒரு கோபம் ஏற்படக் காரணம். ஆனால் இந்திய அளவில் நீச்சலில் முதல் இடம் பிடித்த அவன் எவ்வளவு திறமைசாலி அல்லது அனுபவசாலி என்பதை அந்த ஆசிரியர் பார்க்க மறுக்கிறார். அதிக மதிப்பெண் பெற வைக்கும் பள்ளி என்று பெற்றோரிடம் தொடர்ந்து நிரூபிக்க வேண்டும் என்ற எண்ணம் அவரது கண்களை மறைத்துவிட்டது. நாம் அணியும் கண்ணாடி மஞ்சள் நிறமாக இருப்பதால் நாம் பார்க்கிற எல்லாமே மஞ்சள் நிறமாகத் தெரிகிறது. யதார்த்தத்தைக் காண நாம் அனைவரும் நிறமற்ற கண்ணாடி அணியவேண்டும். ஒரு மனிதனின் அனைத்துக்

சமுதாயம் 73

குணங்களையும், சாதனைகளையும் கருத்தில் கொண்டு அவரை மதிப்பிடுதல் வேண்டும். அப்படிச் செய்தால்தான் பாடுதல், படம் வரைதல், மரம் நடுதல், செல்லப் பிராணிகள் வளர்த்தல், வீட்டை சுத்தம் செய்தல், விமானம் ஓட்டுதல் ஆகிய செயல்திறன்களில் நமது பிள்ளைகள் கவனம் செலுத்துவார்கள். தங்களது தனித்தன்மைகளை வெளிப்படுத்துவார்கள்.

ஜப்பானில் ஆசிரியர் - மாணவர் உறவு மிகவும் முக்கியமானது. பாரம்பரிய கலை நுணுக்கங்களை ஆசிரியரின் நேரடித் தொடர்பால் கற்கின்றனர் மாணவர்கள். ஒரு கலையினைச் சந்தேகமின்றி கற்கும்வரை அது போதிக்கப்படுகிறது. அரைகுறைக் கலையோ, பயிற்சியோ ஜப்பானில் இல்லை. ஒரு நுட்பம் (Skill) கற்பது, ஒருவரின் சுயத்தை (Self) வளர்ப்பதாகவும், தன்மானத்தைக் (Self Respect) காப்பாற்றுவதாகவும் பார்க்கிறார்கள். கராத்தே போன்ற கலைகள் வெளிப்புறத் தசைகளை மட்டும் வளர்ப்பது என்றாகிவிடாது ; மன உறுதி மிகவும் முக்கியமானது. கராத்தே பயிற்சி மன உறுதி பயிற்சிக்காகத்தான் என்று கூறுகிறார்கள்.

மன உறுதி

ஜப்பானியர்களைப் போல் சுயக்கட்டுப்பாட்டில் அக்கறை கொண்டவர்கள் எவரும் இல்லை என்றே கூறலாம். குளிர்காலங்களில் பனிக்கட்டித் தண்ணீரில் குளிப்பது மனதைரியத்தை (Will Power) பரிசோதிக்கும் செயல் என்பதால் அதை இன்றும் செய்கிறார்கள். இடைப்பட்ட காலத்தில் 'சென் தியானங்கள்' கூட சுய கட்டுப்பாட்டிற்காகத் தான் செய்யப்பட்டது. சுய கட்டுப்பாடு (Self Discipline) மற்றும் மன உறுதி ஆகியவற்றிற்கு அதிக முக்கியத்துவம் தருகிறார்கள். இது ஒவ்வொரு மனிதனின் கடமை என்றும் கருதப் படுகிறது. பாலியல் உறவுகளிலிருந்து விலகியிருப்பதும் மன தைரியத்திற்கான பயிற்சி என்று நம்புகிறார்கள். யோசுகிவோ மித்தாமன் என்னும் புகழ்வாய்ந்த சாமுராய் போர்த்தளபதி மனப்போராட்டங்களுக்குப் பின்னர் தன்னை விரும்பிய பெண்ணை மணக்க மறுத்து கடைசிவரை பிரம்மச்சாரியாகவே இருந்தாராம். உண்மையான சந்நியாசிகள் உயர்ந்தவர்களாகவும், கதாநாயகர்களாகவும் கருதப்படுகின்றனர். சன்னியாசி போல போலி வேடம் போடும் அல்லது மந்திர மாய வித்தை செய்து விபூதி எடுக்கும் மோசடி சாமியார்கள் அல்லர் சாமுராய்கள் என்பது குறிப்பிடத்தக்கது. மலிவான ஒரு மேஜிக் வித்தையைச் செய்து தங்களுக்கு தெய்வீக சக்தி இருப்பதாக அவர்கள் ஒருபோதும் காட்டிக்கொண்டது இல்லை. அப்படிப்பட்ட மோசடிப் பேர்வழிகளை நம்பியதும் இல்லை.

குடும்பம், குழுக்கள் மற்றும் சமுதாயம் ஆகியவற்றிற்கு அதிக முக்கியத்துவம் தருகிறார்கள் என்று தோன்றுகிறது. கடமை உணர்வுக்கு கிம்மு (Gimu) என்று பெயர். அவர்களைப் பொறுத்தவரை கிம்மு என்னும் கடமை உணர்வு எக்காரணத்தைக் கொண்டும் தனிமனித உணர்வான 'நிஞ்சோ'விற்கு (Ninjo) அடிமையாகி விடக்கூடாது. பல ஜப்பானிய இலக்கியங்களும் கிம்முவிற்கும் நிஞ்சோவிற்கும் இடையே நடக்கும் போராட்டங்களையே சித்தரிக்கின்றன. நம்ம ஊர் சிவாஜி கணேசனின் 'தங்கப் பதக்கம்' படத்தின் கதையைப் போல என்று கூறலாம்.

நிஞ்சோவிற்கு வெற்றி என்றாலோ, கிம்முவிற்கு வெற்றி இல்லை என்றாலோ அந்த நபர் தற்கொலை செய்து அப்போராட்டத்திற்கு தீர்வு காண்பதாகத்தான் அனேக ஜப்பானியக் காவியங்கள் வடிவமைக்கப்பட்டு உள்ளன.

தற்கொலை; ஜப்பானில் இதற்கு மிக முக்கியத்துவம் உண்டு. செப்பாக்கு (Seppakku) என்னும் தற்கொலை ஜப்பானியப் பாரம்பரிய பழக்கவழக்கமான புஷிடோ கலாச்சாரத்தைச் சேர்ந்ததாகும். புஷிடோ என்றால் ஒரு போர்வீரனின் குணாதிசயம் என்பது பொருள். இது ஜப்பானியரின் கலாச்சாரம் எனலாம். போரில் தோல்வியுற்ற சாமுராய் போர்வீரன் எதிரியிடம் சரணடைய மாட்டான். அதற்குப் பதிலாக தனது வாளால் தனது வயிற்றைப் பிளந்து பின்னர் கத்தியை இதயத்தில் செலுத்தி தற்கொலை செய்து கொள்வான். அப்படி ஒரு காரியம் செய்ய எவ்வளவு சுயமரியாதையும், மன தைரியமும், துணிவும் வேண்டும் என்பதை எண்ணிப் பாருங்கள்.

செப்பாக்கு என்ற தற்கொலையினைப் பற்றித் தெரிந்து கொண்டோம். இன்னொரு விதமான பழக்கம் உண்டு. அது குறுநில மன்னர்கள் தங்களது பேரரசன் இறந்த செய்தியைக் கேட்டு அவர்களும் தற்கொலை செய்து தங்களது விசுவாசத்தை காட்டுவது ஆகும். இதற்கு "விசுவாசத் தற்கொலை" என்று பெயரிடலாம். ஆனால் முன்காலங்களில் சண்டைகளில் அரசன் கொல்லப்பட்டால் அல்லது துரோகத்தால் படுகொலை செய்யப்பட்டால் சிற்றரசன் விசுவாசம் காரணமாக தற்கொலை செய்து கொள்வான். எதிரிகள் பிடித்துச் சென்றபோது தோல்வி முகம் காட்டி அவமானப்படுவதைத் தவிர்க்கவும் இப்படிச் செய்தார்கள்.

1651-ஆம் ஆண்டு புகழ்பெற்ற படைத்தளபதி மத்ஸ்டேயரா தடாயோஷி (Matsudaira Tadayoshi) என்பவர் கொல்லப்பட்டபோது அவரது விசுவாசமிக்க 13 தளபதிகள் தற்கொலை செய்து தங்களது

உண்மை நன்றியுணர்வை வெளிப்படுத்தியிருக்கிறார்கள். அப்படி தற்கொலை செய்வது 17 ஆம் நூற்றாண்டில் ஒரு பழக்கமாக இருக்கலாம். இன்று அர்த்தமற்ற செயலாகத் தோன்றுகிறது. ஆனால் ஒரு தலைமைக்கு அவர்கள் தந்த முக்கியத்துவத்தையும், பற்றையும், உண்மையான விசுவாசத்தையும் நாம் எளிதில் புறக்கணித்துவிட முடியாது அல்லவா! இப்படி ஒரு நன்றியுணர்வை நிரூபிக்கும் தற்கொலைகள் நமது நாட்டில் நடந்ததா என்று தெரியவில்லை. ஆனால் கணவர் இறந்தபோது அவருடைய மனைவியை வலுக்கட்டாயமாக கணவரது பிணத்துடன் கட்டிவைத்து எரித்த அவலம் நம் நாட்டில் இருந்தது. அதைப்போல கோட்டைக்குள் எதிரிகள் வந்துவிட்டார்கள் என்று தெரிந்ததும் பெண்களும் குழந்தைகளும் தங்களையே எரித்துத் தற்கொலை செய்து கொண்ட ஜாவுகார் (Jauhar) இந்தப் பழக்கமும் நமது நாட்டில் இருந்திருக்கிறது.

ஜப்பான் - ரஷ்யப் போரில் ஜப்பானியத் தளபதி நோஜி மாசூட் என்பவர் சண்டையில் வெற்றிபெற்ற பின்னரும், தங்களது 'மஜி' மன்னன் இறந்தபோது தற்கொலை செய்து கொண்டார். இது நடந்தது 1912-ஆம் ஆண்டு. ஒப்பற்ற ஒரு தலைவன் மரணச் செய்தி கேட்ட மாத்திரத்தில் தற்கொலை செய்துகொண்ட ஒரு பிரசித்தி வாய்ந்த தளபதியின் விசுவாசத்தின் உறுதியை நம்மால் புரிந்துகொள்ள முடியும். இந்தவித விசுவாசத் தற்கொலைக்கு ஜுன்சி (Junsi) என்று பெயர்.

ஜப்பானில் இன்றுகூட நல்ல கல்லூரிகளில் அனுமதி கிடைக்காத போது மாணவர்கள் தற்கொலை செய்து கொள்வதும் கௌரவமாக நினைக்கப்படுகிறது. அதற்காக அவர்களைப் பலவீனமானவர்கள் என்று சொல்லிவிட முடியவில்லை. அது அவர்கள் சுயமாக வகுத்த விதிமுறை. அது அவர்களுக்கு அவர்களே தண்டனை தரும் முறை. தனது உறுதி மொழியை மீறி தான் தவறு செய்யும் பட்சத்தில் தான் தரும் உயர்ந்த தண்டனை என்று அவர்கள் இதை நியாயப்படுத்துகிறார்கள்.

ஜப்பானியர்கள் மன உறுதி மிக்கவர்கள். தளபதி ஒனோடா (Lietetenan Onode) என்பவர் தனி மனிதனாக நின்று அமெரிக்காவிற்கு எதிராக 25 ஆண்டுகள் பிலிப்பைன்ஸ் நகரில் சண்டை புரிந்துள்ளார். இரண்டாம் உலகப்போரில் கூட தன்னைவிட பல மடங்கு பலசாலியான அமெரிக்காவை எதிர்த்துப் போராடிய மன உறுதியான தளபதிகள் இருந்ததால்தான், ஆறு ஆண்டுகள் அவர்களால் உலகப்போரில் தாக்குப் பிடிக்க முடிந்தது. அணுகுண்டு கண்டுபிடிக்கப்படாமல் இருந்திருந்தால் ஜப்பானிய வீரர்கள் உலகப்போரில் வெற்றியடைந்திருக்கக்கூடும் என்பதும் உண்மை.

வெற்றிதான் இலக்கு

நல்ல மன உறுதியும், கடினமான முயற்சியும் இருந்தால் எந்தவிதமான தடையையும் உடைத்தெறியலாம் என்று ஜப்பானியர்கள் நம்புகிறார்கள். அவர்களது மனநிலை இப்படிச் சித்தரிக்கப்படுகிறது.

" If others can do it, You too can do it.
If others cannot do it, You must do it. "

அதாவது, "மற்றவர்கள் செய்துவிட்டால் நீயும் அதைச் செய்யலாம். மற்றவர்கள் செய்யமுடியாது என்றால் நீ அதை அவசியம் செய்ய வேண்டும்" என்பது அவர்களின் பழமொழி.

மெய்ஜி ஆட்சிக் காலத்தில் பிரபலமான அடைமொழி 'சுஷீ' (Shussee) அதாவது "வாழ்வில் வெற்றியடைவது" என்பதாகும். ஒவ்வொரு மனிதனும் வாழ்க்கையில் வெற்றியடைய வேண்டும் என்பது அதன் பொருள். அமெரிக்க நாட்டு விஞ்ஞானி **வில்லியம் எஸ். கிளார்** என்பவர் ஜப்பானில் Hokkaido University ஐ நிறுவினார். இவர் ஜப்பானிய மாணவர்களிடம் கூறிய "Boys, be Ambitious" என்ற வார்த்தைகள் இன்றும் நிலைத்து நிற்கிறது. இவரையும் இன்று ஜப்பானியர்கள் மனதார நினைவு கூறுகிறார்கள்.

வெற்றி என்பது தனிமனித வெற்றி மட்டும் அல்லாமல் குழுவிற்கும் வெற்றி இலக்கு நிர்ணயிக்கிறார்கள். எடுத்துக்காட்டாக பள்ளிக்கூடங்களில் அனைத்து மாணவர்களும் என்னென்ன செய்ய வேண்டும், எவ்வளவு மதிப்பெண் எடுக்க வேண்டும் என்ற இலக்கு நிர்ணயிக்கப்படுகிறது. மாணவர்கள் அதை நிறைவேற்றுகிறார்கள். தொழிற் சாலைகளுக்கு இலக்கு நிர்ணயிக்கப்படுகிறது. அந்த இலக்கை எட்டிவிட அனைத்து வேலை யாட்களும் மும்முரமாக முயற்சி செய்கிறார்கள். அதில் வெற்றியடைகிறார்கள்.

சேமிப்பும் முதலீடும்

ஜப்பான் சென்றபோது நக்கா பயாசீ என்பவரைச் சந்தித்தேன். இவர் மிகவும் சுறுசுறுப்பானவர். இவரது முழுப்பெயர் ஹிட்-கித்தோ-நாகா-பாசி என்பதாகும். நல்ல ஆங்கிலப் புலமை பெற்றவர். சுமார் 50 வயது மதிக்கத்தக்க இவரிடம் உங்களுக்கு என்ன வயது? என்று கேட்டேன். 72 வயதாகிறது என்றார். இவர் கோடாக் கம்பெனியில் விற்பனை மேலாளராகப் பணியாற்றிய போது இந்தியும் கற்றிருக்கிறார். தனது பெயரை ஹிந்தியில் எழுதிக் காட்டினார். ஹிந்தியில் பேச அதிகம் ஆர்வம் காட்டினார். இவர் இப்போது ஜப்பானியக் குழந்தைகளுக்கு

ஆங்கிலம் சொல்லிக் கொடுக்கிறார். இதன்மூலம் இவருக்கு நல்ல வருமானம் வருகிறது. இவருக்கு ஓய்வூதியமும் வருகிறது. இவரது வருட ஓய்வூதியத் தொகை 2.5 மில்லியன் யென். அதாவது இந்திய மதிப்பில் 15 லட்சம் ரூபாய். இங்கு இவரைப் போன்றவர் வாழ்க்கை நடத்த ஆண்டு ஒன்றுக்கு ஒரு மில்லியன் யென் போதுமானதாக இருக்கிறது. மீதிப் பணத்தைச் சேமிக்கிறார். ஓய்வுபெற்றவர்களும் பணம் சேமிக்க முடிகிறது.

அதே வேளையில் தனது ஆங்கில வகுப்புகள் மூலமாக ஆண்டிற்கு ஒரு மில்லியன் யென் சம்பாதித்துக் கொண்டிருக்கிறார். ஆக இவர் ஆண்டொன்றுக்கு 3.5 மில்லியன் யென் சம்பாதிக்கிறார். இது இந்தியப் பணத்தில் ரூபாய் 20 லட்சம் ஆகும். அதில் 2.5 மில்லியன் யென் சேமிக் கிறார். வருமானத்தைச் சேமிக்கும் பழக்கம் உள்ளவர்கள் ஜப்பானியர்கள்.

வருமானத்தில் 80 சதவிகிதம் வரை சேமிக்கிறார்கள். சேமித்த பணத்தை ஏதாவது ஒரு கம்பெனியில் முதலீடு செய்கிறார்கள். மிகப்பெரிய தனியார் கம்பெனிகள்கூட அவற்றின் இலாபத்தைக் கூறுபோட்டுக் கொள்ளாமல், அந்தக் கம்பெனியின் வளர்ச்சிக்காக முதலீடு செய்கிறார்களாம். அதுவும் பெரும்பாலும் ஜப்பானியக் கம்பெனிகளில்தான் முதலீடு செய்கிறார்கள். தேசியக் கம்பெனிகள் வளர வேண்டும் என்பது அவர்களது எண்ணம். இரண்டாம் உலகப்போரின்போது கூட தாய்நாட்டு கம்பெனியில் முதலீடு செய்தால் நஷ்டம் ஏற்படும் என்று தெரிந்தும், அனைத்து முதலாளிகளும் தாய்நாட்டு நிறுவனங்களிலேயே முதலீடு செய்தார்கள். ஒரு ஜப்பானியப் பணக்காரன் கூட வெளிநாட்டிற்கு தனது முதலீடுகளைத் திருப்பி விடவில்லை. சுவிட்சர்லாந்து நாட்டில் இரகசிய வங்கிகளில் எந்தத் தொழிலதிபரும் கணக்கு வைத்துக் கொள்ளவில்லையாம்.

1945 முதல் 1960 வரை பொருளாதாரம் மூழ்கும்போது கூட, வெளிநாட்டில் செட்டில் ஆகி விடலாம் என்று முதலீட்டைத் திருப்பி விட்டுத் தப்பித்துவிட எந்தத் தொழில் அதிபரும் முயலவில்லை. அப்படிப்பட்ட தொழிலதிபர்களைப் பார்த்து அமெரிக்கர்களே வியந்தார்களாம். அளவிட முடியாத தேசப்பற்று ஜப்பானிய தொழிலதிபர்களுக்கும் உண்டு. வாய்ப்பேச்சில் மட்டும் அல்ல, உள்ளத்தில் மட்டுமல்ல; அவர்களின் செயல்பாட்டிலும் ஊறிவிட்ட ஒன்று அது.

நம் நாட்டு தொழில் அதிபர்கள் சுவிஸ் வங்கியில் பதுக்கி வைத்திருக்கும் பல லட்சம் கோடி ரூபாய் பற்றிய விவாதங்களை பத்திரிகைகளில் படிக்கிறோம். இவர்களுக்கும் அவர்களுக்கும் எவ்வளவு வித்தியாசம் என்பதைக் கவனியுங்கள்.

அவர்களால் முடியும் என்றால் நம்மாலும் முடியும்

பழையதை மறக்கவில்லை

சமீபகாலங்களில் ஜப்பானியர்கள் தனிமனித ஆசையால் (Ambition) உந்தப்பட்டாலும், தங்களது தேசிய கலாச்சாரத்தை விட்டுவிடவில்லை. இவர்கள் அதிகமாக ஆசைப்படுகிறவர்கள். அமெரிக்காவில் குடியேறிய ஜப்பானியர்கள் அமெரிக்க பரம்பரைப் பணக்காரர்களுக்கு இணையாக பொருளாதாரத்தில் முன்னேறியுள்ளனர் என்றால் பாருங்களேன். ஆனாலும், இந்தியர்களைப் போலவே ஜப்பானியர்களும் தங்களது கலாச்சாரத்தை தொடர்ந்து பராமரிக்கிறார்கள். அமெரிக்காவிற்குச் சென்றாலும் கூட தங்களது கலை, கலாச்சாரம் மற்றும் உணவுப் பழக்க வழக்கங்களைப் பராமரித்து வருகிறார்கள்.

16 ஆம் நூற்றாண்டில் ஐரோப்பியர்கள் மதத்தைப் பரப்பிய போதும், 1945 ஆம் ஆண்டு அமெரிக்க ராணுவம் ஆண்டபோதும், இரண்டு சதவீத ஜப்பானியர்களே கிறிஸ்தவ மதத்தைத் தழுவினர். நம்பிக்கை இல்லை என்றாலும் புத்த மதத்தையோ, ஷின்டோ மதத்தையோ கைவிட வில்லை. ஜப்பானிய மொழியைக் கைவிட வில்லை. தங்களது பரம்பரைப் பண்புகள் மற்றும் பழக்க வழக்கங்களையும் கைவிடவில்லை.

ஆனால் மேற்கத்திய விஞ்ஞானத்தை உடனடியாக ஏற்றுக் கொண்டுள்ளனர். இரயில் பாதை, செய்தித்தாள், தொழிற்சாலைகள், கட்டாயக் கல்வி, தொலைக்காட்சிப் பெட்டி போன்ற நவீனமயமாக்கம் இங்கு படு வேகமாக நடந்தது.

ஷேக்ஸ்பியர், கோபத்தி, தோஸ்தோவங்கி போன்ற எழுத்தாளர்களின் படைப்புகள் ஜப்பான் மொழியில் மொழிபெயர்ப்பு செய்யப்பட்டன. அவற்றை ஆர்வமாகப் படிக்கின்றனர். பிறந்த நாள் கொண்டாடும் பழக்கங்களும் வந்துவிட்டன. வயதான பெண்களும், பணக்காரப் பெண்களும் தான் ‘கிமானே’ என்ற பாரம்பரிய ஆடையை இன்றும் அணிகிறார்கள். மற்ற பெண்கள் அதைப் பண்டிகைக்கும், பல்கலைக் கழக பட்டமளிப்பு விழாவிற்கும் பாதுகாக்கிறார்கள். ஆண்கள் மேற்கத்திய கோட்டு அணி கிறார்கள். ஜப்பானிய ஆண்கள் ஜப்பானிய பாரம்பரிய ஆடையை அபூர்வமாகவே அணிகின்றார்கள்.

ஜப்பானில் மக்கள் சிலர் சாராரிமேன் (Sarariman) என்றழைக்கப் படுகின்றனர். அதாவது Salary men, அரசு சம்பளம் பெறும் ஊழியர்கள். இவர்கள் பெரும்பாலும் உயரதிகாரியாக இருப்பதால், விவசாயிகளும்,

தொழிற்சாலை வேலையாட்களும் ஒரு சாராரிமேன் ஆக வேண்டுமென்று ஆசைப்படுகிறார்கள். பிள்ளைகளைக்கூட சாராரிமேன் வேலைக்கு அனுப்பவே விரும்புகிறார்கள் பெற்றோர்கள். சாராரிமேன் என்பவர்கள் நம்மூர் I.A.S. அதிகாரிகள் போன்றவர்கள்.

ஜப்பானியக் குழந்தைகள் உற்சாகமாகவும், மகிழ்ச்சியாகவும் சிரித்த முகத்துடன் இருப்பதைப் பார்க்கலாம். ஒவ்வொரு மனிதரையும் மனத் திருப்தியுடையவராகத்தான் பார்க்க முடிகிறது. ஒரு குழு ஒற்றுமை யுடனும், நாட்டுப்பற்றுடனும் வாழும் இவர்கள் கடந்த 60 ஆண்டுகளில் நம்பமுடியாத அளவிற்கு பொருளாதார முன்னேற்றமும் அடைந்திருக் கிறார்கள். தனிப்பட்ட முறையில் தன்னைப் பற்றிய எண்ணமும், தான் சார்ந்த குழுவைப் பற்றிய எண்ணமும் உள்ளவர்களாகவே ஒவ்வொரு ஜப்பானியரும் திகழ்கின்றனர். சுருங்கச் சொன்னால் ஜப்பானியரின் நாகரிகம் மேற்கத்திய மயமாகவில்லை, நவீனமயமாகியிருக்கிறது.

படித்த இந்திய மக்களும் மேற்கத்திய பழக்கங்களை அப்படியே பின்பற்றிவிடாமல் நல்லதை மட்டும் எடுத்துக் கொண்டு தீயவையாகிய சிகரெட், குடிப்பழக்கம், போதை மருந்துகள், துரித உணவுகள் போன்ற வற்றைப் புறக்கணித்தால் நாமும் மேற்கத்தியராகி விடாமல் நவீனமயமாகி விடலாம்.

ஜப்பானியப் பெண்கள்

ஆண் ஆதிக்க சமுதாயமான ஜப்பானில் பெண்கள் நிலை, கிட்டத்தட்ட இந்தியா போன்ற நிலைதான். 2000 ஆண்டுகளுக்கு முன்பு வாழ்ந்த சீனஅறிஞர் கன்பியூசியஸ் பெண்கள் எப்படியிருக்க வேண்டும் என்று சொன்ன நிலைதான் ஜப்பானில் இருந்து வந்திருக்கிறது.

> பெண்கள் இளமையில் தந்தையின் கட்டுப்பாட்டிலும்
> திருமணத்திற்குப் பின் கணவனின் கட்டுப்பாட்டிலும்
> முதுமையில் மகனின் கட்டுப்பாட்டிலும் இருக்க வேண்டும்
> - கன்பியூசியஸ்

இந்தியப் பெண்களுக்கும் இந்த நிலைதான், என்கிறபோது ஜப்பானுக்கும் இந்தியாவிற்கும் இந்தப் பிற்போக்கான கருத்தில் ஒற்றுமையைக் காண முடிகிறது.

பழங்காலங்களில் பெண்களுக்கு முக்கியத்துவம் இருந்தது உண்மைதான். ஆனால் வாள் ஏந்தி சண்டையிடும் காலம் வந்தபோது ஆண்களுக்கு அதிக முக்கியத்துவம் வந்துவிட்டது. பெண்கள் பின்னோக்கித் தள்ளப்பட்டனர்.

ஜப்பானில் இரண்டாம் உலகப்போருக்குப் பின் பெண்களின் நிலையில் குறிப்பிடத்தக்க முன்னேற்றம் ஏற்பட்டது. நகரில் உள்ள பெண்களும், படித்த பெண்களும் இன்று சம உரிமை கொண்டாடுகிறார்கள்.

திருமணமான பெண்களுக்கு வீடுதான் உலகம். வெளியுலக வாழ்க்கையில் பங்குபெற வழியில்லை. மாமியாரின் கண்காணிப்பு மிக்க கட்டுப்பாட்டில்தான் மருமகள் இருக்க வேண்டும். பள்ளிகளில் பெற்றோர் ஆசிரியர் சங்கங்களில் பெரும்பாலும் தாய்மார்களே பங்கு கொள்வதாலும், இச்சங்கங்கள் சரிவர இயங்குவதாலும் இந்த இயக்கத்தில் பங்குகொண்டு திருப்தியடைகின்றனர் பெண்கள். பிள்ளைகளைப் பள்ளிக்கு அனுப்பியபிறகு, சமையலுக்கும், வீட்டு வேலைகளுக்கும் நேரம் செலவிடுவதால் இவர்களும் பிஸிதான். இவர்களது வீடுகளில் வீட்டு வேலைகளுக்கு என வெளி ஆட்களை வைத்துக் கொள்வது இல்லை.

ஆண்களுக்கு இதுபோன்ற கட்டுப்பாடுகள் இல்லை. அவர்கள் வெளியுலக நபர்களிடம் தொடர்பு கொள்ளலாம், சுதந்திரமாக ஊர் சுற்றலாம். மற்ற பெண்களுடன் பழகும் வாய்ப்புகளும் ஆண்களுக்கு உண்டு. அதற்கு மனைவியர் ஆட்சேபனை தெரிவிப்பதும் இல்லை. ஆனால் சமீபகாலங்களில் படித்த பெண்கள் இதை அனுமதிப்பதில்லை. ஆண்களுக்கு இணையாக நடந்து கொள்கிறார்கள் பெண்கள்.

ஆண்கள் கடுமையாக உழைப்பதாலும், அதிக நேரம் வேலை செய்வதாலும், அவர்கள் வீட்டில் செலவிடும் நேரம் குறைவு. மனைவியிடம் செலவழிக்கும் நேரமும் குறைவு. குழந்தைகளும், பெற்றோரும் தாத்தா பாட்டிகளுடன் ஒரே அறையில் படுத்துத் தூங்குகின்றனர். இக்காரணத்தால் தான் கணவன் மனைவி தனிமனித நெருக்கம் குறைவு. அவர்களுக்குள் இரகசியம் பேசுவதற்குக்கூட நேரம் இருப்பதில்லை, இடமும் கிடைப்பது இல்லை. இது ஒரு குறைபாடுதான்.

மனைவியும் கணவனும் பார்ட்டிகளுக்குப் போவது அரிது. நண்பர்கள் வீட்டிற்குச் செல்வதும் அபூர்வம். மிகச்சிறிய வீட்டில் எப்படி விருந்தினர்களை

அழைக்க முடியும்? அப்படி விருந்தினர் வருவதும் அபூர்வம். இன்றைய காலக்கட்டத்தில் உணவு விடுதிகளில் நண்பர்களை சந்தித்து விருந்து அளிக்கின்றனர் ஜப்பானியக் குடும்பத்தினர்.

தம்பதிகள் கூட தங்களது உறவைப் பொது இடங்களில் காட்டிக் கொள்வது இல்லை. சமீபகாலம் வரை ஆண்கள் கௌரவமாக தனியாக முன்னால் நடந்து செல்வதையும், மனைவி குழந்தைகளையும் பெட்டிகளையும் சுமந்தவாறு பின் செல்வதையும் பார்க்க முடிந்தது. பழமைவாதியான ஆண்கள் மனைவியை My Stupid Wife என்றுகூட மற்றவர்களுக்கு அறிமுகப்படுத்துவதாகக் கூறப்படுகிறது. ஆனால் இன்று நிலைமை மாறிவருகிறது. நவீன ஜோடிகள் நடந்து வரும்போது கணவன்மார்கள் குழந்தையைத் தூக்கிக் கொண்டு நடந்து வருவதும் மனைவிக்கு சமையலில் உதவிபுரிவதும் வழக்கமாகி விட்டது.

ஆனால் வீட்டிற்கு எஜமானி மனைவிதான். அவள்தான் குழந்தையை வளர்க்கிறாள். தந்தையை அபூர்வமாக சந்திக்கும் ஒரு குழந்தைக்கு அம்மாதான் எல்லாமே. குழந்தைகளின் படிப்பைக் கவனிப்பதும் தாய்தான். கணவனைக் கூட அவளது முதல் குழந்தை போன்றே பேண வேண்டும். அப்படி இல்லை என்றால் கணவன் வேறு பெண்ணை நாட நேரிடும். ஆனால் இந்த நிலை மாறிவருகிறது. பெண்களும் வேலை பார்ப்பதால் கணவனை விட்டு விலக அவர்களும் அதிக தயக்கம் காட்டுவதில்லை.

வீட்டில் பொருளாதாரம் கூட மனைவியின் கையில்தான். வீடு சம்பந்தப்பட்ட பணிகளை சரிவரச் செய்யவேண்டிய பொறுப்பில் உள்ளதால் 'பெண்களுக்கான பண்பு' உள்ளவர்களாக மனைவி இருக்க வேண்டும் என்று சமுதாயம் எதிர்பார்க்கிறது. பெரும்பாலான பெண்களும் இந்த எதிர்பார்ப்பை பூர்த்தி செய்யும்படியாக வாழ்ந்து காட்டுகிறார்கள். கட்டாயக் கல்வி பெண்களுக்கும், ஆண்களுக்கும் சமமாகவே கற்பிக்கப் படுகின்றது. ஆனாலும் கல்லூரிகளில் படிக்கும் பெண்களின் எண்ணிக்கை குறைவுதான். உயர்கல்வி, ஆராய்ச்சி நிறுவனங்களில் பெண்கள் மிகவும் குறைவு. ஆரம்பப்பள்ளி ஆசிரியை, நர்ஸ்கள் போன்ற பணிகளில் பெண்கள் அதிகம். பொதுவாக திருமண வயது 28 முதல் 30 வரை என்பதால், உயர்நிலைப் பள்ளி படிப்பு முடித்ததும் பெண்கள் ஏதேனும் ஒரு வேலைக்குச் சென்று விடுகின்றனர். பெரிய எலக்ட்ரானிக் கம்பெனியில் பணி என்றாலும் கூட கீழ்மட்டப் பணிதான் பெண்களுக்குக் கிடைக்கும். பின்னர் திருமணமாகி குழந்தைகளைப் பெற்று, குழந்தைகள் எல்லாம் படிக்கச் சென்றபின் அப்பெண்களுக்கு நேரம் கிடைக்கிறது.

இந்த நிலையில் அவள் ஏதேனும் ஒரு வேலைக்குச் செல்கிறாள். அப்போது அவளுக்கு உயர்பதவி கிடைக்க வாய்ப்பில்லை. எனவே அவள் மீண்டும் குறைந்த சம்பளத்தில் கீழ்மட்டப் பணியில் சேர்ந்து விடுகிறாள். பெண்கள் உயர்பதவிகளில் குறைவாக இருப்பதற்கு இதுவும் ஒரு காரணம்.

சமீபகாலங்களில் பெண்கள் நீதிபதிகளாகவும், டாக்டர்களாகவும், உயர் பதவியிலும் உயர்ந்துள்ளனர். படித்த பெண்கள் செயலாளராகவும் OL என்ற உயர் அதிகாரிகளாகவும் உயர்கிறார்கள். ஜப்பானில் OL என்பது Office Ladies என்ற வார்த்தையின் சுருக்கமாகும்.

1986ஆம் ஆண்டு டோய் டகாகோ (Doi Takako) என்ற பெண்மணி Japanese Social Democratic Party என்ற அரசியல் கட்சியின் பொதுச் செயலாளராகத் தேர்ந்தெடுக்கப்பட்டதும், 1989ஆம் ஆண்டு பாராளு மன்றத்திற்குத் தேர்ந்தெடுக்கப்பட்டதும், பிரதம மந்திரி பதவிக்குப் போட்டியிட்டதும் பெண்களுக்கு புது நம்பிக்கையை ஏற்படுத்தியது. ஆனாலும் பெண்கள் அரசியலில் ஈடுபடுவது ஜப்பானில் குறைவு. பெண்கள் அரசியல் ஆதிக்கம் செலுத்துவதை ஒப்பிட்டால் 182 நாடுகளில் ஜப்பான் 106ஆவது இடத்தில்தான் இருக்கிறது. அரசு உயர் பதவிகளில் 2.6 சதவிகிதம் இடங்களைத்தான் பெண்கள் வகிக்கிறார்கள்.

புகழ்வாய்ந்த ஜப்பானியப் பெண்கள்

கி.பி. 10ஆம் நூற்றாண்டில் நம் நாட்டு ஔவையாரைப் போல் புகழுடன் வாழ்ந்தவர் முராசாகி ஷிகிபு (Murasaki Shikibu). இவர் கி.பி. 973 - 1025 ஆண்டுவரை வாழ்ந்தவர். The tale of Genji என்ற நூலை எழுதியவர்.

Misaka Shirasu என்ற பெண்மணி 1910 முதல் 1998 வரை வாழ்ந்தவர். கட்டுரை ஆசிரியர், அழகுக்கலை வல்லுநர். நாடகங் களில் நடித்தவர்.

மசாகா கட்சுரா (Masako Katsura) டோக்கியோவில் 1913 முதல் 1995 வரை வாழ்ந்தவர். பில்லியர்ட்ஸ் விளையாட்டில் வீராங்கனை.

Misaka Shirasu

சமுதாயம் 83

1928இல் பிறந்து 2001 வரை வாழ்ந்த மசாகோ ஹயாஜி (Masoko Hayashi) ஒரு சிறந்த கட்டிட வடிவமைப்பாளர். இவர் ஜப்பானின் சிறந்த கட்டிட வடிவமைப்பாளர் என்ற பட்டத்தை வென்றவர்.

சடேகா ஒகடா (Sadeka Ogata) 1927 ஆம் ஆண்டு பிறந்த இவர், ஒரு வெளிநாட்டுத் தூதராகவும், ஐ.நா. வில் அகதிகளுக்கான கமிஷனராகவும் இருந்தவர்.

ஜப்பான் ஒரு ஆண்களின் உலகம், ஆனால் அங்கு பெண்கள் உரிமைப் போராட்டம் நடத்தவில்லை. போராட்டம் இல்லை என்றாலும் இரண்டாம் உலகப்போருக்குப் பின் பெண்களின் அந்தஸ்து உயர்ந்து விட்டது. பெண்களும் உயர் அதிகாரிகளாக உயரவும், உயர்கல்வி கற்கவும் வாய்ப்பு கிடைத்தது. 1947 அரசியல் சட்டம் அவர்களுக்கும் பொருளாதார, சமூக, அரசியல், சம உரிமை வழங்கிவிட்டது. மிக்ஸி, கிரைண்டர், வாஷிங் மெஷின் ஆகியவை அறிமுகமானபோது அவர்களது இல்லப் பணிகள் எளிதாகின. வீட்டு வேலையாள் நிலையிலிருந்து மிகவும் திருப்தியான நிலைக்கு வந்துவிட்ட அவர்கள் போராட முற்படவில்லை. அப்படிப் போராட்டம் நடத்துவது பெண்களுக்கான குணங்களுக்கு எதிரானது என்ற எண்ணமும் இதற்குக் காரணமாக இருக்கலாம். நல்ல அம்மாவாக, வீட்டு எஜமானியாக இருக்கும் ஜப்பானியப் பெண்கள் சமீபகாலமாக மேற்கத்திய சுதந்திரம் பெற்ற பெண்களாக மாறிவருகின்றனர். ஆனால் அப்படிப்பட்டவர்களின் எண்ணிக்கை குறைவுதான். சட்டம் பெண்களுக்கு சம உரிமை அளிக்கிறது. பெண்கள் சட்டப்படி விவாகரத்து பெற்றுக் கொள்ளலாம். இப்போது விவாகரத்துக்களும் மலிந்துவிட்டன.

விவாகரத்துகள் சமீபகாலமாக அதிகரித்துக் கொண்டே போனாலும், அமெரிக்கா மற்றும் மேற்கத்திய நாடுகளோடு ஒப்பிடும் போது ஜப்பானில் அது மிகவும் குறைவு. அமெரிக்காவில் நடைபெறும் விவாகரத்துகளில் பதினெட்டில் ஒன்று (1/18) என்ற அளவுதான் ஜப்பானிய விவாகரத்து நடைபெறுகிறது. பெண்களுக்கு வருமானம் குறைவு என்பதாலும், பாரம்பரிய கலாச்சாரத்தில் பெண்களுக்கு நம்பிக்கை இருப்பதாலும், விவாகரத்தான பெண்களை மறுமணம் செய்ய யாரும் முன்வரமாட்டார்கள் என்பதும் காரணங்களாக இருக்கலாம். இந்தியாவைப் போல பெரும்பாலான பெண்கள் பொருளாதாரரீதியாக தங்களது கணவனையே சார்ந்திருக்கிறார்கள் என்பதுதான் உண்மை.

நம்மால் முடியும்

இனத்தால், மொழியால், நிறத்தால் நாம் வேறுபட்டாலும் நாட்டால் இந்தியர் என்ற ஒரு உறுதியான உணர்வு நமக்கு ஏற்பட வேண்டும். நம்மை வேறொரு நாட்டினருடன் வேறுபடுத்திப் பார்க்க வேண்டுமே அன்றி நம் நாட்டில் உள்ள பிற மதத்தினரிடமோ, மொழியினரிடமோ, மாநிலத்தாரிடமோ வேறுபடுத்திப் பார்ப்பது சரியல்ல. இதற்கு Patriotism என்ற ஆங்கில வார்த்தையைக் குறிப்பிடுகிறார்கள். நாம் அனைவரும் ஒரு தாய் மக்கள் என்ற உணர்வு வரவேண்டும். இனம், ஜாதி, மதம், ஊர் என்ற அடையாளம் மங்கி, பின்னர் மறைய வேண்டும். இன்று உலக நாட்டு எல்லைகள் மறைந்து உலகம் சுருங்கிவிட்டது; செல்போன் உலகம் இது என்று Thomas L.Friedeman என்பவர் World is Flat என்ற நூலில் குறிப்பிட்டுள்ளார்.

அமெரிக்க விமான நிலைய டிக்கெட்டை இந்தியாவின் BPO வில் இருக்கும் இந்தியர் பதிவு செய்து தருகிறார். மக்கள் உலக குடிமக்களாகிக் கொண்டிருக்கும் இந்நேரத்தில் நாம் குறைந்தது இந்தியக் குடிமக்களாக உருவெடுக்க வேண்டும். பிளவுபட்டு சிறுசிறு பிரிவுகளாகச் சிதறிக் கிடக்கும் நாம் மீண்டும் இந்தியர் என்ற சூழலில் ஐக்கியமாகி விடுதல் வேண்டும். அப்படிச் செய்தால் மட்டுமே ஜப்பான் போன்ற பொருளாதாரப் பேரரசோடு நம்மால் போட்டியிட முடியும்.

நாமும் தேச பக்தர்களாக மாற வேண்டும்; அதுவும் இன்றே மாற வேண்டும். குடும்பம், பள்ளிக்கூடம், கல்லூரி, பணி செய்யும் நிறுவனம் என அனைத்திலும் ஒரு குழு உணர்வு நம்மிடம் ஏற்பட வேண்டும். எல்லாவற்றிற்கும் மேல் நான் இந்தியன் என்ற நாட்டுப்பற்று நம்மிடம் எப்போதும் இருக்க வேண்டும்.

நாம் ஒவ்வொரு இந்தியனையும் நேசிக்க வேண்டும். அதற்கு ஒரு காரணமும் உண்டு. கடைசி இந்தியன் மகிழ்ச்சியாக இருந்தால் மட்டும்தான் மற்ற இந்தியன் நிம்மதியாக இருக்க முடியும்.

நாம் செய்ய வேண்டியவை:

அ) தனி மனிதனாக ஜொலிப்பதைக் கைவிட்டு, குழுவோடு செயல்பட வேண்டும்.

ஆ) பேசுவதைக் குறைத்து கவனிப்பதை அதிகப்படுத்த வேண்டும். வீணான விவாதங்களை, வாய்ச்சண்டையை நிறுத்திக்கொள்ள வேண்டும். வம்பு வழக்குகள் அறவே இல்லை என்ற நிலை வர வேண்டும்.

இ) ஒவ்வொரு இந்தியனும் தனக்கென்று ஒரு அடையாளத்தை உருவாக்க வேண்டும். ஒரு பொழுதுபோக்கு கட்டாயம் வேண்டும்.

ஈ) அரசு வகுத்த இலக்கை நமது இலக்காகக் கருதி அதை நிறைவேற்ற முனைய வேண்டும்.

உ) வருமானத்தில் குறைந்தபட்சம் 50 சதவீதம் சேமிக்க வேண்டும். அதையும் இந்திய நிறுவனத்தில் முதலீடு செய்ய வேண்டும். வருமானத்தில் 10 சதவிகிதமாவது ஏழைகளுக்குக் கொடுத்து உதவ வேண்டும்.

ஊ) பெண்களுக்கு முழு சுதந்திரம் தரவேண்டும். ஒரு பெண் படித்து, வேலை வாங்கிய பின்னர்தான் திருமணம் செய்ய வேண்டும். கிடைத்த வேலையை பெண்கள் விட்டுவிடக் கூடாது. வேலையை விட்டுவிடுமாறு கணவன் வற்புறுத்தக்கூடாது.

எ) அப்படி வற்புறுத்துபவரை பெண்கள் திருமணம் செய்யக் கூடாது. இரண்டு குழந்தைகளுக்கு மேல் பெற கணவன் வற்புறுத்தினாலும் அதை அப்பெண் ஒத்துக் கொள்ளக்கூடாது.

சென் கதை

ராபி இசேதா என்பவர் ஒரு ஞானி. அவரிடம் ஒரு மாணவன் கேட்டான். "இரவு முடிந்து பகல் தோன்றும் நேரத்தை எப்படி தெரிந்து கொள்வது"? ஞானியின் பார்வை மற்ற மாணவர்கள் பக்கம் திரும்பியது. ஒரு மாணவன் கூறினான். "ஒரு நாயையும் ஆட்டுக்குட்டியையும் தொலைவில் வேறுபடுத்தும் போது." இன்னொரு மாணவன். "ஒரு அத்தி மரத்தையும் பனைமரத்தையும் வேறுபடுத்திப் பார்க்க முடியும் போது." ஆசிரியர்: "அதுவல்ல, ஒரு அன்னியரின் முகத்தில் உனது சகோதரர் அல்லது சகோதரியைப் பார்க்க முடியும் போது பகல். அதுவரை உன்மனது இருள் சூழ்ந்த இரவு தான்".

- அனைவரையும் சகோதர சகோதரியாக பாவிக்க வேண்டும் என்பதை வலியுறுத்தும் சென் கதை

கலாச்சாரம்

ஜப்பானிய மக்கள் "மங்கோலிய" இனத்தவர்கள். அதாவது சீனா, கொரியா, நேபாளம் போன்ற நாடுகளில் காணும் அதே இன மக்கள். நம் நாட்டில் ஆரியர், திராவிடர் என்ற பல இனங்களும் அவைகளுக்குள் கலப்பும் இருப்பதுபோன்று அங்கு பல இனங்களும், கலப்பு இனங்களும் இல்லையென்றே கூறலாம். மங்கோலியர்களுக்குள் சில பிரிவுகள் உள்ளதாக ஆராய்ச்சியாளர்கள் கூறுகிறார்கள். ஆனால் வெளிப்புறத் தோற்றத்தில் அதை நம்மால் கண்டுபிடிக்க முடியவில்லை.

ஒரே இனத்தவர் என்றாலும் ஜப்பானியர்கள் சீனர்களையும், கொரியர்களையும் சமமாக பாவித்தார்கள் என்று கூற முடியாது. இன்னும் சொல்லப்போனால் ஜப்பானியர் தங்களை சமூக அளவில் மற்றவர்களை விட உயர்வாகவே கருதி வந்துள்ளனர். மற்ற நாட்டவர் மீது அவர்களுக்கு ஒருவித வெறுப்பு இருந்ததாகவும் சரித்திர வல்லுநர்கள் கூறுகிறார்கள். மாபெரும் நாடான சீனா மீது, 1894 ஆம் ஆண்டு சிறிய தீவுகளில் வாழ்ந்த ஜப்பானியர் போர் தொடுத்து வெற்றி கண்டது கூட சீனாவின்மீது அவர்களுக்கு இருந்த வெறுப்பைக் காட்டுவதாகவே கூறப்படுகிறது.

அதுபோல இரண்டாம் உலகப்போரின்போது கொரியாவை தன்பால் வைத்திருந்தது ஜப்பான். இன்றுகூட, இவர்கள் கொரியா மற்றும் ஹாங்காங் நாட்டு மக்களையும், சீன மக்களையும் தங்களுக்கு இணையான ஒரு இனம் என்று ஏற்றுக் கொள்வதே இல்லை என்றும் கூறப்படுகிறது. தாங்கள் மற்றவர்களைவிட பெருமைக்குரியவர்கள் என்றே கருதுகிறார்கள் ஜப்பானியர்கள்.

ஜப்பானியர்கள் அனைவரும் கிட்டத்தட்ட ஒரேமாதிரியாக ஒன்றுபோலவே காட்சியளிக்கின்றனர். நம்மூரில் ஒரு தாய் வயிற்றுப் பிள்ளைகளை ஒரு கூட்டத்தில் இவர்கள்தான் என்று கண்டுபிடிக்க

87

முடியாது, அவ்வளவு வேறுபாடுகள் இருக்கும். ஆனால் ஜப்பானில் எல்லோருமே ஒரு தாய் மக்களைப் போன்று ஒரேமாதிரி தோற்றமளிக்கிறார்கள். ஜப்பானியர்களின் ஒற்றுமைக்கும் ஒரு குழுவாக இயங்கும் தன்மைக்கும் இதுவும் ஒரு காரணமாக இருக்கக்கூடும். தனி மனிதனாக இயங்கும் பண்பு இவர்களிடம் மிகவும் குறைவு. எனக்கு உதவிக்காக வந்திருந்த கல்லூரி மாணவர் மற்ற மாணவர்களைப் போலவே இருந்ததால் அவரை எளிதில் அடையாளம் காண முடியவில்லை. அவரின் பெயர் பேட்ஜைப் பார்த்த பின்னர்தான் இவர்தான் என்று அறிய முடிந்தது. அதன் பிறகு பலமுறை பார்த்து பழக்கப்பட்ட பிறகே இந்த சிரமம் இல்லாமல் போயிற்று.

அமெரிக்கா, இங்கிலாந்து, பிரான்ஸ், கனடா போன்ற நாடுகளில் ஆப்பிரிக்க கருப்பின மக்களையும், ஆசிய நாட்டு மக்களையும் பார்க்க முடியும். ஆனால் இங்கு அதுபோல் பார்ப்பது அரிது. டோக்கியோவில் மட்டும் இந்திய நாட்டவர்கள் சிலரைப் பார்க்க முடிந்தது. அதுவும் அவர்கள் அங்கு பணி செய்பவர்கள். குறிப்பாக கம்ப்யூட்டர் நிறுவனங்களில் பணி செய்பவர்கள். இந்தியாவிலிருந்து டோக்கியோவில் நிரந்தரமாகக் குடிபெயர்ந்தவர்கள் இல்லை என்றே கூறலாம். இந்தியர்கள் அமெரிக்கா சென்றால் அமெரிக்கரை மணந்து வாழ்க்கை நடத்தி அங்கேயே நிரந்தரமாகக் குடியேறிவிடுவது இயல்பு. அந்தவகையில் பார்த்தால் ஜப்பானியர்களுக்கு இந்தியர்களோடு உள்ள பழக்கம் அல்லது உறவு மிகவும் குறைவு என்றே கூறலாம். ஆனால் ஜப்பானியப் பெண்கள் அமெரிக்கா, ஐரோப்பிய நாட்டு வெள்ளை இனத்தவரோடு நண்பர்களாகவும், ஜோடிகளாகவும் சுற்றுவதைப் பார்க்க முடிகிறது. ஐரோப்பிய வெள்ளை நிறப் பெண்கள் ஜப்பானிய ஆண்களுடன் திரிவதையும் சகஜமாகப் பார்க்கலாம்.

உடல் தோற்றம்:

ஒரு ஜப்பானிய ஆணின் சராசரி உயரம் இந்தியரின் சராசரி உயரத்தைவிடக் குறைவு அல்ல. ஜப்பானியர்கள் குள்ளமாக இருப்பார்கள் என்று பலர் சொல்லக் கேள்விப்பட்டிருக்கிறேன். ஆனால் அது தவறு என்பதை நேரில் பார்த்துத் தெரிந்து கொண்டேன். அவர்களில் மிகவும் உயரமானவர்கள் இல்லவே இல்லை என்று நினைத்துவிடக் கூடாது. மிகமிக உயரமானவர்களும் இருக்கிறார்கள். அதற்கு முக்கியக் காரணம், ஆயிரம் ஆயிரம் ஆண்டுகளாக அவர்களுக்கு நல்ல உணவும், சுத்தமான தண்ணீரும், தூய காற்றும் கிடைத்திருக்கிறது என்பதுதான்.

நமது மக்களுக்கு இன்றும்கூட போதுமான உணவு கிடைக்க வில்லை என்பதுதான் சோகமான உண்மை. தனி ஒரு மனிதனுக்கு உணவில்லையெனில் ஜகத்தினை அழித்திடுவோம் என்றார் மகாகவி பாரதியார். அவரது கோபத்தில் உண்மையுண்டு. அவர் ''உணவு'' என்று தான் சொன்னார். ''சோறு'' என்று சொல்லவில்லை. சோறு மட்டும் போதாது. புரதச்சத்தும் வேண்டும், கொழுப்புச் சத்தும் வேண்டும், தாது உப்புக்களும் வேண்டும். மக்களுக்கு பால், முட்டை, பயறு வகைகள், பழங்கள், காய்கறிகள் அதோடு சுத்தமான நீர் கிடைக்க வேண்டும், அதுவும் தாராளமாகக் கிடைக்க வேண்டும். அப்படி இன்னும் ஐந்நூறு ஆண்டுகளுக்குக் கிடைத்தால் இந்திய மக்களின் சராசரி உயரம் நிச்சயம் அதிமாகும் என்று எதிர்பார்க்கலாம்.

ஜப்பான் நாட்டு வாலிபால் அணியைப் பாருங்கள். சராசரி உயரம் ஆறரை அடியாக இருக்கும். அதிக உயரமானவர்களின் எண்ணிக்கை குறைவே என்றாலும், உயரமாக உள்ள குழந்தைகளை விளையாட்டுத் துறையினர் அடையாளம் கண்டு விளையாட்டில் ஈடுபடுத்தி விடுகிறார்கள். பெற்றோரும் அதற்கு முழு சம்மதம் அளிக்கிறார்கள். நம்மூரில் உயரமான மாணவனை விளையாடத் தெரிவு செய்தால் பெற்றோர்களே அதற்கு எதிர்ப்பு தெரிவிக்கிறார்கள். தனது மகனை கம்ப்யூட்டர் இன்ஜினியர் ஆக்க வேண்டும், அதற்குப் பள்ளிக்கூடத்தில் நன்கு படித்து அதிக மார்க் எடுக்க வேண்டும். எனவே வாலிபால் போன்ற விளையாட்டுகள் தேவை யில்லை என்று மறுத்து விடுகிறார்கள். இதனால் உயரமான நபர்கள் நம் நாட்டிலே இருந்தும், அவர்கள் விளையாட்டுத் துறைக்குப் பயன்படுவதில்லை. இப்படி பெரிய விளையாட்டு வீரனாகத் திகழத் தகுதியிருந்தும் நிரந்தர வேலை வேண்டும் என்று கருதி விளையாட்டைத் துச்சமாக மதித்த பல ஆண்களும், பெண்களும் மிகச் சாதாரணமான பணிகளில் அமர்ந்து விடுகின்றனர். தேசிய அணியில் விளையாடி ஒலிம்பிக் போன்ற போட்டிகளில் கலந்து கொண்டு வெற்றி பெற்றிருந்தால், நம் நாட்டிற்கு எவ்வளவு பெருமை ஏற்பட்டிருக்கும்! அந்த உயரமான நபர் ஒரு தேசிய கதாநாயகனாக வந்திருக்க முடியும். அவருக்கு அந்த வாய்ப்பு பறிபோய் விட்டது. நாட்டிற்கும் பெருமை கிடைக்காமல் போய் விடுகிறது.

ஜப்பானியர்களின் சராசரி உயரம் 172 செ.மீ. (ஆண்) 158.7 (பெண்). இந்தியர்களின் சராசரி உயரம் 166.3 செ.மீ. (ஆண்), 152.6 செ.மீ. (பெண்). ஒரு ஆங்கிலேயர், இந்தியாவில் உள்ள பல ஜாதி மக்களின் சராசரி

உயரத்தை அளக்க முயன்றார். அவரின் பெயர் Edgar Thurston, அவர் எழுதிய நூலின் பெயர் 'Castes and Tribes in Southern India'. நீங்களும் இந்நூலினைப் படித்து நம் நாட்டு மக்களின் இனங்களையும் அவர்களின் பழக்க வழக்கங்களையும் தெரிந்து கொள்ளலாம்.

ஐரோப்பியர்கள் உடலின் உயரம், நிறம், மூக்கின் நீளம் ஆகியவற்றிற்கு முக்கியத்துவம் தந்தார்கள். உயரம் அதிகமானவர்களும், வெள்ளை நிறத்தவரும் புத்திசாலிகள் என்றும் பலசாலிகள் என்றும் கருதினார்கள். ஆனால் ஜப்பான் நாடு கொரியாவைக் கைப்பற்றியபோதும், முதலாம் உலகப்போரில் பல வெற்றிகளைக் குவித்தபோதும், இரண்டாம் உலகப்போரில் முதல் நான்கு ஆண்டுகள் அவர்கள் நடத்திய தாக்குதலின் போதும் குள்ளமானவர்களும் வல்லரசாக நிற்கமுடியும் என்பதை நம்பத் தொடங்கினர்.

1945 ஆம் ஆண்டிற்குப் பிறகு ஜப்பான் நாடு தொழில் துறையில் அதுவும் எலக்ட்ரானிக் சாதனங்கள், கார் தயாரிப்பு போன்றவற்றில் பெற்ற வெற்றிகளைப் பார்த்தபின்புதான் மனிதர்களின் உயரம் வெற்றிக்குக் காரணம் இல்லை என்பது புரிந்தது. வெள்ளை இனத்தவர்கள் தான் விளையாட்டில் வெற்றிபெற முடியும் என்று நம்பியிருந்த ஹிட்லர், கறுப்பின ''ஜெஸ்ஸி ஓவன்'' என்பவர் ஒலிம்பிக் போட்டியில் நான்கு தங்கப் பதக்கங்கள் (100 மீ., 200 மீ., நீளம் தாண்டுதல், 4 x 100 மீ. தொடர் ஓட்டம்) வென்றவுடன் ஏமாந்து போனார். அவரால் அதை நம்பவே முடியவில்லை. விளையாட்டு அரங்கை விட்டே வெளியேறினாராம்.

நிறமும், இனமும், உயரமும் ஒரு பொருட்டு அல்ல என்பதை நிரூபிக்கவே இதை நான் எழுதுகிறேன். 180 செ.மீ. உயரம் கொண்ட ஜெர்மன் நாட்டவரும் சாதிக்கிறார்கள். 166 செ.மீ. உயரமுடைய சீனர்களும் சாதிக்கிறார்கள். 166 செ.மீ. உயரம் கொண்ட நாம் ஏன் சாதிக்க முடியாது? நம்மைவிடவும் உயரம் குறைந்தவர்கள் கோடிக்கணக்கில் இருக்கிறார்கள் என்பதையும் மறந்துவிட வேண்டாம். மலேஷிய நாட்டு மக்களும் நம்மை விட உயரம் குறைந்தவர்கள்தான், அவர்களின் உயரம் 163 செ.மீ. (ஆண்), 152 செ.மீ.(பெண்).

உடல் நலம்:

நமது சராசரி உயரத்தை உயர்த்துவதுகூட நமக்கிருக்கும் ஒரு சவாலான கடமையாகும். நமது மக்கள் உயரம் குறைந்து போனதற்கு மிக முக்கியக் காரணம் சத்துணவில்லாத ஏழ்மை நிலை. மிகவும் வேதனைக்குரிய

நிலை. அதனால் உடல் வளர்ச்சி இல்லை. குழந்தைகளுக்குப் புரதம் இல்லை என்ற நிலை மாறி தாய் கர்ப்பமாக இருக்கும்போதே அவளுக்குத் தேவையான அளவு புரதச்சத்து அளிக்கப்பட வேண்டும். குழந்தை பிறந்தபிறகு பாலூட்ட அவளுக்கு உடல் ஆரோக்கியம் வேண்டும். அதற்கு அவள் நல்ல உணவு உட்கொள்ள வேண்டும். குறிப்பாக அவள் புரதச் சத்துள்ள உணவு வகைகளைச் சாப்பிட வேண்டும். இறைச்சி, பருப்பு வகைகள், பால், முட்டை, மீன் ஆகியவற்றில்தான் புரதச்சத்து அதிகமாக இருக்கிறது. போதுமான அளவு பச்சைக் காய்கறிகளும், பழங்களும் அனைவருக்கும் தினம் தினம் கிடைக்க வேண்டும். அதில்தான் நார்ச்சத்தும், வைட்டமின்களும், நுண் ஊட்டச் சத்துக்களும் உள்ளன.

சமீபத்தில் தருமபுரி அரசு மருத்துவமனையில் குழந்தைகள் இறந்த போது பரபரப்பு ஏற்பட்டது. டாக்டர்கள் நடத்திய ஆய்வில் 2014 ஆம் ஆண்டு மட்டும் தர்மபுரி மாவட்டத்தில் 53 குழந்தைகள் இறந்துள்ளன. அதற்குக் காரணம் தாய் மற்றும் குழந்தையின் உடலில் போதிய ஆரோக்கியம் இல்லை. குழந்தை பெற்ற தாய்மார்கள் வயது 18 ஆண்டுகளுக்குக் கீழ். அதாவது குழந்தைகளாகவே இருந்திருக்கிறார்கள் தாய்மார்கள். தாய்மார்களுக்குத் தேவையான அளவு உடல் வலிமை இல்லை. கர்ப்பிணி களுக்குச் சரியான உணவும் கிடைத்திருக்கவில்லை என்பதுதான் குழந்தைகள் இறந்ததற்கும், இளம் தாய் இறந்ததற்கும் காரணமாக இருந்திருக்கிறது.

இந்தக் கொடுமையான (பரிதாபமான) நிலை உலகில் மிகமிக ஏழ்மையான நாடுகளில் கூட இல்லை. இந்த நிலை மாற நாம் அனைவரும் முயற்சி எடுக்க வேண்டும். ஏழைகளுக்கு ஊட்டச்சத்து குறித்து எடுத்துச் சொல்ல வேண்டும். பசியால் வாடுபவர்களுக்கு பால் அல்லது முட்டை, பருப்பு வகைகள் ஏதாவது கொடுத்து உடல் வளர்ச்சி பெற உதவ வேண்டும். நாம் ஒவ்வொருவரும் ஒரு குடும்பத்தைக்கூட தத்து எடுக்கலாம்.

பெண்கள் 21 வயது முடிவதற்கு முன் திருமணம் செய்துவிடக் கூடாது. குறிப்பாக 18 வயதிற்குட்பட்ட குழந்தைகளைத் திருமணம் செய்து வைப்பது ஒரு குற்றமாகும். யாராவது அதற்கு முயன்றால் நாம் நேரிலே போய்த் தடுக்க வேண்டும். அரசாங்கத்திற்குத் தெரிவிக்க வேண்டும்.

நமது வருங்கால சந்ததியினரை உடல் வலிமை உள்ளவர்களாக நாம் உருவாக்காமல் வேறு யார் உருவாக்குவார்கள்?

சுமோ மல்யுத்த பயிற்சி

சராசரி ஜப்பானியர்கள் மெலிந்த உடலமைப்புடன் உள்ளனர். ஆனால் மிகவும் பருமனான மாமிச மலைகள் கூட ஜப்பானில் உண்டு. ஜப்பானின் பாரம்பரிய மல்யுத்தப் போட்டியான "சுமோ" மல்யுத்த வீரர்களைப் பார்த்தாலே அது புரியும்.

ஆங்கில அறிவு

சில ஜப்பானியர்களுக்கு ஆங்கிலம் பேசத் தெரியும். பெரும்பாலோருக்குச் சுத்தமாக ஆங்கிலம் பேசத்தெரியாது. அதற்காக ஜப்பானியர்கள் ஆங்கிலம் படிப்பதில்லை என்று நினைத்துவிடக் கூடாது. எல்லோருமே பள்ளியில் ஆங்கிலம் படிக்கிறார்கள். ஆனாலும் ஆங்கிலம் பேச வருவதில்லை. இந்த விஷயத்தில் அவர்களும் நம் நாட்டவரைப் போலத்தான் இருக்கிறார்கள்.

அனைத்து ஜப்பானியர்களும் 12 ஆண்டுகள் பள்ளிப் படிப்பு முடித்தவர்கள்தான். இதில் 9 ஆண்டுகள் ஆங்கிலம் கற்றுக் கொள்கிறார்கள். எழுதப்படிக்கத் தெரிந்தாலே போதும், ஆங்கிலத் தேர்வில் வெற்றிபெற முடியும் என்பதால் ஆங்கிலம் பேசுவதற்கான பயிற்சி பெருவாரியான

அவர்களால் முடியும் என்றால் நம்மாலும் முடியும்

பள்ளிகளில் இல்லை. ஜப்பானிய ஆங்கில ஆசிரியர்களுக்கும் ஆங்கிலத்தில் சரளமாகப் பேசத்தெரியாது. இதற்கு இன்னொரு காரணமும் உண்டு. ஜப்பானிய மொழி ஆங்கிலத்திற்கு முற்றிலும் வேறுபட்டது, அதனுடைய எழுத்துகள் மிகவும் வித்தியாசமானவை. இன்னும் சொல்லப் போனால் கடினமானவை. ஐரோப்பிய மொழிகளுக்கும், ஜப்பானிய மொழிக்கும் எந்த ஒற்றுமையும் இல்லை. எனவேதான் ஐரோப்பியர்கள் ஜப்பானிய மொழியைக் கற்கத் திணறுவதைப்போல ஜப்பானியர்கள் ஆங்கிலம் கற்கவும், பேசவும் திணறுகிறார்கள்.

ஆனால், சமீபகாலங்களில் ஆங்கிலம் கற்பதற்கான ஆர்வம் இளைஞர்கள் மத்தியில் பெருகி வருகிறது. பல ஐரோப்பிய மற்றும் அமெரிக்க நாட்டு ஆசிரியர்கள் ஜப்பானில் தங்கி ஆங்கிலம் கற்றுத் தருகிறார்கள். ஆங்கிலப் பள்ளிகளும் வந்துவிட்டன. ஒரு அமெரிக்கரை ஜப்பானில் பார்த்தால் அவர் கணினிப் பொறியாளராக இருக்க வேண்டும், இல்லையென்றால் ஆங்கில ஆசிரியராக இருக்க வேண்டும்.

ஆரம்பப் பள்ளிகளில் ஆங்கிலம் கற்பிக்கப்படுகிறது

ஆங்கில மொழியை ஜப்பானியருக்குக் கற்றுத் தர ஸ்வீடன், நார்வே, இங்கிலாந்து போன்ற நாடுகளிலிருந்து இளைஞர்கள் பலர் முழுநேரப் பணியில் ஈடுபட்டிருக்கிறார்கள். ஆங்கிலம் கற்பிக்கும் பள்ளியில் வேலைக்குச் சேரும்பொழுதே இவர்களுக்கு ஒரு நிபந்தனை விதிக்கப்படுகிறது. எக்காரணத்தைக் கொண்டும் ஜப்பானிய மாணவ, மாணவியரிடம் ஜப்பான் மொழியில் பேசக்கூடாது என்பதுதான் அந்த

நிபந்தனை. ஆக ஆங்கிலேயர் இங்கு வந்து முதலில் ஜப்பான் மொழியைப் படித்துப் புலமை பெறுவது ஜப்பான் மொழியைத் தெரிந்துகொள்ளவும், புலமை பெறுவதற்கேயன்றி ஜப்பானிய மொழியைப் பயன்படுத்தி ஆங்கிலத்தைப் பயிற்றுவிப்பதற்கு அல்ல. ஜப்பான் மொழி பேசிவிட்டால் பயில்பவர்களும் தங்கள் தாய்மொழியில் பேசிவிடுவார்கள், அவர்களும் ஆங்கிலம் பேசாமல் இருந்துவிடுவார்கள்; எனவே ஆசிரியர் ஜப்பான் மொழி பேசக் கூடாது, என்ற கோட்பாட்டின் அடிப்படையில் பயிற்சி நடப்பதால் இதுபோன்ற பள்ளிகளில் ஜப்பானியர் எளிதில் ஆங்கிலம் கற்கிறார்கள்.

சமூகப் பழக்க வழக்கங்கள்

அமெரிக்கா அல்லது ஐரோப்பிய நாடுகளில் ஏதேனும் ஒரு நபரைப் பார்த்தால் Hi அல்லது Hello என்கிறார்கள். பிரான்சில் Bonjour என்று வணக்கம் கூறுகிறார்கள். ஆனால் ஜப்பானில் ஒருவரைப் பார்த்து ஒருவர், குறிப்பாக முதல் முறையாகப் பார்ப்பவரிடம் அப்படி வணக்கம் சொல்வதில்லை. ஒருவருக்கொருவர் பேச முயல்வதும் இல்லை. இன்னும் சொல்லப்போனால் இரயிலுக்குள் செல்போனில் பேசக்கூட அனுமதியில்லை. அலைபேசியை ''சைலன்ட்'' ஆக வைத்துக்கொள்ள வேண்டும் என்ற அறிவிப்பு இரயிலில் வருகிறது. அனைவருமே செல்போன் வைத்திருந்தாலும் ஒருவர்கூட இரயிலில் அமர்ந்து பேசி நான் பார்க்க வில்லை. இராணுவக் கட்டுப்பாட்டோடு நடந்து கொள்கிறார்கள் அனைத்து ஜப்பானியர்களும்.

மிகவும் நெருக்கமாக பழகிய நண்பர்கள் ஆணாக இருந்தாலும், பெண்ணாக இருந்தாலும், குழந்தையாக இருந்தாலும், முதியவராக இருந்தாலும் கட்டி அணைத்து வரவேற்பது அமெரிக்கா, இங்கிலாந்து, பிரான்ஸ் ஆகிய நாடுகளில் நடைமுறையில் உள்ள பழக்கமாகும். இந்தியாவில் கூட படித்த மக்களிடத்தில் இதைப் பார்க்க முடிகிறது. ஆனால் ஜப்பானில் அப்படி கட்டித் தழுவுவது இல்லை. உடலால் நெருங்கி ஒருவரை ஒருவர் தொடுவதுகூட பாலியல் சம்பந்தப்பட்டது என்ற ஒரு எண்ணம் அவர்களிடம் இருக்கிறது. ஆனால் இப்போது இந்த நிலை மாறிவருகிறது. மேற்கத்திய கலாச்சாரம் அங்கு மிகுதியாகக் காணப்படுகிறது. கல்லூரிகளிலும், வேலை பார்க்கும் இடங்களிலும் இளைஞர்கள் கட்டித் தழுவுவதைப் பார்க்க முடிகிறது.

அன்பை வெளிப்படுத்த நமது பிள்ளைகளை நாம் உச்சந்தலையில் முத்தமிடுகிறோம். அவர்கள் கைகளைப் பிடித்து ஆதரவு தெரிவிக்கிறோம். கட்டி அணைக்கிறோம். இது ஒரு நல்ல பழக்கம் ஆகும். அப்படி அன்பை வெளிப்படுத்தும் பெற்றோராக இருக்க வேண்டியது அவசியம். குழந்தைகளுக்கும் அதனால் பல நன்மைகள் ஏற்படுகின்றன.

நாம் அவர்களை நேசிக்கிறோம் என்பது அவர்களுக்குத் தெரிகிறது.

அவர்களுக்கு ஒரு பாதுகாப்பு உணர்வு ஏற்படுகிறது.

அவர்கள் தனிமையில் இல்லை என்பது தெரிகிறது.

தாங்களும் மரியாதை மிக்கவர்கள் என்ற நம்பிக்கை குழந்தைகளுக்கு ஏற்படுகிறது.

பெற்றோரின் ஆதரவால் அவர்களுக்கு ஒரு பூரிப்பு ஏற்படுகிறது.

பொது இடத் தூய்மை

அனைத்து ஜப்பானியர்களிடமும் ஒரு அபூர்வமான சுய ஒழுக்கத்தைக் காணமுடிகிறது. அவர்கள் பொது இடத்தில் குப்பைகளைக் கொட்டுவதில்லை. இன்னும் சொல்லப்போனால் டோக்கியோ நகரின் முக்கியத் தெருக்களில் குப்பை போடவேண்டிய குப்பைத் தொட்டிகள் கூட வைக்கப்பட்டிருக்கவில்லை. அவரவர் குப்பைகளை அவரவர் வீட்டிற்கே எடுத்துச் செல்ல வேண்டும் என்ற வகையில்தான் பிரதானச் சாலைகளில் குப்பைத் தொட்டிகள்கூட வைக்காமல் இருக்கிறார்கள். வீடுகளைத் தூய்மையாக வைத்திருப்பதைப் போல அலுவலகங்கள், பொதுக் கழிப்பிடங்களைக்கூட மிகவும் தூய்மையாகவே வைத்துள்ளார்கள்.

உலகில் இதைவிடத் தூய்மையான நாடு உண்டா என்று கேட்கும் அளவிற்குத் தூய்மையாக இருக்கிறது ஜப்பான். நான் தங்கியிருந்த விடுதியில் எங்கேயும் ஓர் ஈ, கொசுவைக் கூடப் பார்க்க முடியவில்லை. அங்கு கொசு மற்றும் ஈ இல்லையா அல்லது அவற்றைக் கட்டுப்படுத்தியுள்ளார்களா என்பது தெரியவில்லை. ஐரோப்பிய நாடுகளில் கூட ஈ மற்றும் கொசுத் தொல்லை முற்றிலுமாக ஒழிக்கப்படவில்லை. ஆனால் இங்கு தங்கும் விடுதிகளில் அவை ஒழிக்கப்பட்டிருக்கிறது என்பது குறிப்பிடத்தக்கது.

சுத்தம் செய்யும் பெண்மணி

விடுதியில் சக்கரம் பொருத்தப்பட்ட ஒரு பெட்டியைத் தள்ளிக் கொண்டு வந்து அறை முன்பாக நின்றார் கிட்டத்தட்ட 70 வயது மதிக்கத் தக்க ஒரு பெண்மணி. காலையில் பல அறைகளைச் சுத்தம் செய்து தனது வருமானத்தைத் தேடிக் கொள்கிறார். செக்யூரிட்டி வேலைகளைக் கூட முதியவர்கள்தான் செய்கிறார்கள். அந்தப் பெண்மணி அறையைச் சுத்தம் செய்வதைக் கவனித்தேன். ஒரு சில நிமிடங்களில் மொத்த வேலையையும் கச்சிதமாகச் செய்து முடித்து அறையை விட்டு

வெளியேறினார். முதலில் அனைத்துத் துணிகளையும் சேகரித்தார். அதை அடுத்து தரையைத் துடைத்தார். தயாராக வைத்திருந்த துணிகளைக் கட்டிலில் விரித்து, பின்னர் ஒரு நிமிடத்தில் ஒரு Vaccuum Cleaner இயந்திரத்தால் தரையைச் சுத்தம் செய்தார். பின்னர் குளியலறையை ஒரே நிமிடத்தில் சுத்தம் செய்து முடித்ததும் நறுமணத் திரவத்தால் அறையில் நறுமணம் ஏற்படுத்திவிட்டு வெளியில் வந்தார். அப்படியே Cleaning Over என்று சொல்லியபடி தள்ளு வண்டியைத் தள்ளியபடி சென்றார். இன்று எத்தனை அறைகள் சுத்தம் செய்வீர்கள் என்று கேட்டேன். 40 அறைகள் என்றார். அறைக்கு நூறு ரூபாய் வீதம் தினசரி 4,000 ரூபாய் சம்பாதிக்கிறார்.

வீட்டில் இருக்கும் பெண்கள் அனைத்து வேலைகளையும் செய்கிறார்கள். தரை சுத்தம் செய்வது, கழிப்பறை சுத்தம் செய்வது, துணி துவைப்பது, பொருள் வாங்குவது என்று அனைத்தையும் செய்கிறார்கள். பெண்களும் வேலைக்குச் செல்வதாக இருந்தால் அனைத்து வேலைகளையும் கணவன், மனைவி இருவரும் சேர்ந்து செய்கிறார்கள். வீட்டு வேலைக்கு என்று ஆட்கள் வைப்பது இல்லை. அப்படி வைத்தால் மிக அதிகமாக சம்பளம் தரவேண்டும். அதாவது ஒருவர் வாங்கும் முழு சம்பளத்தைத் தரவேண்டியது இருக்கும். நம் நாட்டில் ஓரளவுக்கு வசதி வந்துவிட்டாலே கழிப்பறை கழுவ, துணி துவைக்க, பாத்திரம் கழுவுவதற்கு, சமையலுக்கு என்று ஒவ்வொரு வேலைக்கும் தனித்தனி ஆள் வைத்துக் கொள்கிறார்கள். இல்லத்தரசி வேலை செய்யமாட்டார்கள். வீட்டு வேலை இழிவானது என்ற எண்ணம் மக்கள் மனங்களில் ஏற்பட்டுவிட்டது. அவர் உடல் பருமனாவதும் வேலை செய்யாமல் இருப்பதால்தான் என்பதைக் கூட மக்கள் இன்னும் உணர்ந்திடவில்லை.

நமது வீட்டு வேலைகளை நாமே செய்து வழிகாட்ட வேண்டும். அதுவும் முறையாகச் செய்ய வேண்டும். முதலில் எதைச் செய்ய வேண்டும், அதை எப்படிச் செய்ய வேண்டும் என்பதை ஜப்பானியர்கள் நமக்குச் சொல்லித் தருகிறார்கள்.

வாழ்க்கைத் தரம்

ஜப்பானியர்கள்தாம் உலகத்திலேயே அதிக வயது வாழும் மக்கள். இவர்களது சராசரி வாழ்நாள் (Expectation of Life at Birth) 84 ஆண்டுகள் ஆகும். சராசரி வயது ஆண்களுக்கு 80 ஆண்டுகள் என்றும், பெண்களுக்கு 87 ஆண்டுகள் என்றும் உள்ளது. சராசரி வாழ்நாள் வயது ஒரு நாட்டு மக்களின் வாழ்க்கைத் தரத்தினை (Quality of Life) பிரதிபலிக்கும்.

ஒரு குடிமகன் சராசரியாக 84 ஆண்டுகள் வாழ்கிறான் என்றால் பலர், அதற்கு மேலாகவும் வாழ்கிறார்கள் என்று பொருள். சுமார் 60,000 ஜப்பானியர்கள் 100 வயதைக் கடந்து வாழ்ந்து கொண்டிருக்கிறார்கள். பத்து மடங்கு அதிகம் மக்கள் தொகை கொண்ட இந்தியாவில் 100 வயதைத் தாண்டிய 6 லட்சம் முதியோர்கள் வாழ்ந்திருக்க வேண்டும், ஆனால் 20,000 பேர் மட்டுமே வாழ்ந்து கொண்டிருக்கிறார்கள். சத்தான உணவு, சுகாதாரம், மருத்துவ வசதி, பாதுகாப்பு, மனநிறைவு மற்றும் தரமான கல்வி, உடல்நலம் பற்றிய அக்கறை ஜப்பானில் உள்ளது என்பதைத்தான் இந்த அதிக சராசரி வயது காட்டுகிறது.

ஜப்பானில் 60 வயதுக்கு மேற்பட்ட முதியவர்கள் மொத்த மக்கள் தொகையில் 20 சதவிகிதம் இருக்கின்றனர். இளைஞர்கள் குறைவாகவே உள்ளனர். திருமண வயது அதிகமாக உள்ளது. குழந்தைகளைக் காலதாமதமாகவே பெறுகிறார்கள். ஒரு பெண் ஒரே ஒரு குழந்தையுடன் நிறுத்திக் கொள்கிறாள். நம் நாட்டிலும் இந்தப் பழக்கம் வந்துள்ளது மிகவும் வரவேற்கத்தக்கது.

இந்தியர்கள் சராசரியாக 66 ஆண்டுகள் வாழ்கிறார்கள். ஆண்கள் 64 ஆண்டுகள், பெண்கள் 68 ஆண்டுகள் என்கிறபோது நமது வாழ்க்கைத் தரம் இன்னும் உயர வேண்டியுள்ளது என்பது புரியும். நல்ல காற்று, நல்ல உணவு, குடிதண்ணீர், நல்ல சுகாதாரம், நல்ல மருத்துவ வசதி, நல்ல உடற்பயிற்சி, அறிவியல் மனப்பான்மை, பகுத்தறிவு சிந்தனை, நல்ல பாதுகாப்பு ஆகியவை நமக்குத் தேவைப்படுகிறது. பொருளாதாரப் பாதுகாப்பு பலருக்கும் இல்லை என்பது பெரிய குறைபாடு.

ஏன் நமது வாழ்க்கைத்தரம் இப்படி குறைந்துவிட்டது என்று ஆராயவேண்டிய கட்டாயத்தில் இருக்கிறோம். அதற்குக் காரணங்கள் எவை என எனக்குத் தென்பட்டவற்றைத் தெரிவிக்கிறேன்.

ஏழ்மை : ஏழையாக இருப்பவர்களுக்கு உணவு இல்லை, குறிப்பாக புரதச்சத்து உணவு இல்லை. எனவே உடல் வளர்ச்சியில்லாமல் போகிறது. எளிதில் மரணம் ஏற்படுகிறது. ஊட்டச்சத்து கிடைக்காமலே குழந்தைகள் ஒரு வயதை எட்டும் முன் இறந்து விடுகிறார்கள். குவாஷியர்கள், மராஸ்மாஸ் போன்ற புரதச்சத்து குறைபாட்டு நோய்கள் கூட நம்மிடம் மலிந்துள்ளன. ஒவ்வொரு ஆண்டும் ஐந்து வயதிற்குட்பட்ட 18 லட்சம் இந்தியக் குழந்தைகள் இறக்கிறார்கள். வேறெந்த நாட்டிலும் இந்த அவலம் இல்லை.

சுற்றுச்சூழல் : நல்ல தரமான காற்று இல்லை, சுத்தமான தண்ணீர் கிடைப்பதில்லை. எனவே வயிறு சம்பந்தப்பட்ட நோய்கள் ஏற்படுகின்றன. இதனால் முன்கூட்டியே மரணம் ஏற்படுகிறது. திறந்தவெளியில் மலம் கழிப்பதால் நோய்க்கிருமிகள் உடலில் புகுந்து கொடிய நோய்களை ஏற்படுத்துகின்றன.

மருத்துவ வசதி : போதுமான விஞ்ஞான மருத்துவர்கள் இல்லை. நவீன ஆங்கில மருத்துவ முறையில் (இது மட்டும்தான் விஞ்ஞான மருத்துவம்) செலவு மிகவும் அதிகம் என்பதால் ஏழைகளுக்கு ஏணி வைத்தாலும் எட்ட முடியாததாக உள்ளது. அரசு மருத்துவமனைகளில் போதிய வசதிகளும், மருந்துகளும் இல்லை. விஞ்ஞான மருத்துவம் படிக்காதவர்கள்கூட மருத்துவர்கள் போல் பரிந்துரை செய்கிறார்கள். அதையும் மக்கள் ஏற்றுக்கொள்கிறார்கள். விஞ்ஞானம் இல்லாத (நம்பிக்கை) மருத்துவர்களை மக்கள் போற்றி வளர்க்கிறார்கள். எனவே மக்களை அவர்கள் தொடர்ந்து ஏமாற்றி வருகிறார்கள். இவர்கள் எல்லாம் போலி மருத்துவர்கள் என்று கூட மக்களுக்குத் தெரியவில்லை!

மூடநம்பிக்கை : தவறான நம்பிக்கை முறைகளில் பணச் செலவு செய்கிறார்கள். விஞ்ஞானம் தெரியாத மருத்துவர்களை, நாடிச் சென்று நோய்களைக் காசு கொடுத்து வாங்குகிறார்கள். மூட நம்பிக்கைகளில் நேரத்தையும் பணத்தையும் சக்தியையும் வீணடிக்கிறார்கள்.

எண்ணற்ற திருவிழாக்கள் : ஆண்டில் பல நாட்கள் திருவிழாக்கள், பண்டிகைகள், புனிதப் பயணம் என்று வீணடிக்கிறோம். இதனால் வேலை செய்யும் நேரமும் குறைகிறது. செய்யும் வேலையின் தரமும் குறைகிறது.

நீண்டநாள் வாழ்க்கை

நீண்ட நாள் வாழ்வதில் ஜப்பானியர்களுக்கு உலகில் முதலிடம்; நாம் 139ஆவது இடத்தில் இருக்கிறோம். ஒரு நாட்டில் வயது முதிர்ந்தவர்கள் அதிகமாக இருந்தால் அது அந்நாட்டுக்கு ஒரு பாரமாகக்கூட இருக்கும். ஆனால் ஜப்பானில் முதியவர்கள் தொடர்ந்து ஏதாவது ஒரு பணியில் ஈடுபட்டு பொருள் ஈட்டுகிறார்கள். தங்களது தேவைக்கு மற்றவர்களைச் சார்ந்து இருப்பதில்லை. உயிருள்ளவரை சுதந்திரமாகவே செயல்படுகிறார்கள். அவர்களது மன தைரியத்திற்கும் சுயமரியாதைக்கும் இதுவே சான்று. எனவே இவர்கள் தங்களது குடும்பத்திற்கும் நாட்டிற்கும் ஒரு பாரமாகவே இருப்பதில்லை.

ஜப்பானில் முதியவர்கள் காலையிலும், மாலையிலும் நடைப்பயிற்சி செய்கிறார்கள். இரயில்களில் தனியாகவே பிரயாணம் செய்கிறார்கள். மற்றவர்களின் உதவியை அவர்கள் விரும்புவதே இல்லை. கூடவே பேரன்களையோ, பேத்திகளையோ துணைக்கு அழைத்துச் செல்வதில்லை.

ஒரு பேருந்தில் சுமார் 80 வயது மதிக்கத்தக்க ஒரு பெண் ஏறியதும் நான் எனது இருக்கையை விட்டு எழுந்து அவர் உட்கார இடம் கொடுத்தேன். ஆனால் அப்பெண்மணி உட்கார மறுத்துவிட்டு நின்று கொண்டிருந்தார். நான் மீண்டும் இருக்கையில் அமர்ந்து கொண்டேன். வயதான அனைவரும் இப்படியே சுறுசுறுப்புடனும், ஏதாவது ஆதாயம் தரும் தொழிலில் தங்களை ஈடுபடுத்திக் கொண்டும் உள்ளார்கள் என்று தோன்றுகிறது.

ஜப்பான் நாட்டில் பல ஆண்டுகள் பணியாற்றிய ஒருவர் கூறும் போது, பஸ் பயணத்தில் முதியவர்களுக்கு, இருக்கை தர முன்வந்தால் அதை அவர்கள் அவமரியாதையாகவே கருதுகிறார்கள் என்றார்.

ஆனால் நம்மூரில் 58 வயது வந்துவிட்டாலே அவர்களால் நடக்க முடியாது, உட்கார முடியாது என்று புகார் கூறுவார்கள். மகனும், மகளும் சுற்றியிருந்து பணிவிடை செய்ய வேண்டும். அருகிலேயே இருக்க வேண்டும் என்றும் கேட்டுக் கொள்கிறார்கள். பிள்ளைகள் பெரு நகரங்களில் இருந்தால் எப்படியாவது இடமாற்றம் வாங்கி ஊருக்கு வந்துவிட வற்புறுத்துவார்கள். அதற்காக யாரிடமாவது சிபாரிசு செய்ய முடியுமா என்று அலைபவர்களும் உண்டு. பிள்ளைகள் வேலை நிமித்தமாக பட்டணத்திற்குச் சென்றுவிட்டால் சில பெற்றோர்கள் அவர்களுடன் சென்று தங்கி விட மாட்டார்கள். இதை நாம் குறைகூற முடியாது. ஆனால் இந்த நிர்ப்பந்தத்தினால் பிள்ளைகள் சில வேளைகளில் Emotional Blackmailக்கு ஆளாவார்கள். இப்படியிருந்தால் தங்களுடைய பணிகளை அவர்கள் எப்படிக் கவனிக்க முடியும்? அவர்களும் எப்படியாவது பணிமாற்றம் பெற்று சொந்த ஊருக்கு வருகிறார்கள். பெற்றோரைக் கவனிக்கவே அதிக நேரம் செலவழிக்கிறார்கள், அலுவலகத்திற்குச் செலவிடுவது இல்லை. அலுவலகப் பணிகள் சிறக்கவில்லை என்றால் ஒரு நாட்டின் பொருளாதாரம் எப்படி வளரும்?

வெளிநாடுகளில் உள்ள சில பிள்ளைகள் தங்கள் பெற்றோர்களைக் கவனிக்க வேண்டும் என்பதற்காக அதிக வருமானம் உள்ள அவர்களது பணிகளை விட்டுவிட்டு சொந்த ஊருக்கு வந்து விடுகிறார்கள். இதனால்

அவர்களின் பிரகாசமான எதிர்காலம் பாதிக்கப்படுகிறது. நம் நாட்டின் அன்னிய செலாவணி வருமானமும் குறைகிறது. இவை அனைத்தும் வயதானவர்கள் தங்களைத் தாங்களே முடக்கிக் கொண்டு மற்றவர்களைச் சார்ந்து இருக்க ஆரம்பித்து விடுவதால்தான் என்பது தெளிவாகத் தெரிகிறது. இந்நிலை மாறவேண்டும். மிகவும் முடியாத பட்சத்தில் அல்லாமல் நாம் நம்மைக் கவனிக்க மற்றவர்களைப் பணிக்கக்கூடாது. இந்தப் பாடத்தை ஜப்பானியர்களிடமிருந்து கற்றுக் கொள்ள வேண்டும்.

வெளிநாட்டில் வாழும் பிள்ளைகள் நம் நாட்டில் வாழும் பெற்றோர்களை முதியோர் இல்லத்திற்கு அனுப்பி கவனிக்கிறார்கள். இங்கு எல்லா வசதிகளும் உண்டு. தினமும் பிள்ளைகளுடன் காணொளிக் காட்சியில் உரையாடலாம். ஆனால் அது இன்று விமர்சனம் செய்யப்படுகிறது. அது ஏன் என்பது புரியவில்லை. முதியோர் இல்லங்களில் முதியோர்கள் மகிழ்ச்சியாகவும், அறிவுப்பூர்வமாகவும் வேலை செய்துகொண்டு பலதரப்பட்ட மக்களுடன் பழகி வாழலாம். மருத்துவ வசதியும் உண்டு. இங்கு பல லட்சம் மக்களுக்கும் வேலை வாய்ப்பு கிடைக்கும். பிள்ளைகள் ஊருக்கு வரும்போது பெற்றோரைப் பார்க்கலாம். அதுவரை நிம்மதியாக வெளிநாடுகளில் வேலை செய்யலாம்.

ஜப்பானியர் நகா பயசீ என்பவர் இளமையாகத் தெரிந்தார். மிகச்சில நாட்களே நகா பயசீ வீட்டில் சமையல். பெரும்பாலும் மனைவியுடன் ஓட்டலுக்குச் சென்று சாப்பிட்டு விடுகிறார். மற்ற நாட்களில் இவரது மனைவி சமையல் செய்கிறார். சமையல் தவிர்த்து, வீட்டு வேலைகளை மனைவியுடன் பகிர்ந்து கொள்கிறார் இவர். வயது முதிர்ந்த நபர்கள் விடுதிகளுக்குச் சென்று சாப்பிடுவது மிகவும் சாதாரணமான பழக்கமாக இன்று உள்ளது.

உங்களது இளமையின் இரகசியம் என்ன என்று கேட்டேன். Always Keeping Positive Attitude, Healthy Body and Healthy Mind என்று சொன்னவர் தனது மனைவியுடன் தினமும் நடைப்பயிற்சி செய்வதும், மலை ஏறுவதும், படம் வரைவதும், கவிதை எழுதுவதும் தனது பொழுது போக்கு என்று சொல்கிறார். இப்படி நாள் முழுவதும் பிசியாக இருப்பதால் கவலைப்பட நேரமில்லை என்கிறார் நகா பயாசீ என்ற 70 வயது முதியவர். இவர் இளமையாகவே தோற்றமளிக்கிறார், சுறுசுறுப்பாகவும் இயங்குகிறார்.

உதவும் மனப்பான்மை

ஜப்பானியர்கள் அவர்களாகவே முன்வந்து ''ஹலோ'' சொல்வதில்லை. ஆனால் உதவி என்று கேட்டுவிட்டால் மனமுவந்து மிகச் சிரத்தையுடன் உதவுகிறார்கள். அந்த வேலை முழுவதுமாக முடியும்வரை கூடவே இருக்கிறார்கள்.

இதாபாசி இரயில் நிலையத்தில், டோக்கியோ செல்ல எத்தனை யென்னுக்கு டிக்கெட் எடுக்க வேண்டும் என்று தெரிந்துகொள்ள ஒரு தகவல் பலகையைப் பார்த்தேன். படத்துடன் கூடிய தகவல் பலகை. ஆனால் தகவல்கள் ஜப்பான் மொழியில் மட்டுமே இருந்தன. மற்ற பல இடங்களில் தகவல் பலகை ஆங்கிலத்திலும் இருக்கும். ஆனால் இங்கு அப்படி இல்லை. அருகிலிருந்த ஒருவரைக் கேட்டேன். நான் ஆங்கிலத்தில் ஒரு தாளில் எழுதிக் காட்டியதைப் புரிந்துகொண்டு 190 யென் டிக்கெட் எடுத்து ஜின்சா லைனில் ஏறச் சொன்னார். சொன்னதோடு மட்டுமில்லாமல், பிளாட்பாரம் வரை அவரே வந்து வழியனுப்பி வைத்தார்.

இன்னொரு முறை, டிக்கட் கேட்டேன். அமைதியாக டிக்கெட்டை எழுதிக் கொடுத்தார். வாங்கிப் பார்த்தேன், ஜப்பான் மொழியில் எழுதப் பட்டிருந்த இரயிலின் பெயர் எனக்குத் தெரியவில்லை. ஓர் இளைஞன், அவருக்கு ஆங்கிலம் தெரிந்திருக்கும் என்ற நம்பிக்கையில் டிக்கெட்டை நீட்டி ''இரயிலின் பெயரைப் படித்துச் சொல்ல முடியுமா?'' என்றேன். அவர் நாசோமி - 27 என்றார். சிரித்த முகத்துடன் மிகவும் விருப்பப்பட்டு உதவினார். ஒரு அந்நியரிடம் மரியாதையாக நடக்கும் பழக்கவழக்கத்தை ஐரோப்பியர்களிடம் இருந்து கற்றிருப்பார்கள் என்று நாம் நினைக்கத் தோன்றும். ஆனால் ஜப்பானியர்கள் 2000 ஆண்டுகளுக்கு முன்பிருந்தே அதுபோன்ற பண்பாடு உள்ளவர்களாகத்தான் இருந்திருக்கிறார்கள். பெரும்பாலும் எல்லா ஜப்பானியர்களிடமும் இந்த பண்பட்ட உதவும் செயலை நாம் எதிர்பார்க்கலாம்.

புகை பிடிக்கும் பழக்கம்

நாசோமி - 27 இரயில் புறப்படும் நேரம் 12.13 என்று அறிவிப்புப் பலகையில் கண்டேன். இன்னும் 20 நிமிடங்கள் இருந்தன, காத்திருந்தேன். ஒரு ஓரத்தில் சிலர் கூட்டமாக நின்று கொண்டிருந்தனர். அருகில் சென்று பார்த்தேன். Smoking Zone என்ற அறிவிப்புப் பலகை அங்கே இருந்தது. பெண்களும், ஆண்களும் புகைவிட்டுக் கொண்டிருந்தனர். பிளாட்பாரத்தில் அது புகைபிடிக்க அனுமதிக்கப்பட்ட இடம்.

புகைபிடிக்க விரும்புபவர்கள் பிளாட்பாரத்தில் வேறு எங்கும் புகைபிடிக்கக் கூடாது. புகைப்பிடிக்க ஒரு இடம், அதுவும் பெரும்பாலும் ஒரு மூலையில்தான் இருக்கும். அங்கு சென்று அமைதியாக புகைபிடித்துக் கொள்கிறார்கள்.

ஆனால் நம்மூரில் அப்படி இல்லையே. எங்கு வேண்டுமானாலும் புகை பிடிக்கிறார்கள். அதனால் மற்றவர்களுக்குச் சிரமம் ஏற்படுமே, Passive Smoking என்ற வகையில் சிகரெட் பற்ற வைக்காமலே அப்பாவிகள் புகைப்பார்களே என்று கவலைப்படுவது இல்லை. ஊதித் தள்ளுகிறார்கள். இந்திய விமானத்தில்கூட புகைபிடிக்கக்கூடாது என்று அறிக்கை விடுகிறார்கள். கழிவறைக்குச் சென்று புகைக்காமல் இருக்க அங்கு Smoke Detector வைத்திருக்கிறார்கள். அந்த அளவுக்கு விமானத்தில் புகைத்து விடுவார்களோ என்ற பயம். அதையும் மீறி புகைக்க வாய்ப்பு உண்டு. நாட்டின் விமானப் போக்குவரத்திற்குப் பொறுப்பேற்றிருக்கும் ஒருவரே தான் ஒரு செயின் ஸ்மோக்கர் என்றும் விமானப் பயணத்தின் போது நெருப்புப் பெட்டி எடுத்துச் செல்வதாகவும் கூறியது ஒரு மிகப்பெரிய சர்ச்சையை ஏற்படுத்தியது. விமானப் போக்குவரத்து உயர் பொறுப்பு வகிப்பவர் என்ற முறையில் விமான நிலையத்தில் உள்ள பாதுகாப்பு போலீஸார் அவரைச் சோதனையிடுவதில்லை.

புகைப்பது மட்டும் இல்லை, புகைத்தபின் அந்த சிகரெட் துண்டை அங்கேயே போட்டுவிடுவதும் பழக்கமாகவே நம்மவர்களிடம் இருந்து வருகிறது. வீடுகளில்கூட சாப்பிட்டு மென்ற மிச்சத்தை அங்கேயே துப்பி விடுகிறார்கள். இல்லத்தரசிகள் அதையெல்லாம் பின்னர் கூட்டிப் பெருக்க வேண்டும். இதனால் வீடுகளில் துர்நாற்றம் வீசும். சுத்தமில்லாத தன்மை ஒரு கலாச்சாரமாகவே இருக்கும் இந்த நாட்டில் சிகரெட் பிடித்தவர்கள் மீதமுள்ள துண்டைக் குப்பைத் தொட்டியில்தான் போடுவார்கள் என்று எப்படி எதிர்பார்ப்பது ?

இரயில் நிலையத்திலும், பஸ் நிலையத்திலும்'புகைப்பவர் பகுதி' ஒன்று இருப்பதால் புகைத்தபின் இருக்கும் சிகரெட் துண்டைக் குப்பைத் தொட்டியில் போட்டு விடுகிறார்கள்.

இரயிலில்கூட முதல் மூன்று பெட்டிகளில் மூன்றாவது பெட்டி புகைப்பவர்களுக்கான பெட்டி ஆகும். மற்ற ஏழு பெட்டிகளில் ஒன்பதாவது மற்றும் பத்தாவது பெட்டிகள் புகைபிடிப்பவர்களுக்கான பெட்டிகள். பிற பெட்டிகளில் புகைபிடிப்பது முற்றிலும் தடைசெய்யப் பட்டிருக்கிறது.

புகை பிடிக்க அனுமதிக்கப்பட்ட இரயில் பெட்டி

புகைபிடிக்கும் பழக்கம் ஜப்பானியர்களிடம் பரவலாக உள்ளது என்பதும், ஆண்களுக்குச் சமமாக பெண்களும் புகைபிடிக்கிறார்கள் என்பதும் உண்மை. 'புகை பிடிப்பவர்களின் சொர்க்கம்' என்றுகூட ஒரு காலத்தில் ஜப்பானை அழைத்தார்கள். உலக சுகாதாரக் கழகம் தந்த அறிக்கையின்படி ஜப்பானிய மக்கள் தொகையில் வயது வந்தவர்களில் 49 சதவிகிதத்தினர் புகைபிடிக்கும் பழக்கம் உள்ளவர்கள். அதில் பெண்கள் 13 சதவிகிதத்தினர் என்பது குறிப்பிடத்தக்கது.

2002 ஆம் ஆண்டு ஜப்பானியர்கள் 31200 கோடி சிகரெட்டுகளைப் பயன்படுத்தியிருப்பதாக ஒரு புள்ளிவிவரம் கூறுகிறது.

புகை பிடிப்பதில் இந்தியர்கள் சளைத்தவர்கள் அல்லர். இந்தியாவில் 12 கோடி மக்கள் புகை பிடிப்பவர்கள் என்றும், உலகில் புகைபிடிப்பவர்களில் 12 சதவீதம் இந்தியர்கள் என்றும், ஒவ்வொரு ஆண்டும் 9 லட்சம் இந்தியர்கள் புகை பிடிப்பதால் இறந்து போகிறார்கள் என்றும் உலக சுகாதார நிறுவனம் (WHO) கூறுகிறது. ஆண்டுக்கு 13860 கோடி சிகரெட்கள் இந்தியாவில் விற்பனையாகிறது, ஒரே ஒரு சிகரெட்டை மட்டும் வாங்கி புகைக்கின்றனர் முக்கால்வாசி புகைப் பிரியர்கள். முழு பாக்கட் வாங்க பணம் இல்லை.

சமீப காலங்களில் புகை பிடிக்கும் பழக்கம் ஜப்பானில் குறைந்துள்ளது என்று ஒரு ஆய்வறிக்கை கூறுகிறது. புகை தடுப்பு திட்டங்களை அரசு அக்கறையுடன் நடைமுறைப்படுத்துவதும் இதற்கு ஒரு காரணமாக கூறப்படுகிறது. ஜப்பான் எடுத்த நடவடிக்கையைப் போல புகைப் பழக்கத்தை நாமும் குறைக்கலாம். மீறி புகைத்துத்தான் ஆகவேண்டும் என்பவர்களுக்குத் தனியான இடம் ஒதுக்கித் தரலாம். புகைப்பவர்களும் அங்கு மட்டுமே புகைத்து மகிழலாம். பொது இடங்களில் புகைப்பதைத் தவிர்க்க வேண்டும், கண்டிப்பாக தடுக்கப்பட வேண்டும்.

உணவு

டோக்கியோ நகர் உலகின் மிகப்பெரிய நகர் என்று கருதப் படுகிறது. 2,189 ச.கி.மீ. பரப்பளவு உள்ள இந்த நகரில் 1.3 கோடி மக்கள் வாழ்கிறார்கள். இங்கே உலகின் அனைத்து உணவு வகைகளும் கிடைக்கும். என்றாலும் ஜப்பானிய விடுதிகளில் அவர்களின் வழக்கமான உணவுதான் பரிமாறப்படுகிறது.

புத்தமத செல்வாக்கினால் ஆரம்ப காலங்களில் மாமிசம் உண்ணாத ஜப்பானியர், பல நூற்றாண்டுகளாக மாமிச வகைகளை உண்ணுபவர்களாக இருந்து வருகிறார்கள். இது அவர்களுக்குத் தேவையான புரதம் கிடைக்க வேண்டும் என்பதற்காக இருக்கலாம்.

டோக்கியோ நகரில் ஷி பு யா (SHI BU YA) என்ற பகுதி இரவு நேரங்களில் மின்விளக்கினால் ஒளிரும் பகுதியாகும். இதுதான் பெரிய கட்டடங்கள் அடங்கிய மையப்பகுதி (சென்னை தி.நகர் போல). இங்கு இரவு உணவு விடுதிகளில் அதிக மக்கள் வந்து உணவருந்துகிறார்கள். உலகிலுள்ள அனைத்து வகையான உணவு விடுதிகளும் இங்கு உண்டு. அங்கு மீன் வகை உணவை விரும்பி உண்கிறார்கள்.

சாதம், மீன் மற்றும் காய்கறி மட்டுமே இந்த உணவில் இருக்கிறது. இங்கு நாம் பார்ப்பது வேகவைத்த மீன், எண்ணெயில் வறுத்த மீன் அல்ல. இவ்வுணவு வகை மிகவும் ஆரோக்கியமானது என்பதில் ஐயமில்லை. உணவு கூட குறைந்த அளவுதான் உண்கிறார்கள் என்பதையும் கவனித்தேன்.

ஜப்பானிய சாப்பாடு என்பது வேகவைத்த அரிசிச் சோறு, (கேகன்) அதோடு ஒன்று அல்லது இரண்டு கூட்டு வகைகள் (ஒகாசு) இதோடு சேர்த்து ஒரு தெளிவான சூப் மற்றும் ஊறுகாய் (சுக்கி மேமோ) நம்மூரில் வைப்பது போல கறி அல்லது பொரியல்கள் மொத்தமாக ஒரு

பாத்திரத்தில் வைத்து அதிலிருந்து தேவைக்கேற்ப எடுப்பது இல்லை! ஒவ்வொரு கூட்டு, பொரியல் வகைகளும் தனித்தனியாக ஒவ்வொரு தட்டுகளில் அல்லது கோப்பைகளில் வைத்து வழங்குகிறார்கள்.

அந்தந்த பருவகாலங்களில் கிடைக்கும் பழ வகைகள், காய்கறிகள் அல்லது மீன் வகைகளுக்கு முக்கியத்துவம் தந்து உணவுகளைத் தயாரித்து வழங்குகிறார்கள்.

பரிமாறப்பட்ட மதிய உணவு

புத்த மதம் வருவதற்கு முன்னரும் கூட நான்கு கால் பிராணிகளைப் (ஆட்டுக்கறி, மாட்டுக்கறி, பன்றி இறைச்சி ஆகியவற்றை) புசிப்பது தவறாகக் கருதப்பட்டது. ஆனால் ஜப்பான் நாடு கடல் சூழ்ந்து இருப்பதால் மீன் வகைகளை அதிகமாக உணவில் சேர்த்துள்ளனர். பால் உபயோகம் கூட மிகவும் குறைவு. எண்ணெய், நெய் போன்றவற்றின் பயன்பாடும் மிகக் குறைவு. அரிசி, கடல் புல் (Sea Weed) சோயா போன்றவைகளைப் பெருமளவில் பயன்படுத்துகிறார்கள். இதில் சோயா பீன்ஸை எல்லோரும் எல்லா வகையான உணவிலும் கலந்து சாப்பிடுகிறார்கள்.

சமையல் எண்ணெய் பயன்பாடு மிகக் குறைவு. ஆனால் போர்ச்சுக்கீசியர்கள் வந்தபிறகு உணவை எண்ணெயில் பொரித்து உண்ணும் பழக்கம் ஏற்பட்டிருக்கிறது. டெம்புரா, அபுராகா, சத்ஸமாகே போன்ற இன்றைய உணவு வகைகள் எண்ணெயில் பொரிக்கப்படுபவை.

தயாரிக்கின்ற உணவுகளைப் பதப்படுத்தி வைப்பதற்கு உப்பு, சோயா சாஸ், சர்க்கரை, வினிகர், சாகே பிசின் போன்றவற்றை பயன்படுத்துகிறார்கள். நறுமணமூட்ட இஞ்சி, குறுமிளகு, வாசனை மூலிகைகள் பயன்படுத்துகிறார்கள்.

ஜப்பானியர்கள் உணவை அளந்து சாப்பிடுகிறார்கள். காலை உணவாக இருந்தாலும், மதிய உணவாக இருந்தாலும் சின்னப் பொட்டலம் ஒன்றை வாங்கி வசதியான இடத்தில் அமர்ந்து சாப்பிடுகிறார்கள். உடல் பருமன் இல்லாமல் இவர்கள் இருப்பதற்கு இதுதான் காரணம் என்று தோன்றுகிறது. என்னோடு ஒசாகா வந்த இந்திய அணியின் மருத்துவர் பவன் என்பவரிடம் ஜப்பானியர்கள் நாம் உண்பதைவிட குறைவாகவே உண்ணுகிறார்கள் என்று சொன்னபோது, அவர் சொன்ன பதில் என்னைச் சிந்திக்க வைத்தது. ''நம் நாட்டு மக்கள் சாப்பிட்டு மீதி வைக்கும் உணவின் அளவுதான் ஜப்பானியர்கள் சாப்பிடுகிறார்கள்'' என்றார் அவர். வேடிக்கையாக இருந்தாலும் உண்மையாகவே இருக்கிறது.

ஜப்பானில் மிகப் பிரபலமான உணவு சுஷி (Suzei). இது வேக வைக்காத மீன், கொஞ்சம் சோறு அல்லது சோயா உடன் சேர்த்து சாப்பிட்டால் அது சூசி. தனியாக பச்சை மீனாகச் சாப்பிட்டால் அது ஷாசிமி (Sashimi). இவ்வுணவு கடந்த 30 ஆண்டுகளாக அமெரிக்காவிலும் பிரபலமாக உள்ளது. ஆச்சரியமாக இருக்கிறதா? ஆச்சரியம்தான், ஆனால் உண்மை. ஒருமுறை சூசி உணவைச் சாப்பிட வேண்டுமென்பது எனது ஆர்வம். ஆனால் அதைச் சாப்பிட்டால் நோய் தொற்றிக் கொள்ளுமோ என்ற அச்சம். எனக்கு அதன் வாசனை பிடிக்காமல் போகலாம் என்று சந்தேகம். தைரியத்தை வரவழைத்துக் கொண்டு ஒருமுறை சூசி உணவகத்திற்குச் சென்றேன்.

அறையின் நடுவில் விற்பனையாளர்கள். அவர்களைச் சுற்றி நீள் வட்ட வடிவில் மேஜை. மேஜையைச் சுற்றி வாடிக்கையாளர்கள். முதலில் ஜப்பானிஸ் கிரீன் டீ. மேஜை நகர்ந்து செல்கிறது. தட்டுகளில் விதவிதமான சூசி உணவு வைக்கிறார்கள். நமக்குப் பிடித்த தட்டைத் தேர்ந்தெடுக்கலாம். பைப் ஒன்றைத் திறந்தால் ஜப்பானின் பச்சைத் தேயிலை. முதலில் பச்சைக் கலர் தேநீரைக் குடித்தேன். பின்னர் சோறும் அதில் வைக்கப்பட்ட வேக வைக்காத சால்மன் (Salman) வகை மீன் எடுத்துக் கொண்டேன். இதை சூசி எனலாம். சாப்பிட்டேன். வயிற்றைக் குமட்டியது, சமாளித்துக் கொண்டேன். அருகே ஒரு புட்டியில் ஏதோ இருந்தது. எடுத்துச் சுவைத்துப் பார்த்தேன். இஞ்சி, அதுவும் நல்ல காரமான இஞ்சி. அதையே எடுத்து மீண்டும் மீண்டும் சாப்பிட்டேன். ஒருவழியாக சரியாகிவிட்டது. இதுதான் எனது முதல் மற்றும் கடைசி 'சூசி' உணவாக இருக்கும். ஒன்று சொன்னால் நம்புவீர்களா? பன்றி மாமிசம் மற்றும் மாட்டிறைச்சி கூட இப்போது சூசி உணவாக உட்கொள்ளப் படுகிறது. இன்னும் உண்மை என்னவென்றால் சூசி உணவை மிகவும் பிரியமாகச் சாப்பிடுகிறார்கள். இந்த உணவை உலகின் பல நகரங்களில் விற்பனை செய்கிறார்கள். சென்னையிலும் இது வந்துவிட்டது.

ஆனால் பச்சை மாமிசம் தூய்மையாக இருக்குமா நோய்க்கிருமிகள் இல்லாமல் இருக்குமா என்ற சந்தேகம் இருந்தது. மீன்களைப் பிடித்த உடனேயே உயிருடன் கொண்டுவந்து அப்படியே அறுத்துப் பரிமாறுகிறார். மீன் இறந்துவிட்டால் -20 டிகிரி செல்சியஸ் வெப்பநிலையில் உறைய வைத்து அதன்மூலம் நோய்க்கிருமிகளை (இருந்தால்) கொன்றுவிட்டுப் பின்னர் பரிமாறுகிறார்கள். சூசி உணவைச் சாப்பிட்டதால் எனக்கு எந்த ஜீரணக் கோளாறும் ஏற்படவில்லை. பச்சை மீன்களையும், மாமிசத்தையும் சாப்பிடுவது நாகரிகமானதா அல்லது விஞ்ஞானபூர்வமானதா என்ற விவாதத்திற்குப் போகாமல் மாமிசத்தை - அதுவும் எளிதில் கெட்டு விடும் மீன்களை - வேகவைக்காமல் அவர்களால் உணவாக்கி பரிமாற முடிகிறது என்று நினைத்து ஆச்சரியப்படாமல் இருக்கமுடியவில்லை. நம்மூர் உணவகங்களில் வேகவைத்த மீனை உண்டாலே வயிற்றுக் கோளாறு ஏற்படுகிறது. உணவைக் கையாள்வதில் எவ்வளவு சுகாதாரக் கேடு நம்மிடம் உள்ளது என்பதை உணரமுடியும்.

உணவகங்களில் தரப்படும் சாப் ஸ்டிக் ஒருமுறை பயன்படுத்துபவை ஆகும். யூஸ் அண்ட் த்ரோ ரகம். இங்கு இன்னொருவர் பயன்படுத்திய குச்சிகளை நாம் பயன்படுத்த வேண்டிய அவசியமில்லை, அவரது நோயும் நமக்கு வராது. ஆனால் வீடுகளில் அவரவர்களுக்கு என்றே தனித்தனியாக ஒரு ஜோடி சாப் ஸ்டிக் வைத்துள்ளார்கள். உணவு உண்ட பின்பு அவற்றைச் சுத்தப்படுத்தி பாதுகாத்துக் கொள்கிறார்கள். சாப் ஸ்டிக் முறை கிட்டத்தட்ட ஐரோப்பியர்கள் ஸ்பூன் மற்றும் போர்க் பயன்படுத்தி உண்ணுவதைப் போன்றதாகும். கையால் உணவை எடுத்து உண்ணுவதால் கையிலிருக்கும் காளான், பாக்டீரியா, வைரஸ் போன்ற நோய்க்கிருமிகள் உணவோடு வயிற்றுக்குள் போய் விடுவதால் அது ஒரு சுகாதார முறை அல்ல என்றே கூறலாம். எவ்வளவுதான் கை சுத்தமாக இருக்கும் என்று கருதினாலும் அதில் பாக்டீரியா இருக்க வாய்ப்பு நிறைய உண்டு. நம் நாட்டு மக்களும் மற்றவர்களும் உணவு பரிமாறும்போது கையால் அள்ளிப் பரிமாறுவது நல்லது இல்லை, அதை ஒரு சுகாதாரக் கேடு என்றே கூறலாம். ஜப்பானியர்கள் உடல்நலத்தோடு பல காலம் வாழ்வதற்கு இதுவும் ஒரு காரணமாக இருக்கிறது.

நவீன உணவு

அண்மைக் காலத்தில் ஜப்பானியர்கள் அமெரிக்க உணவுப் பிரியர்களாகி விட்டனர். ஜப்பானில் மட்டும் 354 டாமினோஸ் Pizza உணவகங்கள் இன்று இருக்கின்றன. அமெரிக்கா நாட்டின் கெண்டகி

நகரினை மையமாகக் கொண்டு இயங்கும் உலகின் இரண்டாவது மிகப்பெரிய உணவகமான KFC தங்களின் 1,538 கடைகளை ஜப்பானில் திறந்துள்ளனர். ஜப்பானிய இளைஞர்கள் சர்வதேச உணவுகளை விரும்புகின்றார்கள். அந்த வகையில் நமது நாட்டு இளைஞர்களும் சர்வதேச உணவான பிஸ்ஸா, பர்கர், சாண்ட்விச், பாஸ்தா உணவுகளை விரும்பி உண்பதால், உலகளாவிய நவீன இளைஞர்கள் ஒரே மாதிரியான உணவுப் பழக்கம் உடையவர்கள் என்பது தெரிகிறது. இவர்கள் உலகக் குடிமக்களாவதற்கு ஒரே வகையான உணவை உண்பதும் ஒரு காரணம்.

விருந்தோம்பல்

ஜப்பானியர்கள் தங்கள் வீட்டிற்கு எவரையும் எளிதில் அழைப்பது கிடையாது. அவர்களின் வீடு மிகவும் சிறியதாக இருப்பதாலும், விருந்தினரை அமரவைப்பது சிரமம் என்பதாலும் தவிர்த்து விடுகிறார்கள். மேலும் அதிக அளவில் உணவு விடுதிகள் உள்ளதால் அங்கேயே அழைத்துச் செல்கிறார்கள்.

உணவு உண்பதே ஒரு கலை

விருந்தினர் வீட்டிற்கு வந்தாலும் அல்லது உணவு விடுதிக்கு அழைத்துச் சென்றாலும் நன்றாக உபசரிப்பது அவர்களுக்கு கைவந்த கலை. விருந்தினர்களின் நடவடிக்கைகளை உற்றுக் கவனிக்கிறார்கள். உணவு மோசமாக இருந்தாலும் மோசம் என்று யாரும் சொல்வதில்லை, சொல்லவும் கூடாது. அது விருந்துக்கு அழைத்தவர்களின் மனதைப் புண்படுத்தி விடும். மேற்கத்திய கலாச்சாரத்தில் வேண்டாம் என்பதை

வெளிப்படையாகச் சொல்வதில் தப்பு இல்லை. உணவு சரியில்லை என்று நேரிடையாகச் சொல்லிவிடலாம். இங்கு அப்படி அல்ல. Noodle மிகவும் கொதிக்கக் கொதிக்க பரிமாறப்படும். அதை அப்படியே வைத்து ஆறவைக்கக் கூடாது, உடனே ஆற்ற வேண்டும். அவ்வாறு பலமுறை ஆற்றும்போது நாம் அவர்களது உபசரணையை ஏற்றுக்கொண்டு விட்டோம் என்று பொருள். அதை அவர்கள் எதிர்பார்ப்பார்கள்.

பொறுப்புணர்வு

அதிகபட்ச கடமை மற்றும் பொறுப்புணர்வு உள்ளவர்கள் ஜப்பானியர்கள். ஒரு நிறுவனத்தில் சிறிய தவறு என்றாலும்கூட அதற்கு அந்த நிறுவனத்தின் உயர் அதிகாரியே பொறுப்பேற்கிறார். சில வேளைகளில் குற்றச்சாட்டு எழுந்ததுமே பிரதம மந்திரியே ராஜினாமா செய்த நிகழ்வுகளும் உண்டு.

ஒரு நிறுவனத்தில் தவறு நடந்துவிட்டது என்ற குற்றச்சாட்டு எழும்போது உயர் அதிகாரிகள் தங்கள் கீழுள்ள அதிகாரிகள் மீது பழியைப் போட்டு தப்பித்துவிடும் பண்பு அங்கு இல்லை. இது, அவர்களது மூதாதையரான சாமுராய் போராளிகள் கடைப்பிடித்து வந்த உயர்ந்த சீரிய பண்புகள் இன்றும் தொடர்ந்து வருவதையே குறிக்கிறது. தங்களது தோல்விகளுக்குத் தாங்களே பொறுப்பேற்பதால் மற்றவர்கள் மீது பழிபோடும் அவசியம் ஏற்படுவதில்லை. மற்றவர்களைச் சார்ந்து இருப்பதும், நமது மகிழ்ச்சி அல்லது துக்கத்தை மற்றவர்களை நிர்ணயிக்க அனுமதிப்பதும் பலவீனமான குணங்களாகும். இக்குணங்கள் ஜப்பானியரிடம் இல்லை, அல்லது குறைவாக இருக்கும் என்று சொல்லலாம்.

கராத்தே

ஜப்பான் என்றதும் உடனடியாக ஞாபகத்திற்கு வருவது ''கராத்தே'' என்னும் தற்காப்புக் கலை. தற்போது கராத்தே கலையில் பல முறைகள் இருக்கின்றன. ஆனாலும், மிகவும் பழமையான, பாரம்பரியமான கராத்தே முறை உச்சி ரியு. ஜப்பானைச் சேர்ந்த கான்பன் உச்சி என்பவர் சீனாவிற்குச் சென்று கற்றுக் கொண்டார். அவரது பெயரினாலேயே அது 'உச்சி ரியு' என்று அழைக்கப்படுகிறது.

ஜப்பான் கராத்தே கிராண்ட் மாஸ்டர் கான்பன் உச்சி ஒக்கினாவா தீவைச் சேர்ந்தவர். அந்தத் தீவை கராத்தே கலையின் தாயகம் என்று பெருமையோடு அழைக்கிறார்கள் ஜப்பானியர்கள். இங்கு ஆயிரக்கணக்கான கராத்தே மாஸ்டர்களும், மாணவர்களும் உள்ளனர்.

இன்று தமிழ்நாட்டில் இயங்கிவரும் பல கராத்தே பள்ளிகளுக்கும் தலைநகர் ஜப்பான்தான். இந்தக் கலை இந்தியாவிலிருந்து சென்றது எனக் கருதப்பட்டாலும் இப்போது ஜப்பானிய முறைப்படிதான் இந்தியாவில் கராத்தே பயிற்சி நடைபெறுகிறது.

ஆண்டுதோறும் உச்சி ரியு கராத்தே சங்கத்தின் ஆண்டு விழாவின்போது உலகெங்கும் உள்ள தலைசிறந்த கராத்தே மாஸ்டர்கள், வீரர்களை வரவழைத்து பெருமைப்படுத்துவார்கள். இந்தியாவிலிருந்து முதல் முறையாக சென்னையைச் சேர்ந்த இரு கராத்தே மாஸ்டர்கள் ஜப்பானில் வழங்கப்படும் பாராட்டுப் பெற்றிருக்கிறார்கள்.

நான் மதுரை விவசாயக் கல்லூரியில் படித்தபோது ஒரு ஆண்டு கராத்தே கலையை முறையாகப் பயின்றேன். கடந்த பத்து ஆண்டுகளாக போலீஸ் அதிகாரி மோகன் மூலமாக கராத்தே கற்றுக் கொண்டிருக்கிறேன். ஆகவே ஜப்பான்வரை வந்தபிறகு ஒரு கராத்தே பள்ளிக்கு விஜயம் செய்ய வில்லையென்றால் அது மாபெரும் குறையாகப் போய்விடும் என்பதால் கியோபாஷி என்னுமிடத்தில் உள்ள கராத்தே பள்ளிக்கு விஜயம் செய்தேன்.

Todaiji Shrine என்னும் இடத்தில் இருந்து நான்கு ரயில்கள் மாறி கியோ - பாசி என்னுமிடத்தில் இறங்கி பின்னர் பல குறுகிய தெருக்கள் வழியாக நடந்து அந்த கராத்தே பள்ளிக்குச் சென்றேன். இரண்டுமுறை ரயில் லெவல் கிராஸ் வழியாக நடந்து சென்றோம். சிறிய வீடுகளும், நெருக்கடியான தெருக்களும் அங்கும் உண்டு என்பது அப்போதுதான் தெரிந்தது.

கராத்தே பள்ளி

அவர்களால் முடியும் என்றால் நம்மாலும் முடியும்

டோஜோவின் (கராத்தே பள்ளி) உள்ளே நுழைந்ததும் ஒரு ஜப்பானிய பிளாக் பெல்ட் வீரர், சிறுவர்களுக்குக் கராத்தே பாடம் சொல்லிக் கொடுத்துக் கொண்டிருந்தார். நான் சென்று என்னை அறிமுகப்படுத்திக் கொண்டேன்.

இவர்களது ஸ்டைல் கியோ-குஷான். நான் பின்பற்றும் சிட்டோரியோ ஸ்டைலுக்கும் இதற்கும் தொடர்பு உள்ளதா என்பதைப் பற்றி விசாரித்தேன். சென்சாய் என்னும் ஆசிரியர் கத்தா என்ற கற்பனைச் சண்டைகளைச் செய்து காட்டினார். கற்பனைச் சண்டை எங்களது ஸ்டைல் போன்றதுதான் என்பதை உறுதி செய்தேன். சென்சாய் மாணவர்களுக்கு வகுப்பு எடுக்க ஆரம்பித்தார்.

மாணவர்கள் ஆசிரியர்களுக்கு வணக்கம் செலுத்திய விதம், உடற்பயிற்சி, பஞ்சஸ், கிக்ஸ், பிளாக்ஸ் அனைத்துமே நம் கராத்தே பள்ளிகளில் சொல்லித் தருவதைப்போலவே உள்ளது. பஞ்ச், கிக், பிளாக் அனைத்தும் 1 (Inch 2 (Nee) 3 (Sung) 4 (Shi) 5 (Go) 6 (Rukh) 7 (Such) 8 (Hutch) 9 (Koo) 10 (Joo) என்று ஜப்பானிய எண்களில் உரக்கக் கத்திய போது நமது பிள்ளைகள் பயில்வதற்கும், அவர்கள் பயில்வதற்கும் பெரிய வித்தியாசம் இல்லை என்பது தெரிந்தது.

மாணவர்கள் இரண்டு வரிசையில் நிறுத்தப்படுகின்றனர். ஒரு வரிசையில் உள்ளவர்கள் பஞ்சிங் பையைப் பிடிக்க, இன்னொரு வரிசையில் உள்ளவர்கள் பஞ்ச் மற்றும் கிக் செய்கிறார்கள். பாதி மாணவர்கள் மீதி மாணவர்களை மிகவும் ஆக்ரோஷமாகத் தாக்குகின்றனர். அதில் ஒரு சிறுவன் தளர்ந்து விழும் நிலையில் இருந்தான் என்றபோதும் தாக்குதலைத் தொடர்ந்து நடத்திக் கொண்டிருந்தான். தாக்கிய மாணவர்கள் கால்களால் நிற்கக்கூட முடியாமல் உட்காருகின்றனர். ஆனால் சில விநாடிகள் கழித்து மீண்டும் உற்சாகத்துடன் எழுகின்றனர்.

இப்போது தாக்கிய சிறுவர்களுக்கு பஞ்சிங் பை தரப்படுகிறது. மற்ற மாணவர்கள் இவர்கள் பிடித்திருக்கும் பஞ்சிங் பையைத் தாக்குகின்றனர். சில புகைப்படங்களை எடுத்துக் கொண்டேன். இந்த டோஜோ மாணவர்கள் பங்குபெற்ற போட்டிகள் அடங்கிய குறுவட்டைத் தந்தார். அம்மாணவர் களுக்கு உலக கராத்தே போட்டியைத் தொலைக்காட்சியில் போட்டுக் காட்டினார் இன்னொரு சென்சாய். தங்கள் பிள்ளைகளை அழைத்துச் செல்ல சிறுவர்களின் தாய்மார்கள் காத்துக் கொண்டிருந்தனர்.

ஒரு தற்காப்புக் கலையை எப்படி ஒழுங்குபடுத்தி இருக்கிறார்கள் என்று பார்ப்போம்.

முதலில் Warm Up - 10 - 15 நிமிடங்கள் ஓட்டம். அடுத்தது ஐந்து நிமிடங்கள் அனைத்து பிள்ளைகளுக்கும் Stretching பயிற்சி. பின்னர் பள்ளிக்கும் ஆசிரியருக்கும் வணக்கம் செலுத்துதல். Punching and Kicking அடுத்து Punch & Kick in Movement, கற்பனைச் சண்டை (Kata), நிஜ சண்டை (kumite), தியானம் (Meditation), முடித்து வைத்தல் Warm down.

கராத்தே பள்ளியில் எதைச் செய்தாலும் முறையாக, படிப்படியாக செய்யும் பழக்கம்தான் தொழில் செய்யும்போதும் அவர்களுக்கு வருகிறது.

மது அருந்தும் பழக்கம்

நகருக்குள் பல மது பார்கள் உள்ளன. ஆனால் அங்கு விசேஷமான கூட்டங்கள் இல்லை. மது குடிப்பவர்கள் ஆண்கள் மட்டும்தான். இங்குள்ள நாட்டு மது 'சாக்கே' மிகவும் பிரசித்தி பெற்றது என்கிறார்கள். இதில் 15 சதவீதம் ஸ்பிரிட் உள்ளது. அரிசியிலிருந்து இந்த சாகே தயாரிக்கப்படுகிறது. மண்பாண்டங்களில் பரிமாறப்படுகிறது.

இங்கு பல சூதாட்ட மையங்களும் இருக்கின்றன. ஆனால் அவை பிரபலமாக இருப்பதாகத் தெரியவில்லை. ஏனென்றால், இதில் பணம் வைத்து சூதாட முடியாது, இருந்தாலும் சராசரி ஜப்பானியர்கள் சூதாட்ட விடுதிக்குச் செல்வதில்லை. நமது நாட்டைப் போலவே பெரும்பாலானோர் அவற்றை வெறுக்கிறார்கள் என்பது தெரிகிறது. இளைஞர்கள் சொகுசு பார்களுக்குச் சென்று வெளிநாட்டு மது அருந்துகிறார்கள். ஆனால் மது அருந்தும் பழக்கம் இளைஞர்கள் மத்தியில் குறைவு என்பது கவனிக்க வேண்டிய விஷயம். ஒரு வேலையில் சேர்ந்து சம்பாதிப்பவர்கள் ஸ்டார் ஓட்டலில் மது அருந்துகிறார்கள்.

சராசரி ஜப்பானியர் ஆண்டிற்கு ஏழு லிட்டர் மது (ஸ்பிரிட் அளவு என்று சொல்லலாம்) அருந்துகிறார்கள். இது அமெரிக்கா (9.2 லிட்டர்), ரஷ்யா (15.1 லிட்டர்), ஜெர்மனி (11.8 லிட்டர்) ஆகியவற்றை விட குறைவு. இந்தியர் குடிக்கும் சராசரி மது அளவு 4.2 லிட்டர். உண்ண உணவு கூட இல்லாத நாட்டில் இவ்வளவு மது அருந்துகிறார்கள் என்பதை நம்ப முடியவில்லை. மது அருந்துவது நல்லது அல்ல. அது நாட்டிற்கும் வீட்டிற்கும் உடலுக்கும் கேடு விளைவிக்கும்.

சட்டமும் ஒழுங்கும்

ஜப்பான் விமான நிலையத்தில் அல்லது ரயில் நிலையத்தில் திருடர்கள் ஜாக்கிரதை என்ற வகையிலான அறிவிப்புகள் இல்லை.

தங்கும் விடுதியில்கூட பீதிகள் உண்டாக்கும் எச்சரிக்கை வாசகங்கள் இல்லை. "உங்கள் உடமைகளுக்கு நாங்கள் பொறுப்பல்ல", "உங்கள் உடமைகளைப் பத்திரமாகப் பார்த்துக் கொள்ளவும்", "விலைமதிப்பற்ற பொருட்களை அறையில் விட்டுச் செல்லாதீர்கள்" போன்ற அச்சமூட்டும் வசனங்களை எங்கும் பார்க்க முடிவதில்லை.

கோபான்ஸ் காவல்துறை அதிகாரிகள்

அமெரிக்காவின் நியூயார்க் நகரின் குறிப்பிட்ட சில தெருக்களில் தனியாகச் செல்லக்கூடாது என்று அறிவுரை கூறுகிறார்கள். ஆனால் அதேபோல் ஜப்பானில் யாரும் சொல்லவில்லை. சுருக்கமாகச் சொன்னால் ஜப்பானில் திருடர் பயமில்லை. நான் தங்கியிருந்த 12 நாட்களிலும் ஒருநாள்கூட பணத்தைத் திருடிவிடுவார்களோ பாஸ்போர்ட் தொலைந்து விடுமோ என்ற அச்ச உணர்வு எனக்கு எழவில்லை.

ஜப்பானில் சட்டம் ஒழுங்கு சிறப்பாக உள்ளது. ஜப்பானியர்களின் சுய கௌரவம், நேர்மை மற்றும் ஒழுக்கம் அதற்கு ஒரு காரணம். மிகவும் நேர்மையான அதே வேளையில் கண்டிப்பான காவல்துறை இன்னொரு காரணம். அனைத்து ஜப்பானியர்களும் படித்துள்ளனர் என்பது மற்றொரு காரணம். எவரும் லஞ்சம் தருவதில்லை, தந்தாலும் வாங்க மாட்டார்கள். ஜப்பானிய தெருக்களில் நாம் பார்க்கும் போக்குவரத்து

போலீஸார் நேர்மையுள்ளவர்களாகவே இருக்கிறார்கள். அதற்கு முக்கியக் காரணம் நேர்மையற்ற, நாணயமற்ற நடத்தை உள்ளவர் தனது குடும்பத்தினர் மத்தியில் தலைகுனிய நேரிடும் என்பதுதான். இவர் லஞ்சம் வாங்கியவர் என்று தெரிந்தால் வேலையிலிருந்து நீக்கி விடுவார்கள். அப்படி நீக்கப் பட்டவர்களுக்கு உறவினர்கள் மத்தியில் கௌரவக் குறைவு ஏற்படும். பின்னர் அவரால் சுதந்திரமாகப் பெருமையுடன் தலைநிமிர்ந்து வாழ முடியாது. இக்காரணங்களுக்காகத்தான் ஜப்பானிய போலீஸார் நேர்மையுடன் திகழ்கிறார்கள். ஜப்பானிய காவல்துறை அதிகாரிகள் நேர்மைக்கு இலக்கணமாகத் திகழ்கிறார்கள்.

ஜப்பானில் அனைத்து மாகாணங்களுக்கும் தனித்தனி காவல்துறை என்றாலும் எல்லா காவல்துறைக்கும் சட்டதிட்டங்கள் ஒன்றுதான். இரண்டாம் உலகப்போருக்குப் பின்னர் ஜப்பானில் ராணுவம் வைத்துக் கொள்ள அனுமதியில்லை. எனவே இங்கு பெரிய அளவில் ராணுவ மையங்களோ, தளவாடங்களோ இல்லை. அதுபோன்ற போர்புரியும் பெரும் திட்டங்களும் அவர்களுக்கு இல்லை.

எனவே ஜப்பானின் காவல்துறைக்கு அதிக அதிகாரமும், கௌரவமும் தரப்பட்டுள்ளது. குற்ற நிகழ்வுகள் என்று பார்க்கும்போது ஒரு லட்சம் மக்களுக்கு 0.3 கொலைகள் என்ற விகிதம் ஜப்பானில் குற்றங்கள் குறைவு என்பதைக் காட்டுகிறது. அமெரிக்காவில் கொலைகள் ஒரு லட்சம் பேருக்கு 4.7 என்றும், இந்தியாவில் கொலைகள் ஒரு லட்சம் பேருக்கு 3.5 என்றும் இருக்கிறது. ஜப்பானில் ஒரு ஆண்டுக்கு 442 கொலைகள்; பத்து மடங்கு அதிகம் மக்கள் தொகை உள்ள இந்தியாவில் ஆண்டுக்கு 43,355 (2012 புள்ளி விவரப்படி) கொலைகள். ஆக கொலைகள் நம் நாட்டில் பத்து மடங்கு அதிகம். மக்கள் எண்ணிக்கை விகிதத்தில் அதிகக் கொலைகள் நடப்பது இந்தியாவில்தான். அதாவது 3 இலட்சம் மக்கள் வாழும் ஜப்பானிய ஊரில் ஒரு ஆண்டில் 1 கொலை நடக்கும். ஆனால் 3 லட்சம் மக்கள் வாழும் இந்திய ஊரில் ஒரு ஆண்டில் 10 கொலை நடக்கும்.

திருட்டு போன்ற குற்றங்கள் குறைவு, அப்படி ஏதும் நடந்து விட்டால் ஜப்பானிய போலீஸார் திருடியவர்களைக் கண்டுபிடித்து விடுவார்கள். டோக்கியோ நகரில் போக்குவரத்து ரோந்து கார்களில் போலீஸாரை ஆங்காங்கே பார்க்க முடிகிறது. தெருக்களில் போலீஸ் காவலர்களை அபூர்வமாகத்தான் பார்க்க முடியும். இவர்கள் ஆங்காங்கே வாகன சோதனையில் ஈடுபடுகிறார்கள். கேமரா கருவிகள் மூலம் கண்காணித்து அதிக வேகத்தில் செல்லும் வாகனங்களைக் கண்டுபிடித்து

விடுகிறார்கள். குடிபோதையில் வண்டி ஓட்டினால் மிகப்பெரிய குற்றம். அதற்கு ஒரு லட்சம் இந்திய ரூபாய் வரை அபராதம் உண்டு. ஓட்டுநர் உரிமமும் பறிக்கப்படுமாம். அபராதத் தொகையைவிட 10 மடங்கு அதிக லஞ்சம் கொடுத்தால்கூட ஜப்பானிய போலீஸார் அதை வாங்க மாட்டார்கள் என்று ஒருவர் என்னிடம் கூறினார்.

பொதுவாக போலீஸை வெறுக்கும் வாட்டனாயே என்ற ஜப்பானியர் போலீஸின் இந்த நேர்மைத்திறனை மெச்சுவதாக என்னிடம் கூறினார். அரசு அலுவலகங்களிலும் லஞ்சம் அறவே இல்லை என்றே கூறுகிறார். லஞ்சம் குறைந்த நாடுகள் வரிசையில் ஸ்காண்டிநேவிய நாடுகள், ஹாங்காங், சிங்கப்பூருக்கு அடுத்ததாக ஜப்பான் உள்ளது.

ஜப்பானில் போலீஸின் சீருடை வெளிர்நீலக் கலர் சட்டை, கருநீலக்கலர் பேன்ட்டு. இவர்களில் ஒருசிலரே ரிவால்வர் வைத்துள்ளனர். ஜப்பானில் தீவிரவாதத் தாக்குதல்கள் என்பது மிகவும் அபூர்வம். ஆர்ப்பாட்டங்கள், பொதுக்கூட்டங்களும் இல்லை என்றே கூறலாம்.

கொரியா மற்றும் சீனாவிலிருந்து குடிபெயர்ந்தவர்களின் எண்ணிக்கை குறைவு என்றாலும் அவர்கள் சில வேளைகளில் போராட்டங்களில் ஈடுபட்டுக் கொண்டும், சட்டம் ஒழுங்கு பிரச்சனைகளை ஏற்படுத்திக் கொண்டும் இருந்தார்கள். காலப்போக்கில் அவர்களும் ஜப்பானிய தேசிய நீரோட்டத்துடன் இணைந்து விட்டதால் அவர்களது போராட்டத் தொல்லையும் தற்போது ஜப்பானில் இல்லை.

காவல் நிலையங்களை அதிகமாகப் பார்க்க முடியவில்லை. ஆனால் புறக்காவல் நிலையங்களைத் தெருவிற்குத் தெரு பார்க்க முடிகிறது. இந்தப் புறக்காவல் நிலையங்களுக்கு ‘‘கோபான்’’ என்று பெயர். கோபான் களுக்குச் சென்று புகார் செய்பவருக்கு தகுந்த மரியாதையும் தந்து, புகார் மீது உடனடி நடவடிக்கையும் எடுக்கிறார்கள்.

பத்திரிகை

உலகிலேயே ஜப்பானியர்கள்தான் அதிக அளவில் பத்திரிகை படிப்பவர்களாக இருக்கிறார்கள். 67 சதவிகிதம் ஜப்பானிய மக்கள் தினமும் ஒரு பத்திரிகையாவது வாசித்து விடுவதாக புள்ளிவிவரங்கள் கூறுகின்றன. அந்த அளவிற்கு அவர்கள் நாட்டு நடப்பைத் தெரிந்து கொள்வதில் ஆர்வம் கொண்டவர்களாக இருக்கிறார்கள்.

உலகிலேயே அதிகம் விற்பனையாகும் தினசரி நாளிதழ் ‘யோமியூரி ஷின்பென்’ ஜப்பானிலிருந்து வெளிவருகிறது என்பது

குறிப்பிடத்தக்கது. தினமும் ஒரு கோடியே 45 லட்சம் பிரதிகளுக்கு மேல் விற்பனையாகி சாதனை படைத்து வருகிறது. தொலைக்காட்சி செய்தி பல சேனல்களில் வந்த பிறகும் பத்திரிகைகளின் எண்ணிக்கை குறையவில்லை.

ஜப்பானியர்கள் நிகழ்த்திய அதிசயம்

1939 ஆம் ஆண்டு இரண்டாம் உலகப்போர் ஆரம்பமாயிற்று. ஐரோப்பாவில் ஜெர்மனியும், இத்தாலியும் ஆசியாவில் ஜப்பானும் தங்களது தாக்குதலைத் தொடங்கினர். பூமி நிலப்பரப்பை இருவரும் பங்கிட்டுக் கொள்ளலாம் என்பதுதான் அவர்களது ஆசையாக இருந்தது.

எண்ணெய்க் கிணறுகளின் அவசியத்தை உணர்ந்த ஜப்பான் அமெரிக்காவின் பேர்ல் துறைமுகத்தைத் (Pearl Harbour) தாக்கியது. அதைத் தொடர்ந்து 1942ஆம் ஆண்டு அமெரிக்கா இரண்டாம் உலகப் போரில் இறங்கியது. அமெரிக்காவின் வருகை போரின் போக்கை மாற்றியது. தாக்குதல் தீவிரமடைந்தது. ஜப்பானின் அனைத்துக் கப்பல்களையும் (சரக்கு கப்பல் உட்பட) மூழ்கடித்தது அமெரிக்கா. இருந்தாலும் ஜப்பான் சரணடைய வில்லை. அந்தக் காலகட்டத்தில்தான் அணுகுண்டு தயாரிக்கப்பட்டது. முடிவில் ஹிரோஷிமா என்னும் நகரில் Little Boy என்ற அணுகுண்டு 1945, ஆகஸ்ட் 6ஆம் தேதி வீசப்பட்டது. ஒரு நொடியில் 1,40,000 பேர் உயிரிழந்தனர். ஆக்க வேலைகளுக்குப் பயன்பட வேண்டிய விஞ்ஞானம் ஒட்டுமொத்த அழிவு வேலைக்குப் பயன்படுத்தப்பட்டது அப்போதுதான். ஆனாலும்கூட ஜப்பானியத் தலைவர்கள் அடி பணியவில்லை. அமெரிக்காவிடம் இருந்தது ஒரே ஒரு அணுகுண்டுதான் என்று நினைத்துக் கொண்டார்கள். ஆகஸ்ட் 9ஆம் தேதி Fat Man என்ற அணுகுண்டை நாகசாகி நகரில் வீசியது அமெரிக்கா. அணுகுண்டு வெடித்தவுடன் சுமார் 18 கி.மீ. உயரத்துக்கு தீப்பிழம்பு தெரிந்தது. அது அணைந்தவுடன் அடர்த்தியான நச்சுப்புகை கரும்புகை மேகங்களாகப் பரவத் தொடங்கியது. அதில் 1,38,000 பேர் பலியானார்கள்.

சமாதிகள் எழுப்பப்படாத சுடுகாடாக ஹிரோஷிமா, நாகசாகி நகரங்கள் காணப்பட்டதாக ஜப்பானில் அரசு அறிக்கை வெளியானது.

இரண்டாவது உலகப் போரை முடிவுக்குக் கொண்டு வருவதற்காகவே இந்தப் பயங்கரமான நடவடிக்கையில் இறங்க வேண்டியிதாயிற்று என்று அப்போதைய அமெரிக்க ஜனாதிபதி ட்ரூமன் தெரிவித்தார்.

இத்தனை அழிவுகள் நிகழ்ந்த பின்னரும் அடி மேல் அடி என்றாலும் ஆறு நாட்களுக்குப் பிறகுதான் நிபந்தனையின்றி அடிபணிந்தது ஜப்பான்.

ஜப்பான் 1945ஆம் ஆண்டு தரைமட்டமாயிற்று. குண்டு வீச்சுக்குப் பின் எதிர்காலத்தில் அந்தப் பகுதிகளில் புல்கூட முளைக்காது என்று விஞ்ஞானிகள் தெரிவித்தார்கள்.

ரஷ்யா மற்றும் அமெரிக்காவின் கட்டுப்பாட்டில் ஜப்பானியர் இருப்பார்கள் என்று உடன்படிக்கை ஏற்படுத்தப்பட்டது. பின்னர் ரஷ்யா பின் வாங்கியதால் அமெரிக்காவின் கட்டுப்பாட்டிற்குள் ஜப்பான் வந்தது. ஜப்பானிய ராணுவம் கலைக்கப்பட்டது. அமெரிக்க ராணுவம் ஜப்பானில் நிரந்தரமாகத் தங்கியது.

இந்தச் சூழ்நிலையில் ஜப்பானில் தொழிற்சாலைகள் இல்லை. துறைமுகங்கள் இல்லை. பெரிய கட்டடங்கள் இல்லை. அனைத்தும் தரை மட்டமாகியிருந்தன. உண்ண உணவுகூட போதிய அளவு இல்லை. உணவை இறக்குமதி செய்து விநியோகம் செய்தது அமெரிக்க அரசு. தொழிற்சாலை, துறைமுகம், விமான நிலையம், இரயில்நிலையங்கள், சாலைகள் அமைக்கத் தாராளமாகக் கடனும் வழங்கியது அமெரிக்கா.

1945ஆம் ஆண்டு உலகிலேயே அதிகமாகக் கடன் வாங்கிய நாடு ஜப்பான். அதிகக் கடன் கொடுத்த நாடு அமெரிக்கா என்பது அன்றைய நிலைமை. இடிபாடுகளில் இருந்து விடுபட்டு, ஜப்பானியர்கள் பீனிக்ஸ் பறவை போல உயிர்த்தெழுந்தனர். விவசாயம், தொழில், சேவை ஆகிய வற்றில் கவனம் செலுத்தி படிப்படியாக வளர்ச்சி பெற்று 1960ஆம் ஆண்டு, போர் தொடங்கிய 1939ஆம் ஆண்டின் பொருளாதார நிலையை மீண்டும் எட்டியது ஜப்பான்.

தொடர்ந்து கடுமையாக போராடி 1985ஆம் ஆண்டு உலகில் இரண்டாவது பெரிய பொருளாதார நாடாக மாறியது. அப்போது உலகில் அதிக கடன் கொடுத்த நாடு ஜப்பான், அதிகமாக கடன் வாங்கிய நாடு அமெரிக்கா. இது ஒரு அதிசய நிகழ்வு.

இந்தச் சாதனை எப்படி சாத்தியமானது? இதற்கு ஒரு முக்கியக் காரணம் கல்வி. ஜப்பானில் 1850 ஆம் ஆண்டு +2 வரை படித்தவர்கள் 70 சதவிகிதம் பேர். 1900 ஆம் ஆண்டு அனைவருமே பள்ளிப்படிப்பை முடித்தவர்கள்தாம். விஞ்ஞான அறிவும், தொழில்நுட்பத் திறனும், கல்வியும், பயிற்சியும் அனைவருக்கும் உள்ளது. எந்த ஒரு புது கண்டுபிடிப்பு என்றாலும் அதை உடனே கற்றுக்கொண்டு அதே பொருளைத் தாங்களாகவே செய்யும் ஆற்றல் படைத்தவர்கள் ஜப்பானியர்கள்.

துப்பாக்கியைக் கண்டிராத ஜப்பானியர்களுக்கு (ஜப்பானிய சாமுராய்களிடம் வாள் மட்டுமே இருந்தது) போர்ச்சுக்கீசியர்கள்தான் 16 ஆம் நூற்றாண்டில் துப்பாக்கிகளை அறிமுகம் செய்தனர். ஆனால் சில ஆண்டுகளிலேயே போர்ச்சுக்கீசிய துப்பாக்கிகளைவிட சிறந்த துப்பாக்கிகளை ஜப்பானியர்கள் தயாரிக்கத் தொடங்கி விட்டனர். இன்னும் ஏராளமான சாதனைகள். எலக்ட்ரிக் சாதனங்கள், மோட்டார் வாகனங்கள் ஆகிய தயாரிப்பில் உலகில் உள்ள அனைத்து நாடுகளையும் விஞ்சினர் ஜப்பானியர். ஆரம்ப காலங்களில் மலிந்த விலையில் தரமற்ற பொருட்களையும் தயாரித்த ஜப்பானியர், பின்னர் உலகத்தரம் வாய்ந்த பொருட்களை மட்டுமே தயாரிக்கத் தொடங்கினார்கள். இப்பொருட்களின் விலை குறைவாக இருந்ததாலும், தரம் அதிகமாக இருந்ததாலும் உலகில் அனைத்து நாடுகளிலும் ஜப்பானிய வாகனங்களும், எலக்ட்ரானிக் சாதனங்களும் விற்பனையாயிற்று. ஜப்பானியப் பொருளாதாரம் வேகமாக வளர்ச்சியடைந்தது.

நம்மால் முடியும்

ஜப்பானைப் போலவே நமது கலாச்சாரமும் ஒரு உன்னதக் கலாச்சாரம்தான். நாமும் குடும்பங்களாக வாழ்கிறோம். பிள்ளைகளின் மேல் பாசம் காட்டுகிறோம். நண்பர்களிடம் நட்பு பாராட்டுகிறோம். ஆனால் நம்மிடம் வேலை செய்ய வேண்டும் என்ற கடமை உணர்வு, அதுவும் நாம் செய்து முடித்த செயலை உலகத் தரத்துடன் செய்து முடித்திருக்கிறோம் என்ற பொறுப்பு உணர்வு குறைவாக இருக்கிறது. அது ஜப்பான் நாட்டைவிட அதிகமாக நம்மிடம் வரவேண்டும்.

சிறுதொழில் தொடங்குவதற்கு ஆதரவு அளித்தல் வேண்டும். அவர்களுக்கான அனுமதியைத் தங்குதடையின்றி அளித்தல் வேண்டும். வங்கிகள் கடனுதவி தருவதைத் தாராளமாக்க வேண்டும். வேலை செய்வோர் ஈடுபாட்டுடன் வேலை செய்ய வேண்டும். தொழில் துவங்கும் மாத்திரத்திலே சம்பள உயர்வு வேண்டும் என்று வலியுறுத்துவதை விட்டு, செய்யும் வேலையில் தரம் காண வேண்டும். தொழிலாளர்கள் அவர்கள் செய்யும் வேலையில் முனைப்பு காட்ட வேண்டும். வேலை நிறுத்தம், கடையடைப்பு, தர்ணா போராட்டங்கள், முற்றுகை, உள்ளிருப்புப் போராட்டங்கள் போன்றவை தொழிலின் முதுகெலும்பை முறித்துவிடும். அவற்றை ஒருபோதும் செய்யக்கூடாது.

நமது உடல் தோற்றத்தை மேம்படுத்த தரமான சத்துணவு உண்டு உடற்பயிற்சி செய்ய வேண்டும். அனைவரும் மாதம் ஒரு முறை மாரத்தான் ஓட்டம் ஓட வேண்டும். பொது இடங்களைச் சுத்தமாக வைப்பதுடன், அமைதியாகவும் வைத்திருக்க வேண்டும். ஒலிப்பெருக்கி உபயோகிக்க கூடாது. புகைபிடித்தல், மது அருந்துதல், பான் பராக் சுவைத்தல் போன்றவற்றை அறவே கைவிட வேண்டும்.

நமது சுய ஒழுக்கத்தின் மூலம் நம்மைக் கட்டுப்படுத்த வேண்டும். போலீஸ் அதிகாரி நம்மைப் பிடித்துச் செல்லும் வகையில் நடக்கக்கூடாது. லஞ்சம் வாங்கக்கூடாது, தரவும் கூடாது, அதை பிச்சை எடுப்பதை விட கேவலமாக, கீழ்த்தரமாகக் கருதவேண்டும். ஒரு ஆங்கிலப் பத்திரிக்கையையும் ஒரு தமிழ் பத்திரிக்கையையும் தவறாமல் தினமும் படிக்க வேண்டும்.

சென் கதை

பல மரங்களில் இலக்குகள் (Targets), அதில் சரியான மையப் புள்ளியில் சொருகியிருந்தது அம்புகள். யார் அந்த உன்னத வில்வித்தை வீரன் என்று திகைத்து நின்றார், அந்த சென் ஆசிரியர். அங்கே ஒரு சிறுமி கையில் ஒரு வில்லுடன் குறிபார்த்ததைக் கண்டு, "இந்த அம்புகள் மிக துல்லியமாக எய்தது யார்?" என்று கேட்டார் அவர். "அது நான் தான்" என்றாள் சிறுமி. எப்படி இவ்வளவு துல்லியமாக எய்தாய் என்று கேட்டார். "அது ஒன்றுமில்லை. நான் முதலில் அம்பை எய்வேன், பின்னர் அது செருகிய இடத்தை மையப்படுத்தி இலக்கை வரைவேன்" என்றாள்.

- நாம் அடையும் இடம் தான் நமது இலக்கு. அடைய முடியாததை எண்ணிப் பயனில்லை என்பதை விளக்கும் பழைய சென் கதை

அரசமைப்பு

ஜப்பான் 1946-ஆம் ஆண்டு நவம்பர் 3ஆம் நாள் அன்று புதிய அரசியல் அமைப்புச் சட்டத்தைப் பிரகடனப்படுத்தியது. சமாதானம், அரசாங்க அமைப்பு, ஜனநாயக நியதிகள் மற்றும் உயர்ந்த லட்சியங்கள் ஆகியவற்றைப் பாதுகாப்பதென ஜப்பானியர் உறுதியெடுத்தனர்.

இந்த அரசியலமைப்பின் முன்னுரை இவ்வாறு உரைக்கிறது. "ஜப்பானியரான நாங்கள் என்றென்றும் சமாதானத்தையே வேண்டுகிறோம். சமாதானத்தைக் கட்டிக் காப்போம். எதேச்சதிகாரம், அடிமைத்தனம், கொடுங்கோன்மை, சகிப்பின்மை ஆகியவற்றை இவ்வுலகிலிருந்து அப்புறப்படுத்துவதற்காகப் பாடுபடும் சர்வதேச சமுதாயத்தில் ஓர் கௌரவமிக்க இடத்தை வகிக்க விரும்புகின்றோம்".

1889-ஆம் ஆண்டு பிரகடனப்படுத்தப்பட்ட மெய்ஜி அரசியலமைப்பிலிருந்து இப்புதிய அரசியலமைப்பு, பல முக்கிய அம்சங்களில் வேறுபட்டது.

மக்களாட்சி:

அரசு, மக்களின் ஐக்கியம் ஆகியவற்றின் அடையாளமாக சக்கரவர்த்தி இருப்பார். அனைத்து அதிகாரங்களும் மக்கள் வசமே இருக்கும். யுத்தம், தனது உயர்ந்த ராஜீய உரிமைகளில் ஒன்று என்பதை ஜப்பான் அங்கீகரிக்காது; பிற நாடுகளுடன் உள்ள பூசல்களைத் தீர்த்துக் கொள்ள படை பலத்தைப் பயன்படுத்துவது, அல்லது பயன்படுத்துவதாக அச்சுறுத்துவது போன்றவை ஜப்பானுக்கு உடன்பாடானதல்ல.

அனைவருக்கும் அடிப்படை உரிமைகள் (Fundamental Rights) வழங்கப்பட்டுள்ளன. அவை நிரந்தரமான, மறுக்க முடியாத உரிமைகள் என உத்தரவாதம் அளிக்கப்படுகின்றது. பழைய பிரபுக்கள் சபைக்குப் பதிலாக இப்பொழுது கவுன்சிலர்கள் (மேல்) சபை அமைகிறது. இதன்

உறுப்பினர்கள் பிரதிநிதிகள் (கீழ்) சபை உறுப்பினர்களைப் போன்று மக்கள் அனைவரின் பிரதிநிதிகளாகத் தேர்ந்தெடுக்கப்படுகின்றனர். கவுன்சிலர்கள் சபையைவிட பிரதிநிதிகள் சபை அதிமுக்கியத்துவம் பெறுகிறது. நிர்வாக அதிகாரம் அமைச்சரவையிடம் இருக்கும்; அமைச்சரவை, பார்லிமெண்டுக்குக் கட்டுப்பட்டது, கூட்டுப் பொறுப்பு உடையது. உள்ளாட்சி நிர்வாகங்கள் மிகப்பெரிய அளவில் அமைக்கப் படுகிறது. அரசாங்கத்தைப் பொறுத்தவரை சக்கரவர்த்திக்கு எந்தவித அதிகாரமும் இல்லை. அரசியலமைப்பு நிர்ணயித்துள்ளவாறு மட்டுமே அவர் செயல்படுவார்.

பிரதம மந்திரியையும், தலைமை நீதிபதியையும் சக்கரவர்த்திதான் நியமனம் செய்வார். அமைச்சரவையின் ஆலோசனை பெற்று சட்டங்கள், ஒப்பந்தங்களைப் பிரகடனம் செய்வது, பார்லிமெண்டைக் கூட்டுவது, விருதுகளை வழங்குவது முதலிய கடமைகளையும் சக்கரவர்த்தி நிறைவேற்றுவார்.

அரச குடும்பம்

சமீபத்தில் வாழ்ந்த இரண்டு சக்கரவர்த்திகள் பற்றிய சிறு குறிப்பு

சக்கரவர்த்தி ஹிரோஹிதோ 1901ஆம் ஆண்டு ஏப்ரல் 29-இல் டோக்கியோ நகரில் பிறந்தார். முதலில் அவர் பிரபுக்கள் பள்ளியில் படித்தார்; பின்பு அவருடைய கல்விக்கென நிறுவப்பட்ட உயர் கல்விக் கழகத்தில் பயிற்சி பெற்றார். அவர் இளவரசராக இருந்தபோது, 1921ஆம் ஆண்டு ஆறு மாத காலம் ஐரோப்பாவில் சுற்றுப்பயணம் செய்தார். நாடு திரும்பியதும் அரசப் பிரதிநிதியாக கடமையாற்றினார். 1924ஆம் ஆண்டு இளவரசி குனியை மணந்தார். 1926ஆம் ஆண்டு அவர் முடிசூட்டப் பெற்றார். கடல் வாழ் உயிரியல் துறையில் சக்கரவர்த்தியின் ஆராய்ச்சிகள் குறிப்பிடத்தக்கவை. இத்துறையில், ஆராய்ச்சிகளுக்கென்றே தமது ஓய்வு நேரத்தின் பெரும் பகுதியை அவர் செலவிட்டார், அதனை அடிப்படையாகக் கொண்டு பல நூல்களை அவர் வெளியிட்டுள்ளார்.

ஹிரோஹிதோ

இளவரசர் அகிஹிதோ 1933, டிசம்பர் 23-இல் டோக்கியோ நகரில் பிறந்தார். தனிப்பட்ட ஆசிரியர்களின் கீழ் கல்வி கற்றதோடு ககுஷுயின் உயர்நிலைப் பள்ளியிலும் (1952 வரை) பின்பு ககுஷுயின் பல்கலைக் கழகத்திலும் (1956 வரை) அவர் படித்துத் தேர்ந்தார்.

இரண்டாம் உலகப் போருக்குப் பிறகு பிரபுக்களின் பட்டங்கள் பறிக்கப்பட்டதைத் தொடர்ந்து அரச குடும்பத்தினர் மட்டுமே இளவரசுப் பட்டங்களை வைத்துக் கொண்டுள்ளனர். சக்கரவர்த்தியின் பெண் மக்கள் அனைவரும் திருமணமான பின்பு தங்கள் இளவரசிப் பட்டங்களைத் துறந்தனர்.

அக்ஹிதோ

பாராளுமன்ற அமைப்பு

ஜப்பானியப் பாராளுமன்ற முறை பிரிட்டிஷ் பாராளுமன்ற முறை போன்றது. சட்டசபைப் பிரிவும், நிர்வாகப் பிரிவும் தனித்தனியாக விளங்கும். அமெரிக்க முறையினின்றும் இது மாறுபட்டதாகும்.

அரசின் மிக உயர்ந்த அமைப்பு ஜப்பானிய 'டயட்' ஆகும். சட்டமியற்றும் ஒரே அங்கமும் இதுதான். பிரதிநிதிகள் சபை, கவுன்சிலர்கள் சபை என்ற இரு உறுப்புகளை உடையது ஜப்பானிய டயட். பிரதிநிதிகள் சபை உறுப்பினர்கள் நான்காண்டுகளுக்கு ஒரு

டயட் கட்டிடம்

அவர்களால் முடியும் என்றால் நம்மாலும் முடியும்

முறை தேர்ந்தெடுக்கப் படுகின்றனர். ஆனால் சபை கலைக்கப்படும் நிலை வந்தால் இந்த நான்கு ஆண்டு காலம் முடிவு பெறும் முன்னரே உறுப்பினர் பதவி ரத்து செய்யப்படலாம்.

பரப்பளவு, மக்கள் நெருக்கம் ஆகியவற்றைப் பொறுத்து ஒவ்வொரு தொகுதியும் இரண்டு முதல் ஐந்து உறுப்பினர்கள் வரை தேர்ந்தெடுத்து அனுப்பும். கவுன்சிலர்கள் சபை உறுப்பினர்கள் 6 ஆண்டு பதவி காலத்துக்குத் தேர்ந்தெடுக்கப்படுகின்றனர். அதன் உறுப்பினர்களில் பாதிப்பேர் 3 ஆண்டுகளுக்கு ஒரு முறை தேச முழுமையிலுமுள்ள வாக்காளர்களால் தேர்ந்தெடுக்கப்படுவர். 1947ஆம் ஆண்டிலிருந்து ஜப்பானில் 18 வயது வந்தோர் அனைவருக்கும் வாக்குரிமை முறை உள்ளது. அனைவருக்கும் வாக்குரிமை என்பது 1928 ஆம் ஆண்டு இங்கிலாந்திலும், 1950ஆம் ஆண்டு இந்தியாவிலும் அறிமுகமாகியிருக்கிறது. உலக அளவில் ஓட்டுரிமை ஒரு சில ஆண்களுக்கு மட்டும் என்றிருந்தது. பெண்களுக்கு ஓட்டுரிமை 1718ஆம் ஆண்டு ஸ்வீடனில் அறிமுகமானது. இன்று எல்லா நாடுகளிலும் ஆண்களுக்குச் சரிசமமாகப் பெண்களுக்கு ஓட்டுரிமை உள்ளது. இந்தியாவில் 1917ஆம் ஆண்டு பெண்கள் ஓட்டுரிமை இயக்கம் துவங்கியது. 1950ஆம் ஆண்டு அந்த உரிமையைப் பெண்கள் பெற்றார்கள்.

நிர்வாக அமைப்பு

அரசு நிர்வாக அமைப்பு அமைச்சரவை வசமுள்ளது. அமைச்சரவையில் பிரதமருடன் அமைச்சர்கள் இருக்கின்றனர். இவர்களின் கூட்டுப் பொறுப்பில் டயட் இயங்குகிறது. பிரதமரை டயட் கட்டுப் படுத்துகிறது. அவர் டயட்டின் உறுப்பினராக இருத்தல் அவசியம். அமைச்சர்களை நியமிக்கவோ, விலக்கவோ இவருக்கு அதிகாரம் உண்டு. அமைச்சரவை உறுப்பினர்கள் அனைவரும் குடியுரிமை உள்ளவர்களாக இருக்க வேண்டும்; அவர்களில் குறைந்தபட்சம் சரிபாதிப்பேராவது டயட் உறுப்பினர்களாக இருத்தல் வேண்டும்.

பிரதிநிதிகள் சபையில் நம்பிக்கையில்லாத் தீர்மானம் நிறைவேறினால் அல்லது நம்பிக்கைத் தீர்மானம் முறியடிக்கப்பட்டால் அமைச்சர்கள் பதவி விலக வேண்டும்.

நீதித்துறை அமைப்பு

செய்ஜின் இன் என்பது 1875ஆம் ஆண்டு மெய்ஜி மன்னரால் ஏற்படுத்தப்பட்ட உச்ச நீதிமன்றம். இரண்டாம் உலகப் போருக்குப் பின்பு

மேற்கொள்ளப்பட்ட சீர்திருத்தங்களில் நீதித்துறை அமைப்பு முதலானது. 1889-ஆம் ஆண்டைய மெய்ஜி அரசியலமைப்பின் படி, நீதிமன்றங்கள் மீது நீதித்துறை அமைச்சர் ஆதிக்கம் செலுத்தி வந்தார், அதனால் நீதிமன்றங்கள் ஏதாவது ஒரு வகையில் அரசின் நிர்வாகத்திற்குக் கட்டுப்பட்டிருந்தன. ஆனால் இப்போது, நீதி பரிபாலனை முழுமையும் உயர்நீதி மன்றத்திடமும் (செய்கோ செய்மானசோ) சட்டப்படி அமைந்த கீழ்க்கோர்ட்டுகள் வசமும் இருக்கும். நிர்வாகத் துறையின் எந்தவொரு அமைப்பிற்கும் இறுதியான நீதியதிகாரம் வழங்கப்பட மாட்டாது. நீதிபதிகள் அனைவரும் தமது மனச்சாட்சியின்படி கடமையாற்றும் சுதந்திரம் படைத்தவர்கள். அவர்கள் அரசியலமைப்புச் சட்டத்துக்கும் இதர சட்டங்களுக்குமே கட்டுப் பட்டவர்கள் எனப் புதிய அரசியலமைப்புக் கூறுகிறது.

நீதிமன்ற அத்துமீறல் அல்லது அதிகார முறைகேடு செய்ய முடியாதபடி விதிமுறைகள் வகுக்கப்பட்டுள்ளன.

மெய்ஜி அரசியலமைப்பின்படி நீதிபதிகள் தமது ஆயுள் காலத்துக்கு நியமிக்கப்பட்டனர். புதிய அரசியலமைப்பின்படி, கீழ்க் கோர்ட்டு நீதிபதிகள் பத்தாண்டு காலத்துக்கு நியமனம் பெறுகின்றனர். ஆனால் அவர்களுடைய மறு நியமனத்துக்குத் தடையேதும் இல்லை.

உயர் நீதிமன்ற நீதிபதிகள், சட்டத்தால் நிர்ணயிக்கப்பட்டுள்ள வயது வரம்பினை எட்டும்போது ஓய்வு பெற வேண்டும். ஆனால் அந்த வயது வரம்பு ஆயுள்காலம் முழுதும் என்றாலும், உடல்நலம் இல்லை யென்றாலோ, அல்லது அதிக வயது ஆகிவிட்டாலோ அவர்களுக்கும் ஓய்வு வழங்கப்படும். பத்து ஆண்டுகள் பூர்த்தி செய்துவிட்ட நீதிபதியின் பணி தொடர பொதுமக்களிடம் ஓட்டெடுப்பு நடத்தப்படும். அது பொதுத் தேர்தலின் போது செய்யப்படும். நீதிபதிகளை விசாரிக்க வேண்டிய நிலை ஏற்படுமானால், டயட்டின் இருசபை உறுப்பினர்களும் அடங்கிய விசாரணை மன்றம் அத்தகைய விசாரணைக்கு உத்தரவிடும். தலைமை நீதிபதி பதவிக்கு அமைச்சரவை பரிந்துரைக்கும் நீதிபதியை சக்கரவர்த்தி நியமனம் செய்வார். இன்று உச்ச நீதிமன்றத்தில் 14 நீதிபதிகள் பணியாற்றுகிறார்கள்.

வெளிநாட்டு உறவுகள்

ஜப்பானிய வெளிநாட்டுக் கொள்கையின் அடிப்படை நோக்கம், உள் நாட்டில் அமைதி, உலகின் சமாதானம் மற்றும் வளமை என்பதாகும்.

மற்ற நாடுகளுக்குச் சுதந்திரத்தைப் பெற்றுத் தருவதும், உலக சமாதானம், மற்றும் மனிதகுல நல்வாழ்வுக்கு உதவுவதும் அவர்களது வெளியுறவுக் கொள்கையில் அடங்கும்.

இன்று ஜப்பான் எல்லா நாடுகளுடனும் நேச உறவு கொண்டிருக்கிறது. 1951 செப்டம்பரில் 48 நாடுகளுடன் சான்பிரான்ஸிஸ்கோ சமாதான ஒப்பந்தத்தில் ஜப்பான் கையெழுத்திட்டது. நேச நாடுகளின் ஏழாண்டு கால ஆக்கிரமிப்பை இந்நிகழ்ச்சி முடிவுக்குக் கொண்டு வந்ததுடன் உலக நாடுகளிடையே தனக்குரிய இடத்தை ஜப்பான் மீண்டும் பெற வகை செய்தது. அடுத்த ஓராண்டு காலத்துக்குள்ளாகவே ஐக்கிய நாடுகள் சபையின் எல்லா ஏஜன்ஸி நிறுவனங்களிலும் ஜப்பான் உறுப்பினராகச் சேர்ந்தது. 1956, டிசம்பரில் ஐ.நா. சபையின் 80-ஆவது உறுப்பினர் நாடாக முழு உரிமையுடன் ஜப்பான் அனுமதிக்கப்பட்டது.

ஐ.நா. சபையில் சேர்த்துக் கொள்ளப்பட்ட நாள் முதலாக அதன் நடவடிக்கைகள் அனைத்திலும் ஜப்பான் முழு ஒத்துழைப்பு தந்து வருகிறது. 1951ஆம் ஆண்டு ஜப்பான் குடியரசு தனது முழு அதிகாரத்தை மீண்டும் பெற்றது.

உலக நாடுகளுடன் தனது வர்த்தக உறவுகள் உறுதியாக அமைய வேண்டும் என்பதற்காக, பல நாடுகளுடன் வர்த்தக உடன்படிக்கை களையும் கடல் போக்குவரத்து ஒப்பந்தம் போன்ற பிற உடன்பாடு களையும் ஜப்பான் செய்து கொண்டுள்ளது.

பாதுகாப்பு

1945ஆம் ஆண்டு ஆகஸ்ட் மாதம் நேசப்படைகளிடம் சரண் அடைந்தவுடன், ஜப்பான் முற்றிலும் நிராயுதபாணியாக்கப்பட்டது. உடனே ஜப்பான் யுத்த மறுப்புப் பிரகடனம் செய்து கொண்டதோடு அடுத்த ஐந்தாண்டுகளுக்கு எவ்வித ஆயுதங்களுமின்றி இருந்தது. உள்நாட்டு, வெளிநாட்டுப் பாதுகாப்புப் பொறுப்புகளை நேசப் படைகளிடம் விட்டு இருந்தது. இப்படையில் பெரும்பகுதி அமெரிக்காவிலிருந்து வந்தவை. இன்று ஒரு தற்காப்பு இராணுவத்தை வைத்துள்ளது ஜப்பான். ஜப்பானியக் கப்பற்படையுடன் இந்தியக் கப்பற்படைகள் கூட்டுப் போர் முயற்சியில் ஈடுபடுகிறார்கள் சென்னையிலும் அது நடைபெறுகிறது என்பது குறிப்பிடத்தக்கது.

அரசமைப்பு

Japan Self Defence Forces என்று அழைக்கப்படும் இராணுவ அமைப்பு 1954ஆம் ஆண்டு நிறுவப்பட்டது. இதை ஜப்பானில் 'ஜய்த்தாய்' என்று அழைக்கிறார்கள். வடகொரியாவால் ஏற்பட்டிருக்கும் பாதுகாப்புப் பிரச்சனைகளால் ஜப்பான் பாராளுமன்றம் ஒரு நிரந்தரமான, வலுவான இராணுவத்தை ஏற்படுத்த முடிவு செய்தது. தங்களது நேசநாடுகளின் பாதுகாப்பிற்காக ஜப்பான் படைகள் துணை நிற்கும் என்ற முடிவை பாராளுமன்றம் எடுத்துள்ளது.

நம்மால் முடியும்

1950ஆம் ஆண்டு ஏற்படுத்தப்பட்ட மக்களாட்சி முறை (parliament Democracy) நம் நாட்டின் வலுவான அரசியலமைப்பு என்றே கூறலாம். மக்களாகிய நாம்தான் நமது அரசாங்கத்தைத் தேர்ந்தெடுக்கிறோம். இன்று 60 சதவிகிதம் முதல் 70 சதவிகிதம் வரை ஓட்டுப் போடும் நாம் 100 சதவிகிதம் மக்களும் வாக்களிக்க வேண்டும். அதுவும் உங்களைப் போன்ற படித்தவர்கள் கண்டிப்பாக வாக்களிக்க வேண்டும். நேர்மையும், ஆற்றலும், பொதுச்சேவையில் அக்கறையும் உள்ளவர்களைத் தேர்ந்தெடுத்தால் நமது ஜனநாயக முறையால் நாட்டை உயர்த்த முடியும்.

நமது அரசியல் அமைப்பு நமக்கு சமூக, அரசியல் மற்றும் பொருளாதார நீதியை வழங்குகிறது. சிந்தனை, பேச்சு, மதம், நம்பிக்கைகளுக்குச் சுதந்திரம் வழங்குகிறது. எல்லா இனத்தவர்களும், ஆணுக்கும், பெண்ணுக்கும் சம உரிமை வழங்குகிறது. நம்மிடையே சகோதர ஒற்றுமையை வளர்க்க வழி செய்கிறது. இத்தனை சுதந்திரங்களையும் பல அடிப்படை உரிமைகளையும் தந்த நமது அரசியல் அமைப்பு சில கடமைகளையும் பரிந்துரைக்கிறது.

கடமைகள்:

1. *தேசியக் கொடியையும், தேசிய கீதத்தையும் மதித்து நடக்க வேண்டும்.*
2. *எல்லாக் குடிமக்களும் அரசியல் சட்டத்தை மதித்துப் பேண வேண்டும்.*
3. *சுதந்திரத்திற்காகப் போராடிய நமது தலைவர்களைப் பின்பற்றி நடக்க வேண்டும்.*

4. எல்லாக் குடிமக்களும் நாட்டைப் பாதுகாக்க வேண்டும். நாட்டுக்காகத் தேவைப்படும்போது பொதுச் சேவை செய்யத் தயாராக இருக்க வேண்டும்.

5. அனைவரும் சாதி, மத, மொழி, இன எல்லை கடந்த சகோதர மனப்பான்மையை உருவாக்க வேண்டும்.

6. நமது பழம்பெருமை மிக்க பாரம்பரியத்தைக் காக்க வேண்டும்.

7. காடுகள், நதிகள், ஏரிகள் உள்ளிட்ட இயற்கையையும், வனவிலங்குகளையும் பாதுகாக்க வேண்டும்.

8. அறிவியல், சிந்தனை, அறிவியல் மனப்பான்மை மனிதாபிமானம், சீர்திருத்த உணர்வுகளை வளர்க்க வேண்டும்.

9. வன்முறையைத் தவிர்த்து அரசு சொத்துகளைப் பாதுகாக்க வேண்டும்.

10. குழந்தைகளின் பெற்றோரோ அல்லது பாதுகாவலரோ தமது குழந்தைகளுக்குக் கல்வி கற்கும் வாய்ப்புகளை 6-14 வயதுக்குள் ஏற்படுத்தித் தரவேண்டும்.

உரிமைகளுக்காகப் போராடும் நாம் நமது தேசியக் கடமைகளை ஆற்றவும் முனைப்புக் காட்ட வேண்டும். போராட்டங்களில் ஈடுபடுவதால் இன்னொரு சாரார் கடுமையான பாதிப்புக்கு உள்ளாகக் கூடும். அவர்களும் இந்தியர்களே. நாம் கடமைகளை உணர்ந்தால் சுயநலத்திற்காகப் போராடுவதைக் கைவிட்டு விடுவோம்.

ஒவ்வொரு இந்தியக் குடிமகனும் தனது ஜனநாயகக் கடமையை உணரும்பட்சத்தில் நமது நாடு வலுப்பெறும், சிறந்த நிர்வாகம் அமையும். தொழில் வளம் பெருகும். சிந்தனைத் திறன் பெருகும். ஒற்றுமை மலரும். தேசப்பற்று வலுவடையும். நாமும் உலகில் முன்னேறிய நாடுகளுக்கு இணையாக உயர்ந்து நிற்போம்.

சென் கதை

மூவர் சிற்றுண்டிச் சாலைக்குள் நுழைந்தனர். ஒருவர் அமைதியாக சிந்தித்துக் கொண்டிருந்தார். கலகலப்பாக பேசிக் கொண்டிருந்த இருவரிடம். "எங்கே போகிறீர்கள்" என்று கேட்டார், அந்த சிற்றுண்டிச்சாலை உரிமையாளர் பெண். "உயர்பதவிக்கான அரசு தேர்வு எழுதப்போகிறோம்" என்றார், அந்த இருவரில் ஒருவர். "இரண்டுபேருக்கும் வேலை கிடைக்காது, அவருக்கு மட்டும் கிடைக்கும்" என்றார், அப்பெண். தேர்வு முடிவு அப்படியே இருந்தது. அவ்விருவரும் அப்பெண்மணியின் கடைக்கு மீண்டும் வந்து, அவளுக்கு மந்திர சக்தி எதாவது உண்டா என்று கேட்டனர். "அதெல்லாம் ஒண்ணுமில்லை. நல்லா வேகவைத்த பன் அமைதியா இருக்கும், அரவேக்காடு பன் சத்தம்போடும். அதனால் அப்படி சொன்னேன்" என்றாளாம்.

- அமைதியாக ஆழ்ந்த தியானத்தில் இருப்பவர்களுக்கு வெற்றி கிட்டும் என்ற சென் போதனை

128 அவர்களால் முடியும் என்றால் நம்மாலும் முடியும்

பாகம் மூன்று

கல்வி

ஜப்பானின் வியக்கத்தக்க முன்னேற்றத்திற்குக் கருவாக அமைந்திருப்பது அவர்களது கல்வியே. சீனர்களைப் போலவே கல்விக்கும், புத்தக வாசிப்பிற்கும் ஜப்பானியர் அதிக முக்கியத்துவம் கொடுத்துள்ளனர். டோகுகாவா (Tokugawa) - (1603 - 1867) ஆட்சிக்காலத்தில் கல்வியில் கொரியா மற்றும் சீனாவை முந்திவிட்டது ஜப்பான். அந்தக் காலகட்டத்தில் கிராமங்களில் Terkoya என்ற பள்ளிகளை நிறுவினார் அவர். இப்பள்ளிகள் புத்த கோயில்களிலே நடத்தப்பட்டன. 1850ஆம் ஆண்டில் 45 சதவிகிதம் ஆண்களும் 15 சதவிகிதம் பெண்களும் கல்வியறிவு உள்ளவர்களாக இருந்தனர். இந்தியாவில் அதே காலகட்டத்தில் 5 சதவிகிதம் மக்களே படிப்பறிவுள்ளவர்களாக இருந்துள்ளனர்.

மெய்ஜி ஆட்சியில் இந்த கல்வி என்ற ஆயுதத்தைக் கொண்டு, மேற்கத்திய தொழில்நுட்பத்தைக் கற்றுக் கொண்டனர். 1871ஆம் ஆண்டு கல்வி இலாகாவால் ஒருங்கிணைந்த ஒரே மாதிரியான கல்வித்திட்டம் நாடு முழுவதும் கொண்டு வரப்பட்டது. இதன்மூலம் அனைவருக்கும் கட்டாயக் கல்வி என்ற நிலை ஏற்பட்டது, அனை வருக்கும் ஒரே சீரான கல்வி என்பதால் தேசியக் கண்ணோட்டத்தையும், தேச பக்தியையும் அது அவர்களிடம் வளர்த்தெடுத்தது.

அவர்கள் அடிப்படைக் கல்விக்கு அதிக முக்கியத்துவம் தந்தனர். அதனால் 1907ஆம் ஆண்டே அனைத்துக் குழந்தைகளும் பள்ளிக் கூடங்களில் சேரும் நிலையும் ஏற்பட்டது. ஆறு வகுப்பு வரை ஆண், பெண் இருபாலாருக்கும் பள்ளிப் படிப்பு கட்டாயமாக்கப்பட்டது.

ஆனால் நமது நாட்டில் சுதந்திரம் பெற்று 68 ஆண்டுகள் ஆன பிறகும் அனைத்துக் குழந்தைகளுக்கும் ஆரம்பக் கல்வி கிடைக்கவில்லை. படித்த குழந்தைகளுக்கோ அறிவுத் திறன் இல்லை என்ற குறை தொடர்ந்து இருந்து கொண்டிருக்கிறது. கல்வியின் தரம் தாழ்ந்து விட்டதாக கல்வியாளர்கள் கவலை தெரிவிக்கின்றனர்.

ஜப்பானில், சமச்சீர் (Egalitarion) என்ற ஜெர்மன் முறைப்படி அனைவருக்கும் கல்வி தரப்பட்டது. அனைவரும் சமம் என்ற வகையில் மாணவர்கள் நடத்தப்பட்டனர். இந்தக் கல்வி முறை மூலம் உருவான ராணுவ வீரர்கள், வேலையாட்கள், வீட்டு அம்மாக்கள், தொழில்நுட்பம் தெரிந்த தொழிலாளர்கள் ஜப்பானின் முன்னேற்றத்திற்குக் கை கொடுத்தனர். ஜப்பானின் கல்விச் சாலைகளிலேயே முதல் இடத்தில் இருப்பது 1877 ஆம் ஆண்டு ஏற்படுத்தப்பட்ட டோக்கியோ பல்கலைக்கழகம்தான். உதாரணத்திற்கு நம்முடைய IIT என்று வைத்துக் கொள்ளலாம்.

பல்கலைக்கழகங்கள்

டோக்கியோ பல்கலைக்கழகம் (University of Tokyo) டோடாய் என்றழைக்கப்படுகின்றது. 10 பாடங்கள் இங்கு கற்பிக்கப்படுகிறது. சுமார் 30000 மாணவர்கள் இங்கு படிக்கிறார்கள். ஜப்பானின் 7 பல்கலைக் கழகங்களில் இது சிறந்ததாகக் கருதப்படுகிறது. ஆசியாவில் உள்ள பல்கலைக்கழகங்களில் இது முதலிடத்திலும், உலக அளவில் 21வது இடத்திலும் இருப்பதாக 2014 ஆம் ஆண்டிற்கான உலகக் கல்வித் தரவரிசைப் பட்டியல் (Academic Ranking of World Universities, 2014) கூறுகிறது. இந்தப் பல்கலைக்கழகத்தில் படித்த 8 பேர் நோபல் பரிசு பெற்றுள்ளனர் என்பது குறிப்பிடத்தக்கது.

டோடாய் என்ற டோக்கியோ பல்கலைக்கழகம்

126 கோடி மக்கள் வாழும் இந்தியாவில் 342 அரசுப் பல்கலைக் கழகங்களும், 227 தனியார் பல்கலைக்கழகங்களும் உள்ளன. தமிழ் நாட்டில் மட்டும் 50 பல்கலைக்கழகங்கள், இதில் 29 தனியார் பல்கலைக் கழகங்கள். இருப்பினும் உலகத் தரமான பல்கலைக்கழகமாக இவை இல்லை என்பதே உண்மை. ஆசியாவில் முதல் 100 இடங்களில் அல்லது உலகின் முதல் 500 இடங்களில் நம்முடைய பல்கலைக் கழகங்கள் ஒன்று கூட வர முடியவில்லையே, ஏன் அப்படி என்பதைப் பற்றி நாமும் சிந்திக்க வேண்டும்.

இதற்கான பதிலைக் கல்வியாளர்களும், ஆராய்ச்சியாளர்களும் தரவேண்டும். இருந்தாலும் இந்த நிலைமை மாற வேண்டும். மாணவர் களிடமும், ஆசிரியர்களிடமும் பழகிய எனக்குத் தோன்றிய கருத்துக்களை எடுத்துச் சொல்ல விரும்புகிறேன்.

(அ) ஆசிரியர்கள் தொடர்ந்து கல்வி கற்கவேண்டும். தங்களது பாடங்களில் நிபுணர் ஆகவேண்டும். ஆசிரியர் பணி என்பது கிடைத்தற்கரிய ஒரு உயர்ந்த தொழில் (Profession) என்று அதைப் பார்க்க வேண்டும்.

(ஆ) பாடத்திட்டம் மற்றும் பாடங்களை மிகவும் தரமானதாக மாற்றியமைக்க வேண்டும். சிறந்த வல்லுநர்களை வைத்து பாடத் திட்டங்களைத் தயார் செய்ய வேண்டும்.

(இ) ஒவ்வொரு வகுப்பிலும் தேர்ச்சி பெற ஓரளவுக்கு நியாயமான, கடினமான கேள்விகள் கேட்கப்படவேண்டும். பொதுத் தேர்வு எழுதுவோரில் தரமானவர்கள் மட்டும் தேர்வானால் போதுமானது.

(ஈ) பள்ளிக் கல்வி முடிந்ததும் அனைவருக்கும் தொழில் கல்வி தரலாம். தொழிற் கல்வி முடித்த பின் தகுதித்தேர்வில் வெற்றி பெறுவோர் கல்லூரியில் சேரலாம்.

(உ) மாணவர்கள் புரிந்து, கற்பனைத் திறனுடன், செயல்முறைக் கல்வி பயிலப் பழக்கப்படுத்தலாம்.

(ஊ) மாணவர்களுக்கு உலகத்தரம் உள்ள புத்தகங்களை அறிமுகப் படுத்தலாம், அவற்றை வாசிக்க வைக்கலாம்.

(எ) கல்லூரி மாணவர்களுக்கு தினமும் ஒரு மணி நேரம் ஓட்டம் என்று கட்டாய உடற்பயிற்சிக் கல்வி தரலாம்.

(ஏ) தாய்மொழியிலும், ஆங்கிலத்திலும் புலமை பெற புதுமுறைகளை அறிமுகம் செய்யலாம்.

டோக்கியோ பல்கலைக்கழகத்தில் கல்வி கற்றவர்கள் அரசு உயர் அலுவலர்கள் ஆனார்கள். 1897இல் ஏற்படுத்தப்பட்ட கியோட்டோ பல்கலைக்கழகம், 1970இல் ஏற்படுத்தப்பட்ட டோகோயூ பல்கலைக் கழகம், 1910இல் ஏற்படுத்தப்பட்ட கியூஷு பல்கலைக்கழகம், 1918இல் ஏற்படுத்தப்பட்ட ஹொக்கைடோ பல்கலைக்கழகம் ஆகியவை உயர்கல்வி வழங்கும் பல்கலைக்கழகங்கள் ஆகும். இங்கு பயின்றவர்களும் அரசு உயர் பதவிகளில் இருக்கிறார்கள்.

1918ஆம் ஆண்டிலிருந்து தனியார் பள்ளிகளும் திறக்கப்பட்டன. அரசு பள்ளி மற்றும் கல்லூரிகள் அரசுப் பணத்தால் நடத்தப்படுவதால் இங்கு கட்டணம் குறைவு. ஆனாலும் இங்குதான் தரமான கல்வி தரப்படுகிறது. அரசு கல்லூரிகளில் படிக்கத்தான் அனேகமானவர்கள் ஆர்வம் காட்டுகிறார்கள்.

பல்கலைக்கழகங்கள் டைகாகு (Daigaku) என்றழைக்கப்படுகின்றன. உயர்கல்வி நிறுவனங்களைக் கல்லூரிகள் என்றழைக்காமல், பல்கலைக் கழகங்கள் என்றே அழைக்கின்றனர். மேல்நிலைப் பள்ளிகள் குட்டிப் பல்கலைக்கழகங்கள் (Tanki Daigaku) என்றழைக்கப்படுகின்றன.

பள்ளிக்கல்வி கட்டாயமாக்கப்பட்டிருக்கிறது, மேல்நிலை கல்விச் சாலைகள் பல உள்ளதாலும், பெண்களும் எல்லாப் பள்ளிகளிலும் பயிலலாம் என்பதாலும், அனைவரும் படிக்கின்றனர். பல தொழில்நுட்பப் பள்ளிகள் உள்ளன, படிப்படியாக உயர் கல்விக்கும் மாணவர்கள் செல்ல பொருளாதாரம் ஒரு தடையில்லை. அதனால் மாணவர்கள் தொடர்ந்து கல்லூரியில் படிக்கின்றனர்.

இருப்பினும் உயர்நிலைப் பள்ளிகளில் ஆண்களுக்குச் சமமான எண்ணிக்கையில் பயிலும் பெண்கள், பல்கலைக்கழகங்களில் எண்ணிக்கையில் குறைகின்றனர்.

கல்வியறிவு ஒரு சாதனை:

உலகிலேயே அதிகக் கல்வியறிவு பெற்றவர்கள் ஜப்பானியர்கள் எனலாம். எத்தனை ஆண்டுகள் கல்வி கற்றோம் என்பதைவிட எவ்வளவு தீவிரமாகக் கற்றோம் என்பதுதான் முக்கியம். வாரம் ஆறு நாட்கள் பள்ளி திறந்திருக்கும், ஆண்டுக்கு ஒரு மாதம் மட்டும் (ஆகஸ்ட்) விடுமுறை. ஒரே ஒரு நாள் புத்தாண்டிற்காக (ஜனவரி 1) மட்டும் விடுமுறை. பல மதங்களின் பண்டிகைகள், சாமிகளின் பிறந்த நாள், தலைவர்கள் பிறந்த நாள், பல மொழிகளின் வருடப் பிறப்புகள், மழை பெய்து விட்டது

அல்லது பெய்யப்போகிறது என்று எதற்கும் விடுமுறை கிடையாது. சில மாணவர்கள் Juku என்ற டியூஷன் செல்கிறார்கள். பள்ளிகளில் கடுமையான கட்டுப்பாடு நிலவுவதாலும், போட்டிகள் அதிகமாக இருப்பதாலும், மாணவர்கள் பள்ளிகளில் தீவிர முயற்சியெடுத்துப் படிக்கிறார்கள். ஆனால் அவர்கள் அதைக் கடினமாக நினைப்பதில்லை. தங்களுக்கு இருக்கும் ஒரே வேலை படிப்பதும் சாதிப்பதும்தான் என்று எண்ணுகிறார்கள்.

ஜப்பானியர்களை முழுமையாகக் கல்வி கற்றவர்கள் எனலாம். கணிதம், விஞ்ஞானம் ஆகியவற்றில் அடிப்படை அறிவு ஜப்பான் பள்ளிப்படிப்பு முடித்தவர்களிடம் மிகவும் தெளிவாக உள்ளது. ஆங்கில அறிவு மட்டும் பாராட்டும்படியாக இல்லை.

பொதுவாக ஜப்பானிய மொழிவழிக் கல்வி கற்று அதன்மூலம் சாதித்தவர்களுக்குத்தான் மரியாதை. சமுதாயத்தில் ஒருவரின் மதிப்பு கூட அவரது கல்விச் சாதனையில்தான் இருக்கிறது. அனைத்து அரசியல் தலைவர்களும், சிறந்த பல்கலைக்கழகங்களின் பட்டதாரிகளாகத்தான் இருந்திருக்கிறார்கள் என்றால் பாருங்கள்.

கல்வி நிலையங்களில் சாதனை படைப்பது முக்கியம். கல்விதான் வாழ்க்கை என்பதால் குடும்பங்களில் பட்டினி கிடந்தாவது குழந்தை களைப் படிக்க வைத்து விடுகின்றனர். வீடுகள் குறுகலாக இருந்தாலும் குழந்தைகள் படிக்கப் போதுமான இடம் கொடுக்கப்படுகிறது. குழந்தைகளின் படிப்பில் அக்கறை காட்டுவது தாய்தான். அப்படி அதிக அக்கறை காட்டும் தாயை கைக்கோ மாமா (Kyoiku Mama) அதாவது ''கல்வித்தாய்'' என்று அழைக்கிறார்கள். தரமான கல்வி தரவேண்டும். அதற்கு பொருளாதாரம் வேண்டும். இதுவே ஜப்பானியர் ஒரு குழந்தையுடன் நிறுத்திக் கொள்வதற்கான முக்கியக் காரணமாக உள்ளது.

பள்ளிக் கல்வியிலும், உயர் கல்வியிலும் ஏன் அதிகக் கவனம் செலுத்துகிறார்கள் என்பது நுழைவுத் தேர்வுக்குத் தயாராவதிலிருந்து தெரிந்து கொள்ளலாம். நுழைவுத் தேர்வு நேரத்தில் குடும்பத்தின் அனைத்து நடவடிக்கைகளும் அந்தத் தேர்வையொட்டியே இருக்கும். பல்கலைக்கழகம் என்றில்லாமல் பள்ளிகளுக்கும் நுழைவுத் தேர்வு உண்டு. இந்த நுழைவுத் தேர்வு நடக்கும் காலங்களைத் 'தேர்வு நரகம்' (Examination Hell) என்றழைக்கிறார்கள். அதிக தற்கொலைக்குக் கூட காரணம் இந்தத் தேர்வு நரகம்தான்.

டயோட்டா போன்ற பெரிய நிறுவனங்களில் பணியில் அமரவும் நுழைவுத்தேர்வு உண்டு. பல்கலைக்கழகப் பட்டம் அடிப்படை, அதற்கு மேல் நுழைவுத்தேர்வு. 18 வயதில் பல்கலைக்கழக நுழைவுத் தேர்வில் வெற்றிபெற்ற மாணவர்கள் கம்பெனியின் தேர்விலும் வெற்றிபெற முடிகிறது என்பது வேறு விஷயம். பல பெரிய நிறுவனங்கள் சில குறிப்பிட்ட புகழ்பெற்ற பல்கலைக்கழகங்களில் (டோக்கியோ பல்கலைக்கழகம் போன்றவை) படித்த மாணவர்களை மட்டுமே வேலையில் சேர்த்துக் கொள்கின்றனர்.

பல்கலைக்கழகங்களில் நுழைவது என்பது வாழ்வில் வெற்றி பெற்றதாகப் பொருள். ஆகவே தோல்வியுற்ற மாணவர்கள் டியூட்டோரியல் களுக்குச் சென்று டியூஷன் பயின்று அடுத்து வரும் ஆண்டில் தேர்வு எழுதுகிறார்கள். டியூஷன் செல்பவர்களுக்கு ஜூக்கா என்று பெயர். இப்படித் தொடர்ந்து பலமுறை முயற்சி செய்யும் மாணவர்களுக்கு யோனின் (Yonin) என்று பெயர். (பழங்காலங்களில் குரு இல்லாமல் பரிதாபமாக அலையும் சாமுராய் தற்காப்புக் கலை மாணவர்களைத்தான் யோனின் என்று அழைத்தனர்) அதாவது குரு இல்லாத சிஷ்யன், ஒரு பள்ளிக்கூட அனாதை.

நுழைவுத்தேர்வு காலத்தை ஒரு பிரஷர் குக்கர் சூழ்நிலை (Pressure Cooker Atmosphere) எனலாம். ஆனால் ஒன்று, இவ்வளவு சிரமப்பட்டு பல்கலைக்கழகங்களில் நுழைந்துவிட்ட பிறகு அங்கு சிரமம் இல்லை. நல்ல பெருமூச்சு விட்டுக் கொள்ளலாம். இங்கு சக மாணவர்கள் மத்தியிலும் கடும் போட்டிகள் இல்லை. துறைத்தலைவர்கள் சுதந்திரமாகச் செயல் படுகின்றனர். பல்கலைக்கழகங்களில் மாணவர்களின் படிப்பு மெச்சத்தக்க வகையில் இல்லை. துணைவேந்தர்கள் துறைத்தலைவர்களால் தேர்ந்தெடுக்கப் படுவதால் அவர்களைக் கட்டுப்படுத்த முடியாது. ஆராய்ச்சி மற்றும் போதித்தல் வட அமெரிக்க பல்கலைக்கழகங்களோடு ஒப்பிடும் அளவுக்கு இல்லை. எனவேதான் இங்கு அமெரிக்கா போன்று சிறந்த விஞ்ஞானிகளோ, தொழில்நுட்ப வல்லுநர்களோ தோன்றவில்லை. இங்கே படித்தவர்கள் அதிக அளவில் நோபல் பரிசுகளைப் பெறவும் இல்லை. ஜப்பானியர்களின் பலமே பள்ளிக் கல்விதான், கல்லூரிக் கல்வி அல்ல. இப்போதெல்லாம் வசதி படைத்த இளைஞர்கள் உயர்கல்வி கற்க அமெரிக்காவின் புகழ்பெற்ற நிறுவனங்களை நாடிச் செல்கிறார்கள். ஆனால் இந்த சராசரி கல்வித்தரம், இந்தியப் பல்கலைக்கழகங்களுடன் ஒப்பிட்டுப் பார்த்தால் அது மிகவும் உயர்ந்திருக்கிறது என்றுதான் சொல்ல வேண்டும்.

கல்வியும் ஆராய்ச்சியும்:

சமீப காலங்களில் இந்தியாவைப் போலவே பல தனியார் பள்ளிகளும், கல்லூரிகளும் ஜப்பானிலும் வந்துவிட்டன. படிப்புச் செலவு மிகவும் அதிகம் என்றாலும் வசதி படைத்த பெற்றோர்கள் விரும்பி, செலவு செய்து குழந்தைகளை இங்கு அனுப்புகிறார்கள். தனியார் கல்வி நிறுவனங்கள் வெற்றிகரமான வர்த்தக நிறுவனங்களாக மாறி வருகின்றன.

ஆனால் ஒன்றை அறுதியிட்டுக் கூறலாம். அடிப்படை விஞ்ஞான கண்டுபிடிப்புகள் இல்லையென்றாலும் ஏற்கனவே கற்றறிந்த விஞ்ஞானத்தையும், தொழில்நுட்பத்தையும் கிரகித்துக் கொண்டு புது கருவிகள் செய்வதில் ஜப்பானியர்களை விஞ்சிட உலகில் யாருமில்லை. கார் அவர்கள் கண்டுபிடிப்பு அல்ல. ஆனால் ஜப்பானில் தயாராகும் Toyota, Honda, Mitsubishi, Nissan கார்கள் உலகிலேயே சிறந்த கார்கள். அதேபோலத்தான் குளிரூட்டும் சாதனம், ரேடியோ, தொலைக்காட்சிப் பெட்டி, கம்ப்யூட்டர் போன்றவையும்.

சமீப காலங்களில் அடிப்படை விஞ்ஞானக் கண்டுபிடிப்புகளுக்கு முக்கியத்துவம் தரப்படுகிறது. நாட்டு வருமானத்தில் 3.5 சதவிகிதம் ஆராய்ச்சிக்கு என்று ஒதுக்கப்படுகிறது. நம் நாட்டில் அது 0.8 சதவிகிதம் மட்டும்தான். இது ஒரு கணிசமான தொகை என்பதால் வருங்காலங்களில் புதிய விஞ்ஞானக் கண்டுபிடிப்புகள் ஜப்பானில் உருவாகலாம். எலக்ட்ரானிக், விஞ்ஞானம், ரோபோ ஆராய்ச்சியில்தான் அதிக கவனம் செலுத்துகிறார்கள் ஜப்பானிய ஆராய்ச்சியாளர்கள்.

உலகிலேயே அதிக அளவில் ரோபோ என்னும் இயந்திர மனிதர்களை வைத்திருக்கும் நாடு ஜப்பான்தான். உலகெங்கும் தொழிற்சாலைகளில் பயன்படுத்தக்கூடிய இன்டஸ்ட்ரியல் ரோபோக்கள் சுமார் 80,000 உள்ளன. அவற்றில் பாதி ஜப்பானில்தான் உள்ளன என்பது குறிப்பிடத் தக்கது. அதுதவிர துவைப்பது, மாத்திரை எடுத்துத் தருவது, அறுவை சிகிச்சை செய்வது, குழந்தைகளைப் பார்த்துக் கொள்வது, அவர்களுடன் விளையாடுவது என்று பலவிதமான ரோபோக்கள் உள்ளன. குட்டிக் குட்டியாக பல ரோபோக்களை ஜப்பானியர்கள் உற்பத்தி செய்தபடியே உள்ளனர். ரோபோ பயன்பாடு மூலம் அவர்களின் வாழ்க்கை மிகவும் இலகுவானதாக மாறிவருகிறது.

உங்களுக்குத் தெரியுமா?

ஜப்பானியப் பள்ளிகளில்...

1. மாணவர்களும், ஆசிரியர்களும் அரை மணி நேரம் பள்ளிக்கூடத்தைச் சுத்தம் செய்கிறார்கள்.
2. துப்புரவுத் தொழிலாளியின் பெயர் சுகாதாரப் பொறியாளர். இவருக்கு மாத சம்பளம் 3 லட்சம் ரூபாய்.
3. மதிய உணவு அருந்தியபின் மாணாக்கர்கள் பல் துலக்குகிறார்கள்.
4. மதிய உணவை அரை மணி நேரம் சுவைத்து, நிதானமாக சாப்பிடுகிறார்கள். ஜீரணம் ஆவதற்கு அது உதவுகிறது.
5. எப்படி மரியாதையாக நடந்து கொள்வது என்று 1-5 வகுப்பு வரை போதிக்கப்படுகிறது.

சிறந்த கல்வி கற்ற மக்கள் உள்ள உலக நாடுகளின் வரிசையில் ஜப்பான் முதலில் நிற்கிறது. தெளிவான பள்ளிக் கல்விதான் ஜப்பானின் தொழில் வளர்ச்சிக்கும், சமூக வளர்ச்சிக்கும் அடிப்படை. அதுவே அவர்களின் பலமாகவும் இருக்கிறது.

நம்மால் முடியும்

புத்த, சமண மதங்களின் காலத்தில் தரமான அடிப்படைக் கல்வி இருந்த நாடுதான் இந்தியா. மீண்டும் ஒரு கல்விப் புரட்சி நடைபெற்றாக வேண்டும். அந்தப் புரட்சியில் அனைவருக்கும் +2 வரை கட்டாயக் கல்வி. அந்தக் கல்வி மிகவும் தரமானக் கல்வியாக வழங்கப்பட வேண்டும். சமையல் வேலையில் இருந்து கம்ப்யூட்டர் வரை அனைத்து வித்தைகளும் அனைவருக்கும் கற்றுத் தர வேண்டும். அடிப்படை விஞ்ஞானம் மாணவர்களுக்கு அத்துப்படியாக வேண்டும். தமிழும், ஆங்கிலமும் சரளமாக எழுதவும், படிக்கவும், பேசவும் வேண்டும். நூல்கள் படிக்கும் பழக்கமும், உடற்பயிற்சி செய்யும் வழக்கமும் பள்ளிகளில் வரவேண்டும். பள்ளிப் படிப்பு முடித்ததும் ஒரு தொழிற்பயிற்சியை 100 சதவிகித இளைஞர்கள் கற்றுக்கொள்ள வேண்டும். அதன்மூலம் ஒரு தொழில் செய்து வருமானம் தேட வேண்டும். தொழில் துறையில் முன்னேற்றம் காணவும் வேலையில்லாத் திண்டாட்டத்தை ஒழிக்கவும் இதைத்தவிர வேறு வழி தெரியவில்லை.

நமது நாட்டில் பயின்ற சில இளைஞர்கள் உலகின் முன்னணி விஞ்ஞானிகளாகவும், தொழில்நுட்ப வல்லுநர்களாகவும், மருத்துவர்களாகவும் தொழில் அதிபர்களாகவும் இருக்கிறார்கள். அவர்கள் காட்டிய முனைப்பால் அது நிகழ்ந்திருக்கிறது. எனவே மற்ற இளைஞர்கள் அவர்கள் காட்டிய வழியைப் பின்பற்றி சாதனை படைக்கலாம். நம்மில் சிலர் உலக சாதனை படைத்தபிறகு கூட, அனைவராலும் முடியாதா என்ன?

அடிப்படை ஆராய்ச்சிக்கு முக்கியம் தரலாம். நாட்டின் வருவாயில் 3 சதவீதம் கண்டிப்பாக ஆராய்ச்சிக்கு (இன்று 0.8 சதவீதம்) ஒதுக்க வேண்டும்.

சென் கதை

கையில் விளக்கேந்தி ஒரு சிறுமி வந்தாள். "இந்த விளக்கின் ஒளி எங்கிருந்து வந்தது?" என்று கேட்டேன். அவள் உடனே விளக்கை ஊதி அணைத்துவிட்டு என்னிடம் கேட்டாள் "ஐயா இப்ப அந்த விளக்கின் ஒளி எங்கே சென்றது. சொல்லுங்கள். அதன் பிறகு விளக்கு ஒளி எங்கிருந்து வந்ததுன்னு நான் சொல்கிறேன்".

- எங்கிருந்து வந்தோம், எங்கே போகிறோம் என்பது நமக்குத் தெரியாது. நாம் உயிர் வாழும் நாள்கள் தான் நிஜம், எனக் கூறும் சென் கதை

அவர்களால் முடியும் என்றால் நம்மாலும் முடியும்

மதம்

சென் (Zen) என்பது டாங் ஆட்சியின்போது சீனாவில் தோன்றிய ஒரு துணை மதம். அது பின்னர் வியட்நாமிற்கும், கொரியாவிற்கும் பரவி, அங்கிருந்து ஜப்பானிற்கு சென்றிருக்கிறது.

கடுமையான தியான பயிற்சிகளைக் கொண்டது 'சென்' மதம். நமக்குள் இருக்கும் ''புத்த தன்மை''யை உள்ளூர உணரவும், அப்படி நாம் உணர்ந்தபின்னர் நம்மைப்பற்றிய அறிவை உலக வாழ்க்கையில் பயன்படுத்தவும் வலியுறுத்துகிறது.

புத்த உண்மைகளை உணர்ந்து கொள்ள தரையில் அமர்ந்து கொண்டு தியானம் செய்யவேண்டும். சென் புத்தமதத்தின் முதல் ஆசிரியர் புத்த தர்மன் சொல்வதைக் கேளுங்கள்.

புத்தர்

''மனிதர்கள் இயற்கையைப் புரிந்துகொண்டால் பொருட்களின்மேல் வைத்த ஈடுபாடு இருக்காது. நம்மைப் பற்றிய உணர்வு (Awareness) மறைக்கப் படுவது இல்லை. ஆனால் நம்மைப் பற்றி இந்த நிமிடத்தில்தான் தெரிந்து கொள்ள முடியும். இந்தக்கணம்தான் முக்கியம். சரியான வழியைக் காண விரும்பினால், வேறு எதையும் இந்தத் தருணத்தில் மனதில் வைத்துக் கொள்ளாதே'' என்பது அவரது போதனை. ஒரு பொருளும் இல்லாத நிலை, ஒரு நிலையும் இல்லாத நிலை. அதாவது ஒரு வெற்று நிலையைத்தான் 'சென்' வலியுறுத்துகிறது.

139

சென் புத்தமதம் ''இங்கே'' - ''இப்போது'' என்ற உன்னதமான தத்துவத்தைச் சொல்லி இருக்கிறது. நமது மனது இப்போது இங்கு மட்டுமே இருப்பதாக இருந்தால் அது ''சென் மனம்'' என்று சொல்லலாம். அதுதான் பொன் மனம். அப்படிப்பட்ட மனதை வளர்த்துக் கொள்ளுதல் சென் போர்வீரனின் உன்னத நோக்கமாகும்.

எனவே நமது நோக்கம் ஒன்றுதான். இங்கே இப்போது கவனமாய் இருப்பதுதான் அது. இதன்மூலம் ஒவ்வொரு கணமும் நாம் காணும் மாயையை (தவறான நம்பிக்கை) சரியாக உணர்ந்து கொள்ள முடியும். அப்படி உணர்ந்தால் 'நான்' என்ற மாயையையும், 'உலகம்' என்ற மாயையையும் சரியாகப் புரிந்துகொண்டு, பின்னர் அவற்றின்மீது பற்றற்றவர்களாக இருக்க முடியும்.

மறையும் மதம்:

மதங்களுக்கு ஜப்பானில் இப்போது அதிக முக்கியத்துவம் இல்லை. ஜப்பானிய சமுதாயத்தின் மத சரித்திரம் சீன அறிஞர் கன்பியூசியஸ் என்பவரின் தத்துவத்தின் அடிப்படையிலானது. கி.மு. 551 முதல் 479 வரை வாழ்ந்த கன்பியூசியஸின் போதனைகள் இயற்கை சிந்தனை மிக்கவை. வாழ்வில் ஒழுக்கம், சமுதாயத்தில் மனித ஒற்றுமை ஆகியவை அடிப்படையானவை. அறநெறி (Ethics) அடிப்படையிலான கல்வியும், உயர் அறிவும் பெற்ற மனிதரால் ஆளப்படும் ஒன்றுபட்ட அரசு அமைய வேண்டும். கடவுளை வணங்க வேண்டியதில்லை. கடவுள் என்பது இல்லை. நல்ல சிந்தனை மற்றும் நல்ல வாழ்க்கைதான் முக்கியம். அரசனுக்கு விசுவாசமாக இருப்பதும், தந்தைக்கும் சமுதாயத்திற்கும் கட்டுப்பட்டு இருப்பதும்தான் ஒருவரது கடமைகள் என்பவைதான் கன்பியூசியஸின் போதனைகள். சீனாவில் அவரின் போதனைகள் ஏற்கப்பட்டதுபோல ஜப்பானிலும் ஏற்கப்பட்டு விட்டது.

சீன நாடு ஆறாம் நூற்றாண்டு முதல் ஒன்பதாம் நூற்றாண்டு வரை ஜப்பான்மீது ஆதிக்கம் செலுத்தியது. அதன் பிறகு கன்பியூசியஸ் மதம் அங்கே நிலைத்திருக்க வில்லை. ஆனாலும் அவர் போதித்த சில தத்துவங்கள் நிலைத்திருக்கின்றன. அவையாவன (அ) தார்மீக அடிப்படையிலான அரசு (ஆ) மனிதர்களுக்கு இடையே சுமூக நல்லுறவு (இ) நம்பிக்கை (ஈ) கல்வி (உ) கடின உழைப்பு.

புத்த மதம்:

இந்தியாவில் தோன்றிய புத்த மதம் ஜப்பானியரின் பிரதான மதம் என்று சொல்லலாம். புத்தர் அல்லது ஞானம் பெற்றவர் (Enlightened One) என்பவர் சித்தார்த்தர் என்ற மன்னர் ஆவார். கி.மு. 6 ஆம் நூற்றாண்டில் வாழ்ந்து மறைந்தார். அவர் போதித்த கருத்துகள் இவை,

1. இப்பிறவியின் செயற்பலன் அடுத்த பிறவியைத் தீர்மானிக்கும்.
2. பிறவிகள் தொடரும் (இது ஒரு ஆரம்பகால இந்திய நம்பிக்கை. இன்றும் சில மக்கள் நம்புகிறார்களே!)
3. வாழ்க்கை என்பது துன்பங்கள் நிறைந்தது (இன்பங்களும் நிறைந்தது தானே!)
3. துன்பத்திற்குக் காரணம் ஆசையே. (அப்படிச் சொல்லிவிட முடியுமா? வேண்டுமென்றால் பேராசைதான் துன்பத்திற்குக் காரணம் எனலாம்!)

தியானத்தில் பெண்கள்

துன்பங்களிலிருந்து விடுதலை பெற பல வழிகள் உள்ளன. மனிதனைத் துன்பங்களில் இருந்து ஒன்றும் இல்லாத நிலைக்கு (Nirvana) அழைத்துச் செல்லும் உன்னத எட்டு வழிகள் உண்டு. அவையாவன;

அ. நல்ல பார்வை
ஆ. நல்ல நோக்கம்
இ. நல்ல பேச்சு

ஈ. நல்ல நடத்தை

உ. நல்ல வாழ்க்கை

ஊ. நல்ல முயற்சி

எ. நல்ல கவனம்

ஏ. நல்ல கூர்நோக்கு

(இந்த எட்டு வழிகளையும் நாம் கற்றுக்கொள்ள முடியும். ஆனால் நல்லது எது என்பதை நாம்தான் நிர்ணயம் செய்ய வேண்டும்.)

புத்தமதத்தின் மகாயானா (பெரிய வாகனம்) என்னும் பிரிவு ஜப்பானிற்குச் சென்றது. தெராவாதா (பெரியவர்களின் போதனை) தான் இலங்கைக்குச் சென்றிருக்கிறது. மோட்சத்திற்குச் செல்லும் வழிமுறைகள் இந்து மதத்தைப் போலவே இங்கும் போதிக்கப்பட்டது. புத்தரை மட்டும் வழிபடாமல் அவருக்கு அடுத்தபடியாக இருக்கும் நிர்வாண நிலையை அடைய முடியாதவர்களாகிய போதிதத்துவர்களையும் வழிபடும் சமயம்தான் மகாயான புத்தமதம்.

கி.பி. 6 ஆம் நூற்றாண்டில் புத்தமதம் ஜப்பானைச் சென்றடைந் திருக்கிறது. ஜப்பானை ஆண்ட மன்னர்களின் ஆதரவு கிடைத்ததால் பல புத்த கோயில்கள் கட்டப்பட்டன. கோயிலுக்கு நிலங்களும் இதர பல சொத்துக்களும் கிடைத்தன. புத்த பிட்சுக்கள் நிலச்சுவான்தார்கள் ஆயினர். கி.பி. 9 ஆம் நூற்றாண்டு முதல் 16 ஆம் நூற்றாண்டு வரையிலான காலத்தில் புத்தமதம் அறிஞர்கள், கலைஞர்கள், சமுதாயம் மற்றும் பொதுமக்கள் வாழ்க்கையில் ஊடுருவி நிலைபெற்றது.

16 ஆம் நூற்றாண்டில் ஜப்பானிய மக்களிடையே ஒற்றுமை ஏற்படுத்திய தலைவர்கள் புத்த கோயில்களின் அரசியல் அதிகாரத்தை பறித்து விட்டனர். அடுத்த மூன்று நூற்றாண்டுகள் மதச்சார்பில்லாத சமுதாயம் மலர்ந்தது. மெய்ஜி ஆட்சியில் புத்தமதம் புறக்கணிக்கப் பட்டது, மன்னரின் ஆட்சிக்கு இந்த மதம் தடையாக இருப்பதால் மெய்ஜி மன்னர் புத்தமதத்தினை அழிக்க முற்பட்டார்.

சொர்க்கம் என்றும், ஆன்மா என்றும் மேல் உலகம் என்றும் பரவலாக நம்பிக்கை இருந்தாலும் இன்றைய ஜப்பானியர்கள் புத்தமத வழிபாடுகள் செய்வதில்லை. சின்னதும், பெரியதுமான புத்த கோயில்களும், புத்த பிட்சுக்களின் மடங்களும் ஜப்பான் நிலப்பரப்பில் பரவலாகத் காட்சி யளிக்கின்றன. இருப்பினும், புதியதாக புத்த கோவில்கள் கட்டப் படவில்லை.

புத்த கோவில் பராமரிப்பு

புத்தமத நம்பிக்கை பெரிதாக இவர்களிடம் தற்போது இல்லை என்றாலும் கோவில்களைப் புறக்கணிக்கவும் இல்லை. பாகிஸ்தானில் பல முக்கிய புத்தத் தலங்களை தாலிபான் தீவிரவாதிகள் வெடி வைத்து தகர்த்திருக்கிறார்கள் என்பதை இங்கே நினைவுகூர வேண்டும். பாரம்பரியச் சின்னங்கள் உலக மக்களுக்குச் சொந்தமானவை. அவற்றை ஒரு பிரிவினர் இடித்துத் தள்ளுவது கொடுஞ்செயல், மனித இனத்திற்கும் மனித சரித்திரத்திற்கும் எதிரான செயல் என்பதில் ஐயமில்லை.

கியோடோ நகரில் மட்டும் கீழ்க்கண்ட புத்த கோவில்கள் உள்ளன.

1. கிங் காகூஜி தங்கக்கோவில் (King Kakuji Golden Temple)
2. கிங் காஜி கோயில் (King Kaji Temple)
3. ஜியான்சேசாமி கோயில் (Seasami Temple Gian)

ஜியான் சேசாமி கோயில்

கிங் காஜி கோயில் கியோட்டோவில் உள்ளது. ஷோகன் அஷிக்கா யோஷி மிட்ஷு (Shogun Ashikaga Yoshi Mitsu) என்பவர் கட்டியது. அவரது வேண்டுகோளின் பெயரில் அவரது மகன் இதை ஒரு சென் கோயிலாக மாற்றியுள்ளார். தோட்டங்கள் பிரம்மாண்டமாக அமைக்கப்பட்டுள்ளன. இந்த சென் கோயில் முரோமாச்சி கால தோட்டக்கலை வடிவமைப்பிற்கு ஒரு சிறந்த எடுத்துக்காட்டாக விளங்குகிறது. இந்தக் காலகட்டத்தில் ஒரு கட்டடம் அதைச் சுற்றியுள்ள காட்சியகங்களுக்கும் உள்ள உறவை வலியுறுத்துவதாக இருக்கின்றது.

மதம்

சிதறிக்கிடக்கும் நட்சத்திரங்களைப் போல சின்னச் சின்னத் தீவுகள். அதிலும் மரம் செடி கொடிகள். நீர்த்தேக்கங்களில் "கொயி கார்ப்" என்ற பெரிய சிவப்புநிற வளர்ப்பு மீன்கள். மிகப் பெரிய மீன்களை வளர்த்துப் பராமரிக்கிறார்கள்.

கிங் காங் குஜி கோவிலின் உள்ளே கோபுரப் பகுதியில் தங்க முலாம் பூசப்பட்டுள்ளது. எனவே இதற்கு தங்கக்கோவில் என்றும் பெயர் உள்ளது. கோயிலுக்கு உள்ளே செல்ல அனுமதி இல்லை. இங்கு தியான மண்டபங்களும், தொழுகை இடங்களும் உள்ளன. தேநீர் திருவிழா (Tea Festival) என்ற பகுதிக்குச் சென்றால் புதுவிதமாகத் தயாரித்த தேநீர் அருந்தி தியானம் செய்யலாம். ஆனால் ஒரு டீயின் விலை 1000 யென் (ரூ.400) என்று அதிகம் வசூலித்தாலும் டீ சிறப்பாக இருக்கிறது. அவர்களுக்கு அது பெரிய தொகை இல்லை. கோயிலைப் பராமரிக்க இந்த வருமானம் உதவுகிறது.

கிங் காங் குஜி கோவில்

பொதுவாக சென் கோயிலில் நுழைவுக்கட்டணம் 500 யென் (ரூ.200), சில சென் கோயில்களுக்கு நுழைவுக்கட்டணம் இல்லை. எடுத்துக்காட்டாக சேசாமிக் கோயிலுக்கு உள்ளே செல்ல கட்டணம் இல்லை. இது கியான் என்னுமிடத்தில் இருக்கிறது. இரண்டு மிகப்பெரிய கோவில்கள். சுற்றிலும் கயிறு தொங்க விடப்பட்டுள்ளது. கயிற்றினை

அசைத்திட மணி அடித்திடும், ஆனால் ஓசை மிகவும் மெல்லியதாகக் கேட்கும் மிகவும் வேகமாக அடித்தால்தான் ஓரளவுக்கு சத்தம் வருகிறது. நம்மூரைப்போல கைகளைக் கூப்பி கடவுளை வணங்கிச் செல்கின்றனர் ஜப்பானியர்கள். இவர்கள் சாமியை வணங்கும் பாணியைப் பார்த்தாலே இது இந்திய முறை என்பது தெரியும். இந்தியாவிலிருந்துதான் புத்த மதம் ஜப்பானுக்கு வந்துள்ளது என்பதும் புரியும். ஆனால் ஜப்பானில் பரவியது. மகாயான புத்தமதம் சீனாவின் வழியாக ஜப்பானுக்குச் சென்றிருக்கிறது.

உலகப்போருக்குப் பின் கோயில் நிலங்கள் அபகரிக்கப்பட்டதால் கோயில்கள் பொருளாதாரரீதியாக நலிவுற்று விட்டன. புத்த கோயில் களுக்குக் கடவுளை வணங்க வருபவர்கள் மிகக்குறைவு. சுற்றுலாப் பயணிகள் வருகிறார்கள். கோயில் நிலங்களை விளையாட்டு மைதானமாக மக்கள் பயன்படுத்துகின்றனர். இறந்தவர்களை அடக்கம் செய்வதும் இங்குதான். நிலம் குறைவாக இருப்பதால் இந்திய முறைப்படி இறந்தவர்களைப் பொது மயானத்தில் எரிக்கின்றனர்.

குறைந்தபட்ச புத்தத் துறவிகளே தற்போது உள்ளனர். மிகவும் குறைந்த பக்தர்களுடன் கோயில்களிலும், மடங்களிலும் தொழுகை நடக்கின்றது. புத்தமதத் துறவிகள் ‘சென்’ தியானம் செய்கிறார்கள். தியானம் செய்யும் பொதுமக்களின் எண்ணிக்கை குறைவு. அவர்களும் சுய முன்னேற்ற முயற்சியாகத்தான் அதைச் செய்கிறார்களே தவிர மத நம்பிக்கைக்காக அல்ல. இன்றைய ஜப்பானியர்கள் வாழ்க்கையில் புத்த மதக் கோட்பாடுகள் ஒரு பின்னணி இசைபோலவே எஞ்சி இருக்கிறது எனலாம்.

ஷின்டோ மதம்:

‘‘ஷின்டோ’’ என்ற பாரம்பரிய மதம் கூட இன்று பின்னுக்குத் தள்ளப்பட்டுள்ளது. ஷின்டோ மதம் என்பது சூரியன், மலை, மரம், தண்ணீர், கல், மகப்பேறு ஆகியவற்றை வணங்கும் மதமாகும். மனிதனுக்கும், இயற்கைக்கும் வேறுபாடு இல்லை; இயற்கையையும், மூதாதையரையும் கடவுளாக வணங்க வேண்டும் என்பவை இம்மதக் கோட்பாடுகள்.‘காமி’ என்னும் சொல் கடவுள் என்று பொருள்படும். மிகவும் பெரிய கடவுள் சூரியக்கடவுள். சூரியக் கோயில்களை எங்கும் பார்க்க முடியும். கடவுள்களுக்குப் பொருள் கொடுத்தே பிரார்த்தனை செய்யப்படுகிறது. கைகளைத் தட்டி ஒலியெழுப்பி கும்பிடுகிறார்கள், இம்மதத்தில் நம்பிக்கை உள்ளவர்கள்.

மரணத்திற்குப் பிறகு சொர்க்கம் அல்லது நரகம் என்பதை ஷின்டோ மதம் நம்புவதில்லை. இருப்பினும், புத்தமத வருகையினாலும்,

இரு மதங்களும் ஒன்றோடொன்று அனுசரித்து இயங்குவதாலும் பல ஜப்பானியர்கள் ஒரே நேரத்தில் புத்தமதத்தவராகவும், ஷின்டோ மதத்தவராகவும் இருக்கிறார்கள். ஆச்சரியமாக இருக்கிறதல்லவா!

16 ஆம் நூற்றாண்டில் புத்தமத வீழ்ச்சியால் ஷின்டோ மதம் மீண்டும் உயிர்பெற்றது. ஜப்பானியத் தேசியமும், நாட்டுப்பற்றும் உயிர்பெற மன்னராட்சி மலரவேண்டும் என்று மக்கள் விரும்பினர். எனவே தங்களது பழமை மதமான ஷின்டோவிற்கு பலரும் திரும்பினர்.

மெய்ஜி ஆட்சியில் ஷின்டோ மதத்தை மையப்படுத்தி ஆட்சியை ஏற்படுத்த விரும்பிய ஆட்சியாளர்கள் ஜப்பானை 'ஷின்டோ நாடு' என்றும், தங்கள் நாட்டில் நடைபெறும் ஆட்சி 'ஷின்டோ ஆட்சி' என்றும் பெயர் சூட்டினார்கள். இரண்டாம் உலகப்போர் வரை 'ஷின்டோ நாடு' என்ற உச்சத்திற்குச் சென்ற இந்த நிலை 1945இல் அமெரிக்க ராணுவ ஆதிக்கத்தின்போது நசுக்கப்பட்டது. அதன்மூலம் ஷின்டோ மதமும், ஷின்டோ நாடு என்ற உணர்வும் மறைந்தது.

இப்போதெல்லாம் ஷின்டோ கோயில்களுக்குக் கூட யாரும் போவதில்லை. இந்த மதத் தத்துவங்களை யாரும் வாழ்வில் கடைப் பிடிப்பதும் இல்லை. குழந்தைகளை மட்டும் 2 வயதிலும், 3, 5, 7 வயதிலும் இக்கோயிலுக்கு எடுத்துச் செல்கின்றனர், அதுவும் ஒரு சிலர் மட்டும்.

கிறிஸ்தவ மதம்:

மூன்றாவது முக்கிய மதம் கிறிஸ்தவ மதம். ஸ்பெயின் நாட்டில் பிறந்த பிரான்ஸ் சேவியர் என்ற கத்தோலிக்கப் பாதிரியாரால் 1549 ஆம் ஆண்டு அறிமுகப்படுத்தி உச்சகட்டத்தை அடைந்த கிறிஸ்தவ மதத்தில் சுமார் 50 லட்சம் மக்கள் இருந்தனர். Society of Jesus என்ற அமைப்பை நிறுவி இந்தியா உள்பட உலகின் பல நாடுகளில் கல்வி நிலையங்களை நிறுவியவர்தான் இந்த பிரான்ஸ் சேவியர் என்ற கத்தோலிக்கப் பாதிரியார். ஆன் கடியோஷ் என்ற மன்னர் ஆட்சியின்போது கிறிஸ்தவ மதம் தங்களது புத்த மதத்திற்கு ஆபத்தை ஏற்படுத்தி விடும் என்று அஞ்சி, கிறிஸ்தவ மதத்தை நசுக்கினார், பலர் கொல்லப்பட்டனர். 1638 ஆம் ஆண்டு கிறிஸ்தவ மதம் முற்றிலுமாக ஒழிக்கப்பட்டது. இருப்பினும் ரகசியமாக பல கிறிஸ்தவர்கள் தங்கள் நம்பிக்கையைப் பின்பற்றினர்.

20 ஆம் நூற்றாண்டில் மெய்ஜி ஆட்சியின்போது அமெரிக்க போதகர்கள் வருகை தந்து கிறிஸ்தவ மதத்திற்கு மீண்டும் புத்துயிர் தர முயன்றதால், கிறிஸ்தவர்களின் எண்ணிக்கை சற்று அதிகரித்தது

என்றாலும் முன்பிருந்த ஐம்பது லட்சத்தைத் தாண்டிவிடவில்லை. கிறிஸ்தவர்களின் எண்ணிக்கை இரண்டு சதவிகிதத்திற்கும் குறைவாக இருந்தாலும் கிறிஸ்தவர்கள் தனியார் துறையில் உயர் பதவிகளில் உள்ளனர். கிறிஸ்தவ மதத்தின் கோட்பாடுகளும், நெறிமுறைகளும் ஜப்பானிய கலாச்சாரத்தில் நல்ல தாக்கத்தை ஏற்படுத்தியுள்ளது என்றும் கூறலாம்.

புத்த மதம், ஷின்டோ மதம், கிறிஸ்தவ மதம் என்று மத நம்பிக்கை உள்ளவர்களாகக் காட்டிக் கொண்டாலும்கூட எந்த மதத்திலும் நம்பிக்கை இல்லாதவர்கள் என்ற ஒரு குழப்ப நிலையில்தான் ஜப்பானியரைப் பார்க்க முடிகிறது. இருந்தாலும் பல மூடப் பழக்கங்கள் இன்றும் நிலவி வருகின்றன. ராசியான நாள், ராசியில்லாத நாள் என்ற நம்பிக்கை சிலரிடம் உண்டு, ஜோதிடத்தில் சிலருக்கு நம்பிக்கை உண்டு. குறிகேட்பவர்களும் உண்டு. ஆனால் இவர்களின் எண்ணிக்கை மிக மிகக் குறைவு.

இன்று பல புதிய மதங்களும் உருவாகி வருகின்றன. அது புத்தமதம், ஷின்டோ, கிறிஸ்தவ மதம் ஆகியவற்றின் கலவையாக உள்ளது. அவற்றுள் முக்கியமானது சோகா ககாய் (Soko Gakkai) என்பது. இதன் பொருள் Value Creating Association என்பதாகும். இம்மதம் புத்த மதத்தின் ஒரு பிரிவு என்றும் கருதப்படுகிறது.

மேல் உலகம் என்று இல்லை, இந்த உலகத்திலேயே நல்லது, கெட்டது என்பது உண்டு என்றும், நல்ல உடல்நலம், வளம், சுய முன்னேற்றம், மகிழ்ச்சி ஆகியவற்றை நம்பிக்கை மூலமும் பல மந்திரச் செயல்கள் மூலமும் அடையலாம் என்பதும் இம்மதத்தின் கோட்பாடு. இம்மதத்தைத் தழுவிய ஒரு கோடி ஜப்பானியர்கள் இருக்கிறார்கள் என்று சொல்லுகிறார்கள். இம்மதத்தின் தலைமையிடம் டோக்கியோ ஆகும்.

மொத்தத்தில் ஜப்பானில் மதம் ஒரு குழப்பமான தெளிவற்ற காட்சியினைத் தருகிறது. மதம் தனிமனிதனைக் கட்டுப்படுத்தவில்லை என்பதும், மதம் வாழ்க்கையின் வெளிவட்ட ஓரத்தில் உள்ளது என்பதும் புரிகிறது. மதச்சார்பற்ற (Secular) சமுதாயம் ஜப்பானியர்களுடையது என்பதில் சந்தேகமில்லை. ஆனால் முன் காலத்தில் சிறந்து விளங்கிய மதங்களான ஷின்டோ, புத்தமதம், கிறிஸ்தவ மதம் ஆகியவற்றின் மறைமுகத் தாக்கத்தை ஜப்பானிய சமுதாயத்தில் இன்றும் ஓரளவு காணலாம்.

பெரும்பாலும் இன்றைய ஜப்பானியர்களிடம் கடவுள் அல்லது மதம் என்பவை பற்றி கேள்வி கேட்டால் அவர்களுக்குத் தெளிவான ஒரு பதிலைத் தரமுடியவில்லை. அவர்களுக்கு அதைப்பற்றிய அக்கறையும் இல்லை. தங்களையும், நாட்டையும் முன்னேற்ற வேண்டிய உயர்ந்த இலட்சியத்திற்கு அவர்களது நேரத்தைச் செலவிடுகின்றார்கள்.

நம்மால் முடியும்

பல மதங்களைப் பின்பற்றுபவர்கள் வாழும் நாடு நம் நாடு. மதம் சாராத அரசு நம் அரசு. மற்ற மதங்களையும், கலாச்சாரத்தையும் மதிக்கும் நாம், மத சம்பந்தப்பட்ட செயல்கள் தனிப்பட்டவை என்பதை உணர வேண்டும். மத விவகாரங்களை வெளியில் காட்டாமல் மனதிலும், வீட்டிற்குள்ளும் மட்டும் வைத்துக் கொண்டால் மத வேற்றுமை என்பதே வெளியில் தெரியாமல் போகும். மதம் என்ற பெயரில் துவேஷம் பேசுபவர்களுக்கும், தீவிரவாத சிந்தனை உடையவர்களுக்கும், தீவிரவாத செயல்களில் ஈடுபடுபவர்களுக்கும் ஆதரவு தராமல் இருத்தல் வேண்டும்.

புதுப்புது ஆலயங்கள் கட்டுவதை முற்றிலுமாகத் தவிர்த்து பழமை வாய்ந்த சிறந்த சிற்பக்கலை அம்சங்கள் கொண்ட கோவில்களைப் புதுப்பித்து பராமரித்து தேசியச் சின்னங்களாக மாற்றலாம். அது மட்டுமல்லாமல் அவற்றை சுற்றுலாத் தலங்களாகக் கூட மாற்றலாம். அவற்றைத் தூய்மையாக வைக்க நாம் அனைவரும் முயற்சி செய்யலாம்.

மற்ற மதங்களை இழித்துப் பேசுபவர்களையும், தனது மதத்தைத் திணிக்கத் திரிபவர்களையும் மக்கள் புறக்கணிக்க வேண்டும். மதக் கலவரங்கள் ஏற்படுத்துபவர்களை வெறுக்க வேண்டும். இவற்றைக் கடைபிடிக்கும் பட்சத்தில் நமது தனிமனித முன்னேற்றத்திற்கும் தேச முன்னேற்றத்திற்கும் மதம் ஒரு தடையாக இருக்காது.

மத ஒற்றுமைக்காக அக்பர் சொன்ன அறிவுரை இதுதான். இந்தியா மற்ற நாடுகளைப் போல அல்ல. இங்கே மதத்தின் பெயரால் மோதிக் கொண்டிருந்தால் எதையும் சாதிக்க முடியாது. இந்துவாக இருந்தால் முஸ்லீமுடன் பழகுங்கள். முஸ்லிமாக இருந்தால் இந்துவுடன் பழகுங்கள். பிற மதத்தின் மாற்றுக் கொள்கைகளை பொறுமையாகக் கேட்டுக் கொள்ளுங்கள். அனைத்துக் கருத்துக்களையும் மதியுங்கள். அப்போது பரந்த மனப்பான்மை தோன்றும்.

பல மதங்கள் வெளியிலிருந்தும் வந்து சேர்ந்த நாடு இந்தியா. பல மதங்களைச் சேர்ந்த மக்களும் சகோதரர்கள் போல் வாழ்கிறோம். இந்த ஒற்றுமையைக் குலைக்கும் எந்தச் செயலுக்கும் ஆதரவு தராமல் இருத்தல் வேண்டும். நம்மவர்கள் சந்திக்கும்போது பொருளாதாரம், கல்வி, விஞ்ஞானம், தொழில்நுட்பம், மக்கள் நல்லுறவு, மருத்துவம் போன்ற விஷயங்களைப் பற்றி விவாதிக்கலாம். மதம் பற்றிய விவாதங்களைத் தவிர்க்கலாம்.

சென் கதை

நானி இன் என்ற சன்னியாசியிடம் "சென்" கலையைக் கற்க பேராசிரியர் ஒருவர் வந்தார். பேராசிரியரின் தேநீர்கோப்பையில் தேநீர் ஊற்றினார். அது நிறைந்த பின்னரும் ஊற்றிக்கொண்டிருந்தார் சன்னியாசி. பேராசிரியரால் பொறுக்க முடியவில்லை! "ஏன் நிறைந்த கோப்பையில் தேநீர் ஊற்றுகிறீர்கள்?" என்று கேட்டார்.

இதைப்போலத்தான் உங்களது மனதும், மூட நம்பிக்கைகளாலும் சந்தேகங்களாலும் நிறைந்து இருக்கிறது. இதில் நான் எப்படி சென் கலையை அறிமுகம் செய்ய முடியும்? முதலில் அவற்றைக் காலி செய்யுங்கள் என்றாராம்.

- மனதை மூட நம்பிக்கைகளால் நிரப்பக்கூடாது . திறந்த மனதோடு இருந்தால் மட்டுமே கல்வி கற்க முடியும் என்ற புத்த கதை

விளையாட்டு

ஜப்பான் நாடு என்றதும் 'கராத்தே' ஞாபகத்திற்கு வரும். கராத்தே வீரர்கள் கூட குறிப்பாக ஓட்டப்பயிற்சி செய்து தங்களது உடம்பை உறுதியாக வைத்திருப்பார்கள். நீங்கள் டோக்கியோ நகருக்குச் சென்றால் பல 'Athletic Club'களைப் பார்க்க முடியும். இங்கு பெரும்பாலும் ஓடுவதற்கு 'TreadMill' வைத்திருப்பார்கள். கட்டணம் மாதத்திற்கு சுமார் 100 டாலர்கள் (ஆறாயிரம் ரூபாய்கள்). அந்த 'TreadMill'களில் ஜப்பானிய ஆண்களும், பெண்களும், இளையவர்களும், முதியவர்களும் ஓடிக் கொண்டிருப்பதைக் காணலாம். இடம் மாறி விளையாட்டுத்திடலுக்கு வந்து விட்டோமோ என்று எண்ணும் அளவு தெருக்களில் காலையிலும் இரவு நேரங்களிலும் பயிற்சிக்காக மக்கள் ஓடுவதைப் பார்க்கலாம்.

ஜப்பானில் 5,000 பேர் அமர்ந்து ரசிக்கும் வகையில் மிகப்பெரிய கால்பந்து மைதானத்துடன் கூடிய 132 செயற்கை ஓடுதள (Synthetic Track) மைதானங்கள் உள்ளன. இதில் 22 மைதானங்களில் 30,000 பேர் உட்கார்ந்து பார்க்க முடியும். ஆனால் ஜப்பானின் ஜனத்தொகையில் பாதி அளவு மக்கள் உள்ள நமது தமிழ்நாட்டில் சென்னை, கோவை, மதுரை ஆக மூன்று இடத்தில் மட்டும்தான் செயற்கை ஓட்டப்பந்தயத் தளங்கள் உள்ளன. குறைந்தபட்சம் ஒரு மாவட்டத் தலைநகரில் ஒன்று என்ற வகையில் 32 தடகள மைதானங்கள் நமக்குத் தேவை. அந்தத் தேவையை உணர வேண்டியவர்கள் உணர வேண்டும் என்றால் நீங்களும் நாளை காலையிலிருந்து ஓடவேண்டும்!

'சுமோ' மல்யுத்தம்தான் ஜப்பானியர்களின் தேசிய விளையாட்டு. நமது தேசிய விளையாட்டு ஹாக்கி. பாரம்பரிய போர்க் கலைகளான ஜூடோ, கராத்தே, விளையாட்டுகளுடன் நவீன விளையாட்டுகளைக் கண்டுகளித்த மக்களிடத்தில் தடகள விளையாட்டுகள் 1870 ஆம்

ஆண்டுதான் அறிமுகப்படுத்தப்படுகிறது. இது 'Track and Field Event' என்று அறிமுகமாகி இருக்கிறது. தடகளம் என்றாலே Track and Field விளையாட்டுகள் என்பதில் எந்த ஐயமும் இல்லை. ஓடுவது தடகளத்தில் மிக முக்கிய விளையாட்டு.

தடகளம்

பள்ளியில் தடகளப் போட்டிகளில் நான் பங்கு பெற்றுள்ளேன். பின்னர், போலீஸ் பயிற்சி காலத்தில் ஓட வைத்தார்கள். தொடர்ந்து ஓடுவதை விடவில்லை. 26 வருடமாக எடை கூடாமல் இருப்பதற்கு இதுவே காரணம். இப்பொழுதும்கூட மாரத்தான் ஓட்டங்களில் பங்கெடுத்துக் கொண்டு வருகிறேன். ஜப்பான் நாட்டின் இரண்டாவது பெரிய நகரான ஒசாகாவில் நடந்த உலகத் தடகளப் போட்டிகளுக்கு இந்திய அணியின் மேலாளராக என்னை நியமித்தனர். இச்செய்தியைக் கேட்ட ஒருவர் என்னிடம் "அத்லெடிக் போட்டி என்றால் பளு தூக்கும் போட்டியா?" என்று கேட்டார். சமீபத்தில், கல்லூரிப் பேராசிரியர் ஒருவர் விளையாட்டு விழாவிற்கு என்னை அழைக்க வந்தார். "உங்கள் கல்லூரியில் தடகளப் பயிற்சி உண்டா?" என்று கேட்டேன். "தடகளம் என்றால் என்ன?" என்று என்னிடம் கேட்டார்.

நமது நாட்டில் 'தடகளம்' குறித்த விழிப்புணர்வு மிகவும் குறைவு என்பதால் தடகள விளையாட்டுக்களைப் பற்றி விளக்குவது அவசியமாகிறது.

எல்லா விளையாட்டுகளும் உடற்பயிற்சிகளே. உடற்பயிற்சிகள் நமது இயற்கையான உடல் அசைவுகளை அடிப்படையாகக் கொண்டவை. மனிதனின் உடல்நலம் மற்றும் பாதுகாப்புக்கு இன்றியமையாத சில உடற்பயிற்சிகள் உள்ளன. நமது உயிருக்கு ஆபத்து என்றால் இயற்கையாக நமது செயல் எதுவாக இருக்கும்? எதிரியைத் தாக்குவது அல்லது எதிரிக்கு எட்டாத தூரத்தில் அங்கிருந்து ஓடித் தப்பித்து விடுவது. Fight or Flight. இச்செயல்கள்தான் தடகள உடற்பயிற்சிகள்.

மனிதனுடைய பரிணாம வளர்ச்சியில் மற்ற உயிரினங்களோடு நடந்த வாழ்க்கைப் போராட்டத்தில் இச்செயல்கள் மனிதனுக்கு உறுதுணையாக இருந்திருக்கின்றன. தடகளம் என்பது ஓடுதல், தாண்டுதல் மற்றும் எறிதல் ஆகிய மூன்றுவிதமான பயிற்சிகளை உள்ளடக்கிய விளையாட்டாகும்.

விளையாட்டு

தடகளம், மற்ற எல்லா விளையாட்டுகளுக்கும் தாய் விளையாட்டு என்று கூறலாம். கால்பந்து மற்றும் மட்டைப்பந்து விளையாட்டுகளிலும் வேகமாக ஓட வேண்டும். கூடைப்பந்து விளையாட்டில் குதிக்கவும் வேண்டும், ஓடவும் வேண்டும். கைப்பந்து விளையாட்டில் பந்தை அடிக்க வேண்டும், குதிக்கவும் வேண்டும். கிரிக்கெட் விளையாட்டுகூட தடகள விளையாட்டுக்களை அடிப்படையாகக் கொண்டுள்ளது. கிரிக்கெட் விளையாடும்போதும் பந்தைத் தடுத்து நிறுத்த வேகமாக ஓட வேண்டியுள்ளது. பிடித்த பந்தை எறிய வேண்டியுள்ளது.

உலக அளவில் அங்கீகரிக்கப்பட்ட எந்த விளையாட்டானாலும் சரி, விளையாட்டு வீரர்கள் உடல் தகுதி (Physical Fitness) பெற்றவர்களாக இருத்தல் வேண்டும். வீரர்களுடைய உடல் தகுதியை மேம்படுத்த அவர்கள் ஓடுகிறார்கள். கிரிக்கெட் வீரர்கள் கூட முதலில் தயார் பயிற்சி (Warm Up) செய்கிறார்கள். இது அவர்கள் தாங்கும் சக்தியை (Stamina) அதிகப்படுத்த உதவுகிறது. ஆக, தடகளம் என்பது எல்லா விளையாட்டுகளுக்கும் முதலான விளையாட்டு என்பதும், எல்லா விளையாட்டுகளுக்கும் பொதுவானது என்பதும் புலனாகிறது.

கிரிக்கெட் போல் அல்லாமல் தடகள விளையாட்டுகள் உலகின் 196 குடியரசு நாடுகளிலும், 58 பிற நாடுகளிலும் விளையாடப் படுகின்றன. உலகத் தடகள விளையாட்டுக்களில் வளர்ந்த நாடுகளும் போட்டியிடுவதால் இதில் வெற்றி பெறுவது என்பது மிகவும் கடினமான காரியமாகும். அப்படி மீறி வெற்றி பெற்று விட்டால் அது மிகவும் அரியது. இதுவரை நடந்த ஒலிம்பிக் போட்டிகளில் தடகளத்தில் இந்தியா எந்தப் பதக்கமும் பெறவில்லை என்பது மிகவும் வருத்தத்திற்குரிய செய்தியாகும். அப்படி ஒரு பதக்கம் பெறுவதற்காக உங்களைப் போன்ற இளைஞர்களை இந்த நூல் ஊக்கப்படுத்துமானால் நான் அதற்காகப் பெருமை கொள்வேன்.

உலகத் தடகளப் போட்டி

ஜப்பான் நாட்டின் ஒசாகா நகரில் துவங்கிய உலகத் தடகளப் போட்டிகளில் 212 நாடுகள் பங்கேற்றன. கிரிக்கெட் என்ற விளையாட்டு குறிப்பிட்ட சில நாடுகளில் மட்டும்தான் விளையாடப்பட்டு வருகிறது. இந்த ஒரு சில நாடுகளோடு மட்டும்தான் இந்திய அணி (அதாவது இந்திய கிரிக்கெட் வாரிய அணி) தனது திறமையைக் காட்ட முடியும். எனவே கிரிக்கெட் வீரர்கள் ஒரு சில நாடுகளில் மட்டும்தான் பிரபலம் அடைய முடியும். ஆனால் ஒரு தடகள வீரர் ஒலிம்பிக் போட்டியிலோ அல்லது உலகப் போட்டியிலோ ஒரு பதக்கம் பெற்றால் அவர் உலகில் உள்ள

அனைத்து நாடுகளிலும் பிரபலம் அடையமுடியும் என்பதையும் நாம் கவனத்தில் கொள்ள வேண்டும். இன்றைய 100 மீட்டர் ஓட்டப்பந்தய சாம்பியன் உசேன் போல்ட் உலக நாயகன் அல்லவா! எல்லா நாட்டிலும் அவர் புகழ் பெற்றுள்ளார்.

தடகள விளையாட்டை நேசிக்கும் நாடுகளில் உள்ள மக்கள் நல்ல ஆரோக்கியத்துடன் விளங்குகிறார்கள். அமெரிக்கா, ரஷ்யா, சீனா, ஜப்பான் மற்றும் ஐரோப்பிய நாட்டு மக்கள் உலகின் முன்னோடிகள் என்பதை மறுக்க முடியாது. இவர்கள் தடகள விளையாட்டுக்களுக்கு அதிக முக்கியத்துவம் தருகிறார்கள். இங்கு, சிறுவர்கள் முதல் வயது முதிர்ந்தவர்கள் வரை காலையிலும் மாலையிலும் ஓடுகின்றார்கள். இப்படி ஓடுவதையே பழக்கமாகக் கொண்டவர்கள் இவர்கள். தடகள விளையாட்டுப் போட்டிகள் தங்கள் ஊரில் நடந்தால் அதை ஆர்வத்துடன் கண்டுகளிக்கிறார்கள். தடகள விளையாட்டில் நிகழ்த்தப்படும் புதிய சாதனைகளைக் கண்டு மகிழ்ச்சி அடைகிறார்கள். அதைப் பற்றி விவாதிக்கிறார்கள். ஒசாகாவில் நடந்த உலகத் தடகளப் போட்டிகளைப் பார்க்க 150 டாலர் (ரூ.7,550) செலவழித்து டிக்கெட் வாங்கி வந்து பார்த்தார்கள் ஜப்பானியர்கள். 75,000 இருக்கைகள் ஏழு நாள்களும் நிறைந்து இருந்தன என்றால் பாருங்களேன்!

ஜப்பானில் தேசிய அளவில் நடக்கும் தடகளப் போட்டிகளுக்கும் கூட இப்படி கூட்டம் அலைமோதுகிறது. அதற்கும் டிக்கெட் விற்பனை முடிந்துவிடுகிறது. தங்கள் நாட்டின் மிகச்சிறந்த ஓட்டப்பந்தய வீரர்களைக் காண அவ்வளவு ஆர்வம் இவர்களுக்கு!

ஆனால் நம் நாட்டில் சர்வதேசத் தடகளப் போட்டிகள் சாதாரணமாக நடப்பதும் இல்லை. நடந்து விட்டால், அனுமதி இலவசம் என்றால்கூட, அரங்கத்தில் பார்வையாளர்கள் குறைவாகவே இருக்கிறார்கள். இந்நிலை மாறவேண்டும். தடகள வீரர்களை நாம் நேசிக்க வேண்டும். அவர்களது சாகசங்களை அரங்கில் அமர்ந்து ரசிக்க வேண்டும். நாம் அனைவரும் மாவட்ட, மாநில, தேசிய அளவிலான தடகளப் போட்டிகளைப் போய்ப் பார்க்க வேண்டும். நாமும் ஓடி உடற்பயிற்சி செய்ய வேண்டும். இதனால் நமது உடல் தோற்றம் மேன்மையடையும். உடல் உறுதி பெறும். நமக்கே நம் தோற்றத்தைப் பற்றி மகிழ்ச்சியும் நல்ல மதிப்பும் ஏற்படும். நோய்களில் இருந்து விடுதலை கிடைக்கும். நாம் அனைவரும் ஆர்வம் காட்டினால் தடகள விளையாட்டு நம் நாட்டில் உயர்வு பெறும். உலக அரங்கில் நாமும் உயர்வோம், இந்திய தேசமும் உயரும்.

தடகள விளையாட்டிற்கு முக்கியத்துவம் தரும் பல நாடுகள் வளர்ந்து விட்ட நாடுகள் என்பதை எண்ணிப் பார்க்க வேண்டும். ஏனெனில் தடகள விளையாட்டு மனிதர்களுக்கு நோய்கள் வராமல் தடுத்து விடுகின்றது என்பது அதற்கான காரணங்களில் ஒன்று. ஜப்பானிய மக்கள் சராசரியாக 84 வயது வரை வாழ்கிறார்கள். அதற்கு ஒரு முக்கியக் காரணமாக தடகள உடற்பயிற்சி உள்ளது. "வரும் முன் காப்போம்" என்பது நம் நாட்டுப் பழமொழி. இந்தத் தத்துவத்தின் அடிப்படையிலேயே வெளிநாடுகளில் கைரோபிராக்டிக்ஸ் (Chiropractics) என்ற புது வகையான மருத்துவ முறை வந்திருக்கிறது. நோய்க்கு மருந்துகள் மற்றும் அறுவை சிகிச்சைகளால் தீர்வு என்ற கோட்பாட்டை மாற்றி நோய் வராமல் தடுக்கும் கோட்பாட்டை உடல் நலம் காக்கும் இலக்கணமாக வகுத்துள்ளனர் இம்மருத்துவர்கள்.

சுருங்கச் சொன்னால் இந்தியர்கள் அனைவரும் தடகள விளையாட்டில் ஈடுபடுவதாக இருந்தால் நம் நாட்டில் இவ்வளவு மக்கள் தொகையும் இருக்காது; நோயாளிகளும் இருக்க மாட்டார்கள். மருத்துவமனைகளும், மருந்துகளும் கூட குறைவாகவே தேவைப்படும். புதுப்புது மருத்துவமனைகளுக்குப் பதிலாக நவீன தடகள அரங்குகள்தாம் தேவைப்படும். நோய்த் தடுப்பு நடவடிக்கையை மீறி வரும் சில நோய்களைக் குணமாக்க மட்டும் மருத்துவர்கள் தேவைப்படுவார்கள். மருத்துவர்கள், அதாவது விஞ்ஞான மருத்துவம் கற்ற மருத்துவ வல்லுனர்கள் மிகவும் இன்றியமையாதவர்கள் என்பதை மறுப்பதற்கில்லை. அவர்கள் கூட நாம் அனைவரும் வழக்கமாக உடற்பயிற்சி செய்யவேண்டும் என்றுதான் அறிவுறுத்துகிறார்கள்.

சர்வதேச அரங்கில் ஒரு நாட்டின் பெருமையைப் பறைசாற்றுவது தடகளம். ஒலிம்பிக் போட்டிகளில் அனைவரும் ஆவலுடன் எதிர்பார்ப்பது, தங்களது நாட்டிற்கு எத்தனை பதக்கங்கள் கிடைத்திருக்கின்றன என்பதைத்தான். தடகளப் போட்டிகளைப் பொறுத்தவரை முன்னிலையில் இருப்பது அமெரிக்க ஐக்கிய நாடு. அதிகப்படியான பதக்கங்களை வென்று தங்களது நாட்டின் பெருமையை உலகிற்கு அறிவிக்கிறார்கள். அதற்கு அடுத்தபடியாக சீனா. சிறிய நாடாக இருந்தாலும் ஜப்பான் பல பதக்கங்களைப் பெற்று பெருமை அடைகிறது.

2012ஆம் ஆண்டு ஏதன்ஸ் நகரில் நடைபெற்ற ஒலிம்பிக்கில் தடகளப் போட்டிகளில் அமெரிக்கா 104 பதக்கங்களும், சீனா 87 பதக்கங்களும், இங்கிலாந்து 65 பதக்கங்களும் பெற்றன. பொருளாதாரத்தில் மிகவும் வளர்ந்து பணக்காரர்கள் ஆகிவிட்ட போதிலும், சாதாரணமான உடலமைப்பைக் கொண்டபோதிலும் ஜப்பானியர்கள் இந்தப் பெரிய நாட்டு விளையாட்டு வீரர்களுடன் மோதி 31 பதக்கங்களை வென்று தங்கள் நாட்டிற்குப் பெருமை சேர்த்தனர். அவர்களைவிட பத்து மடங்கு மக்கள் தொகை கொண்டுள்ள இந்திய நாட்டைச் சார்ந்த நாம் வெறும் 6 பதக்கங்களை மட்டுமே வாங்கினோம். அதில் ஒன்றுகூட தங்கப் பதக்கம் இல்லை என்பதும், ஒரு பதக்கம் கூட தடகளத்தில் இல்லை என்பதும் நமக்குப் பெருமையல்ல.

ஒலிம்பிக் போட்டிகள்:

தங்களது நாட்டின் பெருமையைப் பறைசாற்றக் கிடைத்த ஒரு சந்தர்ப்பம் இந்தத் தடகளப் போட்டிகள் என்பதைச் சின்னச் சின்ன நாடுகள் கூட அறிந்திருக்கின்றன. தடகளப் போட்டிகளில் உலக அளவில் இரண்டு முக்கியப் போட்டிகள் உள்ளன. ஒன்று ஒலிம்பிக் போட்டி, இன்னொன்று உலகத் தடகளப் போட்டி. ஒலிம்பிக் போட்டிகள் நான்கு ஆண்டுகளுக்கு ஒருமுறை நடைபெறும். இதில் தடகளப் போட்டிகளோடு மற்ற அனைத்து விளையாட்டுப் போட்டிகளும் இடம் பெறுவதால் இது மிகவும் முக்கியத்துவம் வாய்ந்தது. உலக மக்கள் ஆவலுடன் வியந்து ரசிக்கும் ஓர் உலகத் திருவிழா என்றே ஒலிம்பிக் போட்டிகளைக் கூறலாம்.

உலகத் தடகளப் போட்டிகள் இரண்டு ஆண்டுகளுக்கு ஒருமுறை நடைபெறுகிறது. இதில் தடகளப் போட்டிகள் மட்டும் நடைபெறுவதால் தடகள ஆர்வலர்கள் மட்டும் இதில் அதிக ஈடுபாடு காட்டுகிறார்கள். இருப்பினும் ஜப்பானில் இது உலகக் கால்பந்து அல்லது உலக கிரிக்கெட் கோப்பை போன்று பரபரப்பாக நடக்கிறது.

ஒலிம்பிக் போட்டி போலவே, உலகின் அனைத்து முன்னணித் தடகள விளையாட்டு வீரர்கள் போட்டி போடுவதால் உலகத் தடகளப் போட்டிகள் ஒலிம்பிக் போட்டியின் தரத்திலேயே இருக்கும். ஒலிம்பிக் போட்டிக்கான ஒத்திகை என்றுகூட இதைச் சொல்லலாம்.

2003ஆம் ஆண்டு பிரான்ஸ் நாட்டின் தலைநகரான பாரிஸ் நகரில் நடந்த உலகத் தடகளப் போட்டியில் இந்தியாவின் அஞ்சு ஜார்ஜ் நீளம் தாண்டுதல் போட்டியில் ஒரு வெண்கலப் பதக்கம் வென்றார். அவர் தாண்டிய தூரம் 6.74 மீட்டர் (22.11 அடிகள்). இது ஒரு இந்திய சாதனையாகும். இப்போட்டியின் இந்திய அணி மேலாளர் என்ற பெருமை எனக்குக் கிட்டியது. உலகத் தடகளப் போட்டிகளில் இந்தியா வாங்கிய பதக்கம் இது ஒன்றே ஆகும். ஆனால் ஒலிம்பிக் தடகளப் போட்டியில் இதுவரை எந்த இந்தியரும் பதக்கம் வாங்கியதில்லை. ஓர் இன்பகரமான செய்தி, அஞ்சு ஜார்ஜ் வாங்கிய வெண்கலப் பதக்கம் தங்கப்பதக்கமாக மாற்றப்பட்டுள்ளது. தங்கம், வெள்ளி விருது பெற்றவர்கள் போதைப் பொருள் உபயோகப்படுத்தியதாக கூறப்பட்ட குற்றச்சாட்டின் காரணமாகப் பதக்கத்தை இழந்தனர்.

1980ஆம் ஆண்டு மாஸ்கோ நகரில் நடந்த போட்டியில் 400 மீட்டர் தடை தாண்டும் போட்டியில் பி.டி. உஷா 4ஆவது இடம் பிடித்தார். ஒரு வினாடியில் நூறில் ஒரு பங்கு என்ற நேரத்தில் அவர் வெண்கலப் பதக்கத்தை இழந்தார். இந்த ஒலிம்பிக் போட்டியின்போது பல ஐரோப்பிய நாடுகள் பங்கு கொள்ளவில்லை என்பதையும் மறந்துவிடக் கூடாது. இருப்பினும் இது ஒரு சாதனை என்று ஒப்புக்கொள்வது முறையானது.

அதுபோல் 1960ஆம் ஆண்டு ரோம் நகரில் நடந்த ஒலிம்பிக் போட்டியில் இந்தியாவின் முன்னணித் தடகள வீரர், பறக்கும் சீக்கியர் என்றழைக்கப்படும் மில்காசிங் என்பவர் 400 மீட்டர் ஓட்டப் பந்தயத்தில் உலக சாதனையை முறியடித்தார். இருப்பினும் மொத்தம் 5 பேர் அந்த ஓட்டப் பந்தயத்தில் உலக சாதனையை முறியடித்ததாலும், அந்த வீரர்களில் மில்காசிங் ஐந்தாவது இடத்தில் வந்ததாலும், இந்தியாவிற்குப் பதக்கம் பெறும் வாய்ப்பு இல்லாமல் போயிற்று.

தடகளப்போட்டிகள்

சரி, தடகளப் போட்டிகள் என்பவை யாவை என்ற கேள்வி எழலாம். தடகளப் போட்டிகளில் 14 ஓட்டப் பந்தயங்கள், 4 தாண்டும் பந்தயங்கள், 4 எறியும் பந்தயங்கள், ஓர் ஒருங்கிணைந்த போட்டி என ஆண்கள் பிரிவில் 23 விளையாட்டுகள், பெண்கள் பிரிவில் 23 விளையாட்டுகள் என மொத்தம் 46 விளையாட்டுப் போட்டிகள் உள்ளன. அவை,

எண்	ஓட்டம்	தாண்டுதல்	வீசுதல்	பிறபோட்டிகள்
1.	100 மீ	நீளம் தாண்டுதல்	வட்டு எறிதல்	ஹெப்டத்லான்
2.	200 மீ	உயரம் தாண்டுதல்	குண்டு எறிதல்	பென்டத்லான்
3.	400 மீ	3 முறை தாண்டுதல்	சங்கிலிக் குண்டு எறிதல்	
4.	800 மீ	போல் வால்ட்	ஈட்டி எறிதல்	
5.	1500 மீ			
6.	3000 மீ	ஸ்டீபிங் சேஸ்		
7.	5000 மீ			
8.	10000 மீ			
9.	மாரத்தான்			
10.	110 மீ	தடை தாண்டுதல்		
11.	400 மீ	தடை தாண்டுதல்		
12.	100X4 மீ	தொடர் தாண்டுதல்		
13.	400X4 மீ	தொடர் தாண்டுதல்		
14.	20 மீ	நடத்தல்		

ஒலிம்பிக் விளையாட்டில் தடகளப் போட்டிகளுக்கு 46 தங்கப் பதக்கங்கள், 46 வெள்ளிப் பதக்கங்கள், 46 வெண்கலப் பதக்கங்கள் என்று மொத்தம் 138 பதக்கங்கள் உள்ளன. இதில் சில போட்டிகளிலாவது இந்திய வீரர்கள் பதக்கம் வாங்கிவிட முடியும். 5000 மீட்டர், 10000 மீட்டர், 3000 மீட்டர், 1500 மீட்டர் தூரம் ஓடி பதக்கம் பெற பெரிய உடல்வாகு (Body Constituton), உயரம் அல்லது உடல் பலம் வேண்டியதில்லை. மன வலிமை இருத்தல் வேண்டும். அது நம்மிடம் இருக்கிறது.

இன்றைய தினத்தில் ஜமைக்கா நாட்டின் உசேன் போல்ட்தான் உலகின் வேகமான மனிதர். இவர் 100 மீட்டர் தூரத்தை 9.58 வினாடிகளில் கடந்துள்ளார். 2009 ஆம் ஆண்டு பெர்லினில் இந்த உலக

சாதனையைப் படைத்தார். இவர் 2008, 2012 ஆம் ஆண்டுகளில் நடைபெற்ற இரண்டு ஒலிம்பிக் போட்டிகளிலும் 100 மீட்டர், 200 மீட்டர் ஓட்டப் பந்தயங்களில் தங்கப் பதக்கங்களைப் பெற்று ''டபுள் டபுள் சாம்பியன்'' என்ற பெயரையும் பெற்றார். இந்த பட்டம் வேறு யாருக்கும் கிடைக்கவில்லை. இவர் ஒலிம்பிக் போட்டிகளில் இதுவரை 16 தங்கப் பதக்கங்களை வென்று தனது தாய்நாடான ஜமைக்காவிற்கு மங்காத பெருமை பெற்றுத் தந்துள்ளார்.

நடந்து முடிந்த ஒலிம்பிக் போட்டிகளில் தங்கம் வென்ற பெண்மணிதான் உலகிலேயே அதிக வேகமான பெண்மணி என்று அழைக்கப்படுகிறார். அந்த வகையில் 2012 ஆம் ஆண்டு லண்டன் நகரில் நடைபெற்ற ஒலிம்பிக் போட்டியில் 100 மீட்டர் ஓட்டப் பந்தயத்தில் தங்கம் வென்ற ஜமைக்கா நாட்டைச் சேர்ந்த ஷெல்லி ஆன் ப்ரேசர் பிரயி (Shelly Ann Fraser Pryce) என்பவர்தான் உலகின் வேகமான பெண்மணி.

நமது வீரர்கள்:

இந்தியாவின் அதிவேக ஆண், அரவிந்த். இவர் 100 மீட்டர் தூரத்தை 10.2 வினாடியில் கடந்துள்ளார். அதிவேகப் பெண் டியூபீ அதே. அவர் 100 மீட்டர் தூரத்தை 11.8 வினாடிகளில் கடந்துள்ளார். நம் நாட்டு மக்களுக்கு, குறிப்பாக இளைஞர்களுக்கு கிரிக்கெட் வீரர்கள், சினிமா நடிகர்களின் பெயர்கள் நன்கு தெரிந்திருக்கும். ஆனால் சென்ற ஆண்டு இந்தியாவிலேயே வேகமான மனிதர் 'அரவிந்த்' என்ற சென்னை மாணவரின் பெயரை அநேகருக்குத் தெரியாது. அரவிந்தை ஒரு கதாநாயகனாக ஏற்பதில் என்ன தவறு?

பி.டி. உஷா கேரளாவைச் சேர்ந்தவர், இந்தியாவின் சிறந்த தடகள வீராங்கனை. தென்னக ரயில்வேயின் மேலாளராக உள்ளார். ஷைனி வில்சன் என்ற பெண்மணி 4 முறை ஒலிம்பிக் போட்டியில் பங்கு பெற்றவர், இந்திய உணவுக் கழகம் (FCI) நிறுவனத்தின் உயர் பதவியான பொது மேலாளராகவும் உள்ளார். தமிழகத்தின் சிறந்த ஓட்டப்பந்தய வீரர் நடராஜன் கஸ்டம்ஸ் துறையில் உதவி கமிஷனராக உள்ளார். இளம் வீராங்கனை காயத்ரி தமிழ்நாட்டைச் சேர்ந்தவர். இன்றைய நிலையில் 100 மீட்டர் தடை ஓட்டப் பந்தயத்தில் இந்தியாவின் முன்னணி வீராங்கனை இவர். எம்.பி.ஏ. படித்து பி.எச்.டி. படிக்கிறார். தமிழ்நாட்டின் நீளம் தாண்டுதல் வீரன் பிரேம், அகில இந்திய சாம்பியனாகத் திகழ்கிறார். சிறு வயதிலே தந்தையை இழந்த பிரேம் இன்று தேசியக் கதாநாயகன். இவர்களை வாழ்த்துவோம், இவர்களைப் போற்றுவோம்.

நாம் தடகள விளையாட்டிற்குச் செலவிடும் ஒவ்வொரு மணித் துளியும் ஒவ்வொரு காசும் நல்ல முதலீடுதான். அது நமது உடல் நலத்தையும், மன நலத்தையும், தேச நலத்தையும் காக்கும்.

இந்தக் கட்டுரை எழுதும் பொழுது ஒரு நண்பர் என்னுடன் பேசினார். அவர் பெரிய பணக்காரர்தான். ஆனால் அவரோ, என்னைப் பார்த்து, ''நீங்கள்தான் உலகிலேயே பெரிய பணக்காரர்'' என்றார்.

ஆச்சரியத்துடன், ''எப்படிச் சொல்கிறீர்கள்?'' என்று கேட்டேன்.

அதற்கு அவர், ''என்னிடம் பணம் நிறைய இருக்கிறது, ஆனால் உடற்பயிற்சி செய்யாமல் நோய் வந்துவிட்டது. ஒரு வருடமாகப் படுக்கையில் இருக்கிறேன். எனவே நான் ஏழை. ஆனால் உங்களிடத்தில் பணம் இல்லாவிட்டாலும் உடல்நலம் இருக்கிறது; பல ஊர்களுக்குச் செல்கிறீர்கள்; மாணவர்களிடம் உரையாற்றுகிறீர்கள். நீங்கள்தான் பெரிய பணக்காரர்'' என்று கூறினார். உண்மையா இல்லையா என்பதை உங்கள் முடிவிற்கே விட்டு விடுகிறேன்.

ஒலிம்பிக் உறுதிமொழித் தத்துவம்

பள்ளி விளையாட்டுப் போட்டிகளில் ஒலிம்பிக் உறுதிமொழி எடுக்கப்படுகிறது. இவ்வுறுதிமொழி கீழ்க்கண்டவாறு அமைந்துள்ளது.

I promise to take part in loyal competition abiding by the rules that govern them, with a desire to take part in the true spirit of sportsmanship for the honour of our nation and the glory of sports.

இதில் சொல்லப்படுகிற Loyal Competition மற்றும் True Spirit of Sportsmanship என்ற வரிகள் நம்மிடம் போட்டியிடுபவர்களை நாம் மதித்திடல் வேண்டும்; வெற்றி தோல்வியைப் பற்றி நாம் கவலைப்படக் கூடாது; நம்மை வென்றவரை நாம் பாராட்ட வேண்டும்; போட்டி நேர்த்தியாக நடத்தப்படுதல் வேண்டும் என்ற நல்ல தத்துவங்களை நமக்குக் கற்றுத்தருகிறது. விளையாட்டுப் போட்டிகளைப் பொருத்தவரை இட ஒதுக்கீடு இல்லை; அனைவரும் சமம் என்ற கோட்பாடு விளையாட்டுப் போட்டிகளைப் போல் வேறெதிலும் இல்லை.

தமிழ்நாடு காவல்துறையில் துப்பாக்கிச் சுடும் போட்டிகளில் ஆண் பெண் இரு பாலாருக்கும் பொதுவான போட்டிகள் இருந்தன. இப்போட்டிகளில் 303 ரக துப்பாக்கி சுடும் போட்டியில் சோபியா லாரன்ஸ் என்ற பெண் போலீஸ் காவலர் 79/100 என்ற புள்ளிக் கணக்கில் தங்கப்பதக்கம் வென்றார். இதில் போட்டியிட்ட ஆண்களுக்கு

இரண்டாவது இடம்தான் கிடைத்தது. இந்தப் போட்டியை நான் என் கண்ணால் பார்த்தேன். இதுபோன்ற போட்டிகளில் பெண்கள், ஆண்களை வென்று விடுகிறார்கள். பெண்கள் ஆண்களுக்கு சமம், எந்த வகையிலும் குறைந்தவர்கள் அல்ல என்பதற்குச் சான்று விளையாட்டுகளிலிருந்து நமக்குக் கிடைக்கிறது.

விளையாட்டை நாம் ஊக்குவிப்பது, சமத்துவத்தை ஊக்குவிப்பது போன்றதாகும்.

ஜப்பானின் கதாநாயகன்

கோசி முரோபுஜி ஜப்பான் நாட்டின் கதாநாயகன். 2001ஆம் ஆண்டு நடந்த உலகத் தடகளப் போட்டியில் சங்கிலி குண்டு (Hammer Throw) விளையாட்டில் வெண்கலப் பதக்கம் வென்ற இவர் 2004ஆம் ஆண்டு ஏதன்ஸ் நகரில் நடந்த ஒலிம்பிக் போட்டியில் தங்கப் பதக்கம் வென்றார். எட்டு வருடங்கள் கழித்து பின்னர் தனது 40ஆவது வயதில் 2012ஆம் ஆண்டு லண்டனில் நடைபெற்ற ஒலிம்பிக் போட்டியில் வெண்கலப் பதக்கம் வென்றதுடன், அதே ஆண்டு நடந்த உலகத் தடகளப் போட்டியில் தங்கப் பதக்கமும் வென்றார். தங்கப் பதக்கம் பெற்ற மிக அதிக வயதுடைய வீரர் என்ற பெயரையும் பெற்றார். விளையாட்டுடன் இவர் நின்று விடவில்லை. சுக்யுயோ பல்கலைக்கழகத்தில் உடற்பயிற்சி கல்வியில் டாக்டர் பட்டம் பெற்ற இவர், டோக்கியோ மருத்துவப் பல்கலைக் கழகத்தில் பேராசிரியராகப் பணிபுரிந்து வருகிறார்.

கோசி முரோபுஜி

இருபது ஆண்டுகள் தொடர்ந்து விளையாடிய இவரது விடாமுயற்சியைப் பாராட்டலாம். இன்று இவர் 2020 ஆம் ஆண்டு டோக்கியோவில் நடைபெறவுள்ள ஒலிம்பிக் போட்டியின் இயக்குநராக நியமிக்கப்பட்டுள்ளார். தன்னை இந்தப் பதவிக்கு நியமித்ததும் அவர் கூறியது இதுதான், ''The Most Important thing is the need of the athletes. In this Sports I am always here to be sensitive to the needs of the athletes.''

ஜப்பானில் ஒலிம்பிக் போட்டிகள்

40 ஆசிய நாடுகள் பங்குகொண்ட ஆசியத் தடகள விளையாட்டுக்கள் ஜூலை 2011 அன்று கோபேலில் நடந்தது. இப்படி இதுவரை உலகத் தடகள விளையாட்டுகள் 2 முறையும் ஆசிய விளையாட்டுக்கள் நான்கு முறையும் ஜப்பானில் நடந்திருக்கின்றது. எல்லாவற்றிற்கும் முத்தாய்ப்பு வைத்தாற்போல 1964ஆம் ஆண்டு ஜப்பான் நாடு ஒலிம்பிக் போட்டியை நடத்திக் காட்டியது. இதில் தடகள விளையாட்டுகள் என்பவை மிகவும் முக்கியமானவை என்பதைக் கவனிக்க வேண்டும். ஜப்பான் நடத்திக் காட்டிய ஒலிம்பிக் போட்டிகள், ஆசிய நாடுகளில் நடந்த முதல் ஒலிம்பிக் போட்டியாகும். அதாவது இத்தகைய பெரிய விளையாட்டுப் போட்டிகளை அமெரிக்கா அல்லது ஐரோப்பிய நாடுகளால் மட்டும்தான் நடத்த முடியும் என்ற நிலை இருந்திருக்கின்றது. உலகிலேயே மிகவும் தலைசிறந்த போட்டியான ஒலிம்பிக் போட்டி உலகின் மக்கள் தொகையில் இரண்டாவது பெரிய நாடான இந்தியாவில் இதுவரை நடைபெறவில்லை என்பது மிகவும் வருத்தத்திற்குரியதாகும். அது ஏன் அப்படி என்று சிந்திக்கிறீர்களா? அதற்கு யார் காரணம் என்று சிலர்மீது பழி சுமத்தினீர்களா? அப்படி சிலர் மீது குற்றம் சாட்டியது தவறான முடிவாக இருக்கும். அதற்குக் காரணம் வேறு யாருமில்லை. அது நாமேதான். அதாவது நீங்களும், நானும். நாம் ஒவ்வொருவரும் ஏதாவது ஒரு விளையாட்டை விளையாட ஆரம்பித்தால் நம் உடல்நலம், மனநலம், சமூகநலம் மேம்படுவது மட்டுமல்லாமல் விளையாட்டுத் துறையும் மேன்மையடையும். பல விளையாட்டு மைதானங்கள் தோன்றும். உலகத்தரம் வாய்ந்த விளையாட்டு வீரர்கள் தோன்றுவார்கள். இந்தச் சூழ்நிலையில் இந்தியாவில் ஒலிம்பிக் போட்டிகள் நடைபெறும். உலக நாடுகள் நம்மைத் திரும்பிப் பார்க்கும்.

1964ஆம் ஆண்டு தங்களது நாட்டில் நடந்த ஒலிம்பிக் போட்டிகளில் 328 வீரர்களையும், வீராங்கனைகளையும் அனுப்பி 16 தங்கம், 5 வெள்ளி, 8 வெண்கலப் பதக்கங்களை வென்று அமெரிக்கா, ரஷ்ய நாடுகளுக்கு அடுத்ததாக 3வது இடத்தைப் பிடித்து சாதனை படைத்தது ஜப்பான். நாமும் அப்படி ஒரு சாதனையை நிகழ்த்தலாம். நீங்கள் நினைத்தால் அது முடியும்.

மாரத்தான் ஓட்டம்

ஓடுவது என்பது ஒரு தேசிய கலாச்சாரம் என்பதால் ஜப்பானில் மாரத்தான் ஓட்டமும் மிகவும் பிரசித்தி பெற்றது. முழு மாரத்தான் என்பது 42 கிலோ மீட்டர் 195 மீட்டர் தூர ஒட்டம் ஆகும். அதை ஓடி முடிக்கத்தான் பல்லாயிரக்கணக்கான ஜப்பானியர்கள் ஆர்வம்

காட்டுகிறார்கள். இதில் டோக்கியோ மாரத்தான் மிகவும் அற்புதமான ஓட்டப் பந்தயம். இது 1982ஆம் ஆண்டு ஆரம்பிக்கப்பட்டாலும் 2007ஆம் ஆண்டு உலகத் தடகளச் சங்கத்தால் அங்கீகரிக்கப்பட்டது. இன்று 6 தங்க முத்திரை பதிவு மாரத்தான்களில் ஒன்றாகக் கருதப்படுகிறது. உலகின் 6 தங்க முத்திரை மாரத்தான்கள் இவைதான்.

1. டோக்கியோ மாரத்தான் (ஜப்பான்) - 2013ஆம் ஆண்டு முதல்
2. லண்டன் மாரத்தான் (இங்கிலாந்து) - 2006ஆம் ஆண்டு முதல்
3. பெர்லின் மாரத்தான் (ஜெர்மன்) - 2006ஆம் ஆண்டு முதல்
4. சிகாகோ மாரத்தான் (அமெரிக்கா) - 1977ஆம் ஆண்டு முதல்
5. நியூயார்க் சிட்டி மாரத்தான் (அமெரிக்கா) - 1970ஆம் ஆண்டு முதல்
6. பாஸ்டன் மாரத்தான் (அமெரிக்கா) - 1897ஆம் ஆண்டு முதல்

நமது நாட்டிலும் மாரத்தான் ஓட்டங்கள் தொடங்கியிருப்பது ஒரு நல்ல செய்தியாக இருக்கிறது. அதில் ஓட பல்லாயிரக்கணக்கான இளைஞர்கள் ஆர்வம் காட்டுகிறார்கள் என்பதில் இரட்டிப்பு மகிழ்ச்சி. 42 கிலோ மீட்டர் ஓடுபவர்கள் மிகவும் குறைவாக இருந்தாலும் 21 கிலோமீட்டர் (பாதி மாரத்தான்), 10 கிலோமீட்டர் (மினி மாரத்தான்), 5 கிலோமீட்டர் (குழந்தைகள், முதியோர் மாரத்தான்) ஓடுபவர்கள் அநேகமாக உள்ளனர். இதற்கு அதிகாரிகள், குறிப்பாக போலீஸ் துறையின் உதவியும், ஊக்குவிப்பும் அதிகம் தேவைப்படுகிறது. உயர் பதவிகளில் இருப்பவர்களும் ஓடினால்தான் அவர்களும் முழுமனதோடு ஒத்துழைக்க முடியும். அரசுத்துறை உயர் பதவிகளில் இருப்பவர்களுக்கும் கூட ஓட்டம் அவசியம் என்பது இப்பொழுது உங்களுக்குப் புரியும்.

மியாஸகி

இந்த நேரத்தில் 105 வயதான முதியவர் ஒருவரைப் பற்றி சொல்லியாக வேண்டும். ஜப்பானில் 105 வயதான முதியவர் ஓட்டப் பந்தயத்தில் புதிய கின்னஸ் சாதனை படைத்துள்ளார். மியாஸகி என்ற பெரியவர் தன்னுடைய 105ஆவது ஆண்டு பிறந்த நாளைக் கொண்டாடினார்.

162 அவர்களால் முடியும் என்றால் நம்மாலும் முடியும்

இந்த நிலையில் அடுத்தநாள் நடைபெற்ற முதியவர்களுக்கான 100 மீட்டர் ஓட்டப் பந்தயத்தில் இவர் பங்கேற்றார். 105 வயதினருக்கான பிரிவில், அவர் 42.22 நொடிகளில் இலக்கை எட்டினார்.

அதன் மூலமாக '100 மீட்டர் ஓட்டப் பந்தயத்தில் மிகக் குறைந்த நேரத்தில் இலக்கை எட்டிய முதியவர்' என்ற அவருடைய முந்தைய சாதனையை அவரே முறியடித்துள்ளார்.

தன்னால் இன்னும் குறைவான நேரத்தில் இலக்கை எட்ட முடியும் என்று அவர் நம்பிக்கை தெரிவித்தார். தினசரி பயிற்சி மற்றும் முறையான உணவுப் பழக்கமுமே, தமது சாதனைக்குக் காரணம் என்றும் அவர் கூறினார்.

நம்மால் முடியும்

இப்படி நமது நாட்டிலும் மாநில அளவிலான தடகளப் போட்டிகள் ஒரு திருவிழா மாதிரி மகிழ்ந்து கொண்டாடும் நிலை எப்போது வரும் என்று எதிர்பார்த்துக் கொண்டிருக்கிறேன்.

தினமும் ஒரு மணி நேரம் ஓடுங்கள். பெண்ணாக இருந்தாலும், வயதானவர்களாக இருந்தாலும் ஓடுங்கள், ஏழை என்றாலும் ஓடுங்கள், பணக்காரன் என்றாலும் ஓடுங்கள். அப்படிச் செய்யவில்லை என்றால் நோய் வந்தால் உங்களிடம் உள்ள பணம் ஓடிவிடும். ஓடாத செல்வந்தனும் ஏழைதான்; ஓடாத ஞானியும் விவேகமில்லாதவர் தான்.

காலை 5 - 6 மணி, மாலை 6 - 7 மணி ஆகிய இந்த நேரம் நீங்கள் ஓடுவதற்கான நல்ல நேரம்.

உலகில் அனைத்து நாடுகளிலும் அங்கீகரிக்கப்பட்ட விளையாட்டு தடகளம். ஒலிம்பிக் போட்டிகளில் விளையாடப்படுவது தடகளம். நமது உடல்நலத்தைப் பாதுகாப்பது தடகளம். எனவே, பள்ளிகளிலும் கல்லூரிகளிலும் தடகளப் போட்டிகளைப் பிரபலப்படுத்த வேண்டும். பொதுமக்கள் தடகளப் போட்டிகளைக் காண ஆர்வம் காட்ட வேண்டும். பள்ளிகளில் கூட ஒலிம்பிக் போட்டிகளில் இடம் பெற்றுள்ள ஓடுதல், தாண்டுதல், எறிதல் போன்ற போட்டிகளில் மாணவர்களை ஈடுபடுத்த வேண்டுமே தவிர, சாக்கு ஓட்டப் பந்தயம், ஊசிநூல் கோர்த்தல், எலுமிச்சம்

பழத்தைக் கரண்டியில் கவ்விச் செல்லுதல் போன்ற உடல் நலத்திற்கு உதவாத வேடிக்கைப் போட்டிகள் நடத்துவதைத் தவிர்க்க வேண்டும். விளையாட்டு என்பது வேடிக்கை அல்ல. இந்தியாவில் மிக வேகமாக ஓடுபவர் யார் என்பதைத் தெரிந்துகொள்ள முனைப்புக் காட்ட வேண்டும்.

தினமும் ஓடுவோம்! சிகரத்தைத் தொட உறுதியான ஒரு உடல் நமக்குக் கிடைக்கும்.

சென் கதை

ஒரு கரடிக்குட்டிக்கு எந்த கால் எடுத்து வைத்து நடப்பது என்பதில் குழப்பம். "என்ன செய்யட்டும்? வலது காலை முதலில் வைக்கவா? இடது காலை வைக்கவா? இரண்டு முன்னங்கால்களையும் சேர்த்து வைக்கவா? அல்லது இரண்டு பக்கவாட்டு கால்களையும் எடுத்து முன்வைக்கவா?" கேட்டது தாயிடம். "எதையும் நினைக்காதே. சும்மா நட" என்று சொன்னது தாய்க் கரடி.

- செயல் தான் முக்கியம். அதை செய்து முடிக்கத் தயங்கக்கூடாது என்பதை உணர்த்தும் சென் கதை

பாகம் நான்கு

இயற்கைப்பாதுகாப்பு

ஜப்பான் நாடு நான்கு பிரதான தீவுகளைக் கொண்டது, அவையாவன; ஹொன்ஷூ, ஹொக்கைதோ, ஷிக்கொக்கு, கியூஷூ. இவற்றுடன் ஆயிரக்கணக்கான மிகச் சிறிய தீவுகள். இந்தத் தீவுக்கூட்டம் ஒரு பிறை வடிவத்தில் வடக்கிலிருந்து தெற்காக ஆசியாவின் கிழக்குக் கரையோரத்தில் சிதறிக் கிடக்கிறது.

இரண்டாவது உலகப் போரின் இறுதியில், தனது கடல் கடந்த ஆதிக்கப் பகுதிகள் அனைத்தையும் ஜப்பான் இழந்து விட்டது. அப்பொழுது ஜப்பானின் ஆதிக்கத்தின் கீழ் இருந்த மொத்த நிலப்பரப்பில் 45.5% பகுதியை இழந்தது.

1964-ஆம் ஆண்டு ஜப்பானின் நிலப்பரப்பு அமெரிக்க ஐக்கிய நாட்டின் நிலப் பரப்பில் இருபதில் ஒரு பங்குக்கும் குறைவாகவும்; இந்திய நிலப்பரப்பில் எட்டில் ஒரு பங்கும், பிரிட்டனைப் போல ஒன்றரைப்பங்கு அதிகமாகவும் இருந்தது.

தட்பவெப்பம்

ஜப்பான் தீவுகள் சம தட்பவெப்ப மண்டலத்தில் அமைந்துள்ளன. மழை, ஆண்டுக்கு 1000 முதல் 2,500 மி.மீ. வரை (40 முதல் 100 அங்குலம்) பெய்கிறது. வடக்குப் பகுதியில் குளிர்காலத்தில் கடும் பனி பெய்தாலும் தலைநகரமாகிய டோக்கியோவில் பனிபெய்வது அபூர்வமாகும்.

பொதுவாகவே சீதோஷ்ணநிலை கடுமையற்றது. ஆனால் நான்கு பருவ காலங்களும் மிகத் தெளிவானவை. வேனிற்காலம் வெப்பமாகவும் புழுக்கமாகவும் இருக்கும். அது மழைக் காலத்தைத் தொடர்ந்து ஜூன் மாத மத்தியில் தொடங்கி நான்கு வார காலத்துக்கு நீடிக்கிறது.

வட ஜப்பான் தவிர மற்றப் பகுதிகளில் மிதமான குளிர்காலம், ஒரு ஆண்டைப் பொருத்தமட்டில் வெப்ப நாட்கள் அதிகமாக இருக்கும்.

இளவேனிற் காலமும், இலையுதிர் காலமும்தான் மிகச் சிறந்த பருவங்களாக விளங்குகின்றன. அவை சூரிய ஒளி நிறைந்த இதமான நாள்களாகும். இளவேனிற் காலத்தில் செர்ரி மரங்கள் பூத்துக் குலுங்கும், அது கண்ணுக்கு விருந்தாக மொத்த அழகையும் கொட்டி வைத்தாற்போல் இருக்கும். இலையுதிர் காலத்தில் கிராமப்புறங்கள், உதிர்ந்த அழகிய வண்ண இலைகளால் நிறைந்து காணப்படும்.

மலைத்தொடர்கள்

கடலிலிருந்து பார்த்தாலும் சரி அல்லது வானத்திலிருந்து பார்த்தாலும் சரி ஜப்பானின் பசுமையும், மலைப்பகுதிகளும் கண்களைக் கவர்கின்றன. அவ்வளவு அழகு. நமது மேற்குத் தொடர்ச்சி மலைகளைப் போல!

நல்ல மழையும், மிதமான தட்பவெப்ப நிலையும் ஏறக்குறைய ஜப்பானை முழுதுமே வனப்பான பசுமையாக்கி விட்டன. அதே சமயத்தில் மலைத் தொடர்கள் நாடு முழுதும் பரவிக் கிடக்கின்றன. எங்கு பார்த்தாலும் மலைகள். அவற்றின் மேலிருந்து பாயும் நீரருவிகள், வேட்டிகளை இணைத்து தொங்கவிட்டதைப்போல பார்ப்பவர் மனசுக்குப் பரவசமூட்டும்.

ஜப்பான் நாட்டின் நிலப்பரப்பில் 85 சதவிகிதம் பகுதியை இம்மலைகள் வியாபித்துள்ளன. இந்த மலைகளில் 250 மலைகள் 2000 மீட்டர்கள் உயரத்திற்கும் மேற்பட்டவையாக உள்ளன. இங்கு குளிர்ந்த தட்பவெப்பம் வெயில் காலத்திலும் ஊட்டியைப் போல நிலவுகிறது.

மிக உயர்ந்த மலை ஃப்யூஜி மலையாகும். ஒரே சீரான கூர்முனை வடிவத்தில் உள்ள இம்மலையின் உயரம் 3776 மீட்டர் (12,389 அடி) ஆகும்.

எரிமலைகளும், வெந்நீர் ஊற்றுகளும்

உலகத்திலேயே மிகவும் அழகான எரிமலையாகக் கருதப்படும் ஃப்யூஜி மலை உறங்கும் எரிமலையாகும். அது 1707-ஆம் ஆண்டு கடைசியாகக் குமுறியது. மொத்தத்தில் ஜப்பான் நாட்டில் 192 எரிமலைகள் உள்ளன. அவற்றில் 58 மலைகள் இன்னும் குமுறுகின்றன. இம்மலைகள் ஜப்பான் நாட்டிற்கு ரம்மியமான வெந்நீர் ஊற்றுகளைக் கொடுக்கின்றன. தாதுப் பொருள்கள் நிறைந்த இவ்வெந்நீர் ஊற்றுகள்

மருத்துவப் பயன்களுக்கு மட்டும் இன்றி உல்லாசப் பொழுது போக்குகளுக்கும் பயன்படுத்தப்படுகின்றன. அமைதியையும், ஓய்வையும் நாடி உல்லாச விடுமுறையை அனுபவிக்கச் செல்லும் லட்சக்கணக்கான ஜப்பானிய மக்கள் தங்குவதற்கான ஏராளமான வெந்நீர் ஊற்று சுற்றுலாத் தலங்களை, இந்த ஊற்றுகள் நல்குகின்றன.

இந்த மலைப்பாங்கான பூமியில், பனி படர்ந்த மலைகள், ஏரிகள், பாறைகளின் இடுக்குப் பாதைகள், புரண்டோடும் ஆறுகள், கரடு முரடான சிகரங்கள், ரம்மியமான நீர்வீழ்ச்சிகள் ஆகிய அனைத்தும் ஜப்பான் நாட்டிற்கு எழிலையும், கண்கவர் வனப்பையும் கொடுக்கின்றன.

இந்த மலைகள் கண்களுக்கு இதமாக இருப்பதோடு குளிர்காலத்தில் பனிச் சறுக்கு விளையாடுமிடமாக அமைந்துவிட்டதால் கோடிக்கணக்கான ஜப்பானிய மக்களின் குடியிருப்பு இடங்களைப் பெரிதும் கட்டுப்படுத்திவிட்டன. மலைப்பகுதிகளில் குடியிருப்புகள் அமைக்க ஜப்பானியர் அனுமதித்ததே இல்லை. அவை பாதுகாக்கப்பட்ட பகுதிகள் ஆகும். இந்தத் தத்துவத்தை நாம் அனைவரும் மனதார ஏற்றுக்கொள்ள வேண்டும்.

பியூஜி மலை பராமரிப்பு

பியூஜி மலை ஜப்பானில் மிகப் பிரபலமான இடமாகும். உறங்கும் எரிமலை என்றழைக்கப்படும் இது ஜப்பானின் அடையாளச் சின்னமும் கூட. மலைகள் நிறைந்திருக்கும் ஜப்பான் நாட்டில் பியூஜி மலை மிகவும் உயரமான மலை மட்டுமல்லாமல் இது சமதளத்திலிருந்து திடீரென்று 3,776 மீட்டருக்கு உயர்வதால் 100 கி.மீ. தொலைவிலிருந்து கூட இது தெளிவாகத் தெரிகிறது. அதாவது 100 கி.மீ. தூரத்திலுள்ள டோக்கியோ நகரிலிருந்தும் இதைப் பார்க்க முடியும். குளிர் காலங்களில் இந்த மலையின் மேல் வெள்ளைத் தொப்பி போட்டதுபோல் ஐஸ் உறைந்திருப்பது பார்ப்பதற்கு கண்கொள்ளாக் காட்சியாகும்.

இம்மலையின் உச்சியில் எரிமலை வாய் உள்ளது. 1707 - 08 ஆம் ஆண்டு எரிமலைக்குழம்பு வெளியில் வந்துள்ளது. அப்போது வந்த லாவா குழம்பு பாறைத் துகள்களாக இன்னும் இருப்பதால் இம்மலையின் உச்சிப் பகுதியில் சுமார் 2,000 மீட்டர் உயரத்திற்கு செடிகள் முளைக்க வில்லை. பியூஜி வரை வந்தவர்கள் மலையில் ஏறிப் பார்ப்பதென்பது மிகவும் முக்கியமானது. மேகமூட்டமாக இருந்தால் பார்க்கமுடியாது.

பியூஜி மலை

இந்த பியூஜி மலை 2015ஆம் ஆண்டு ஐக்கிய நாடுகள் சபையால் உலக புராதனச் சின்னமாக அறிவிக்கப்பட்டிருக்கிறது. ஜப்பானில் இந்த மலையை பியூஜி சான் என்றும் ப்யூஜியாமா என்றும் அழைக்கிறார்கள்.

ஜப்பானியர்களின் மலை ராணியாம் பியூஜி மலை 1600ஆம் ஆண்டுக்குப் பிறகு அந்தநாட்டு இலக்கியவாதிகளின் கவிதைகளில் மையப்பொருளாக இருந்திருக்கிறது. இம்மலையில் 1663 இல் பெயர் தெரியாத புத்தத் துறவி ஒருவர் ஏறியதாகக் கூறப்படுகிறது. புனிதத் தன்மை கொண்டதாகக் கருதப்பட்டதால், அப்போது பெண்கள் ஏற அனுமதி இல்லை. சர். ரூதர் போர்டு அல்காக் என்ற வெளிநாட்டவர் 1868ஆம் ஆண்டு 8 மணி நேரத்தில் ஏறி 3 மணி நேரத்தில் இறங்கி யிருக்கிறார். லேடி ஃபன்னி பார்க்ஸ் 1869ஆம் ஆண்டு இம்மலையில் ஏறிய முதல் பெண் என்று பெயர் வாங்கினார்.

பியூஜி மலையை நோக்கி செல்வது மிகவும் அகலமான சீரான மலைப்பாதை. இரண்டுபுறத்திலும் ரம்மியமான அடர்த்தியான காடுகள். நம் நாட்டில் மேற்குத் தொடர்ச்சி மலையின் சிறுவாணி பகுதியில் இதுபோன்ற காடுகளைப் பார்க்க முடியும். ஆனால் இங்கு பல இடங்களில் செயற்கையாகவே மரங்களை நட்டு வளர்த்துள்ளனர் என்பது நன்றாகவே தெரிகிறது. பெரும்பாலும் பைன் மரங்கள் காணப்படுகின்றன. ஒரு மணி நேரம் கார் சென்றதும் 2,500 மீட்டர் உயரம் வந்து விடுகிறது. அங்கு கார்கள் நிறுத்தும் தளம் உள்ளது. அதற்குமேல்

வாகனங்கள் செல்லமுடியாது. மீதியிருக்கும் 1,776 மீட்டர் உயரத்தை நடந்தேதான் கடக்க வேண்டும். கோடைகாலத்தில் எரிமலையால் ஏற்பட்ட மண் தெரியும். குளிர்காலத்தில் பனி மட்டும் தெரியும்.

இம்மலையில் ஏற நடைபாதையும் உள்ளது. மேகங்கள் மறைந்துவிட்டால் பியூஜி மலையைத் தெளிவாகப் பார்ப்பதோடு மட்டுமல்லாமல் மலையிலிருந்து கீழே உள்ள சமவெளிப் பகுதியையும் தெளிவாகப் பார்க்க முடியும்.

பரிசுப் பொருட்கள் விற்பனை செய்யும் ஒரு கடையில் பெரும்பாலும் பியூஜி மலையை மையமாக வைத்துத்தான் எல்லாப் பரிசுகளும் தயாரிக்கப்பட்டிருக்கின்றன. ஒரு பரிசுப் பொருள் தயார் செய்யும் இயந்திரமும் அங்கே இருக்கிறது. 500 யென் நாணயம் ஒன்றை உள்ளே செலுத்தினால் அந்த நாணயத்தில் பியூஜி மலையின் வடிவம் பொறிக்கப் பட்டு, தங்க நிறத்தினாலான நாணயமாக வெளியே வருகிறது.

மழை பெய்தால், கடையின்முன் வைத்துள்ளக் குடையினை எடுத்துப் பயன்படுத்தலாம். அதைப் பயன்படுத்தி அப்பகுதி முழுவதுமாகச் சுற்றிப் பார்த்த பின்னர் குடையைத் திருப்பித் தரவேண்டாம். இந்தக் கடையின் குடைகளை ஒருமுறை பயன்படுத்தினால் அதனை அவர்களே எடுத்துக் கொள்ளலாம். மழை பெய்தால் மட்டும் இந்த தனி வசதி செய்யப்பட்டிருக்கிறது.

இந்த மலையில் ஒருமுறை கூட ஏறாதவன் முட்டாள், ஆனால் இரண்டு முறை ஏறிவிட்டால் அப்போதும் அவன் ஒரு முட்டாள் என்று இந்த பியூஜி மலை பற்றி ஒரு பேச்சு உண்டு.

வடமேற்குப் பகுதியில் இருக்கும் வனப்பகுதிகள் பேய்கள் குடியிருக்கும் பகுதிகள் என்று மக்கள் நம்பினார்கள். இப்போதும்கூட அங்கு தற்கொலைகள் நடந்து வருகின்றன. உலகிலேயே சான்பிரான்சிஸ்கோ தங்கவாயில் பாலத்திற்கு அடுத்து இங்குதான் தற்கொலைகள் அதிகமாக நடைபெறுகிறது. தற்போது இது குறைந்து ஆண்டுக்கு 30 தற்கொலைகள் என்ற அளவில் உள்ளது. 2002ஆம் ஆண்டு அதிகபட்சமாக 80 தற்கொலைகள் நடந்துள்ளன. ஆனால், பேய்கள் அங்கு குடியிருப்பதாக இன்றைய மக்கள் நம்பவில்லை. கல்வி தந்த பகுத்தறிவுக் கண்கள் பேய்களின் குடியிருப்புகளைத் தகர்த்திருக்கலாம்.

அருவிகள், நீர்வீழ்ச்சிகள்

நீர்வீழ்ச்சி என்றதும் குற்றாலம் நமது மனக் கண்களில் தோன்றுகிறது. ஜப்பானில் 517 நீர்வீழ்ச்சிகள் உள்ளன. பியூஜி மலையிலிருந்து 2,000 மீட்டர் கீழே இறங்கியதும், அடிவாரத்தில் ஓர் அருவி உள்ளது. கிட்டத்தட்ட நமது குற்றாலத்தைப் போல பிரம்மாண்டமாக இல்லாவிட்டாலும் நிறைய சுற்றுலாப் பயணிகள் - பெரும்பாலும் ஜப்பானியர்கள்தான் - இங்கு வருகிறார்கள். ஆனால் யாரும் அங்கு குளிப்பதாகத் தெரியவில்லை. குளிக்கவும் மாட்டார்களாம். ஜப்பானியர்கள் பொது இடத்தில் குளிப்பதைத் தங்களுக்கு இழுக்காகவும், மற்றவர்களுக்குச் செய்யும் அவமரியாதையாகவும் கருதுகிறார்கள்.

குளிப்பதற்கென்றே பலவித வசதிகள் செய்யப்பட்ட "ஸ்பா" என்னும் குளியல் விடுதிகள் ஜப்பானில் பல உண்டு. அங்கு சுடுநீர், குளிர்ந்த நீர், வேகமாகப் பீய்ச்சியடிக்கும் ஜெட் நீர், வாசனைத் திரவிய நீர் என்று பலவிதமான நீராடல்கள் உண்டு. ஆனால் இந்த ஸ்பாக்களில் தம்பதிகளுக்குக் கூட தனித்தனி குளியல் வசதிகள்தானாம். அமெரிக்காவிலும், ஐரோப்பாவிலும் உள்ள ஸ்பாக்கள் தம்பதிகளுக்கானவை.

பியூஜி நீர் வீழ்ச்சி

அருவிகளில் ஜப்பானியர் குளிக்காமல் இருப்பதற்கு இன்னொரு முக்கியமான காரணம் உண்டு. அது, குளிப்பதால் ஆற்றுநீர் மாசுபடும் என்பதுதான். ஆனால் நம் நாட்டிலோ ஆற்றில் சாக்கடையைக்

கலக்கிறார்கள். அதில் குளித்தால் புண்ணியம், குடித்தால் தீர்த்தம். ஒரு அறிவியல் மாணவன் என்ற முறையில் நெஞ்சு பொறுக்கவில்லை, வேதனையாக இருக்கிறது.

பொதுச் சுகாதாரத்திற்கு ஜப்பானியர்கள் எவ்வளவு முக்கியத்துவம் தருகிறார்கள் என்பது இதிலிருந்து புரியும். ஒரு வீட்டிற்குச் சென்றால்கூட காலணிகளை வீட்டுக்கு வெளியே விட்டுச்செல்ல வேண்டும். காலணியைக் கழட்டிவிட்ட அந்த கால் பாதத்தை வீட்டிற்கு உள்ளே வைத்தல் வேண்டும். கால் பாதத்தை வெளியில் வைத்து விட்டால் அதிலும் பாக்டீரியாக்கள் தொற்றிக் கொள்ளும் என்பதால் இந்த முன்னெச்சரிக்கை நடவடிக்கை. இத்தனைக்கும் ஜப்பானியத் தெருக்கள் சுத்தமாகவே உள்ளன. நோய்க்கிருமிகள் காலணியில் ஒட்டிக் கொள்ளும் வாய்ப்பு மிகவும் குறைவு. இருப்பினும் அவர்கள் அசாதாரணமான முன்னெச்சரிக்கையோடு நடந்து கொள்கிறார்கள். பொதுச் சுகாதாரம் மற்றும் தனி மனித சுகாதாரத்தைப் பொறுத்தவரை நாம் ஜப்பானியர்களிடமிருந்து கற்றுக்கொள்ள வேண்டியது நிறைய உள்ளன என்றுதான் கூறவேண்டும்.

வீடுகளில் போடுவதற்குத் தனி காலணிகள், அதை அவர்களே தந்துவிடுகிறார்கள். அதுவும் குளியலறைக்குப் போவதாக இருந்தால் அதற்குத் தனி காலணி அணியவேண்டும். இப்படிச் சுகாதாரத்திற்கு தனிப்பட்ட முக்கியத்துவம் தரப்படுகிறது. நுண்ணுயிர்கள் (Micro Organism) தான் நோய்களை ஏற்படுத்துகிறது என்பதை ஜப்பானிய விஞ்ஞானிகள் மட்டுமல்ல, சராசரி ஜப்பானியர்களும் நம்புகிறார்கள். அந்த விஞ்ஞான உண்மை உலகத்திற்கு 1859ஆம் ஆண்டு லூயிபாஸ்டர் கண்டு சொன்னது. அதைப் புரிந்துகொண்டு, ஒவ்வொரு ஜப்பானியரும் தனிமனித சுகாதாரம் தான் ஒட்டுமொத்த சுகாதாரம் என்று தீர்மானித்துள்ளனர். அவர்கள் தங்களையும், தெருவையும், வீட்டையும், நாட்டையும் சுத்தமாக வைத்திருப்பது அதிசயமாக இருக்கிறது. அருவிகளிலும், நீர் வீழ்ச்சிகளிலும், ஆறுகளிலும் குளிக்கக்கூடாது என்ற சுயகட்டுப்பாடு மற்றும் சமுதாய ஒழுக்கம் எவ்வளவு சிறந்தது என்பதையும் அதை ஜப்பானியர்கள் எப்படி முழுவதுமாக கடைப்பிடிக்கிறார்கள் என்பதையும் கவனிக்க வேண்டியுள்ளது.

ஆறுகளைத் தாய் என்றும் கடவுள் என்றும் வணங்கும் நாம் அவற்றை எவ்வளவு அசுத்தப்படுத்துகிறோம்? அதில் குளித்தால் நாம் செய்த பாவம் நீங்கிவிடுமோ இல்லையோ அந்த ஜீவ நதியை மாசுபடுத்திய பாவம் நிச்சயமாக நம்மையே வந்தடையும்.

நம்மால் முடியும்

பரந்து விரிந்த இந்திய நாட்டில் இல்லாத அழகும், இயற்கை வளங்களும், காடுகளும், மலைகளும், நதிகளும் வேறெங்கும் இல்லை. ஜப்பானிலும் இல்லை. நமது இமயமலையின் உச்சி 8,848 மீட்டர் (29,028 அடி) ஆகும். நமது நதிகள் - சிந்து, கங்கா, யமுனா, பிரம்மபுத்திரா, கோதாவரி, நர்மதா ஆகியவை வற்றாத ஜீவநதிகள். ஆனால் இயற்கை வளங்களை ஜப்பானியர்கள் பேணிக் காக்கின்றார்கள். நாம் அவற்றை நம்மை அறியாமலேயே அழித்து வருகிறோம்.

சுயநலவாதிகள் பேராசையால் பொன் முட்டையிடும் வாத்தை ஒரே நாளில் அறுத்த கதையாக காடுகளை அழிக்கவும், வனவிலங்குகளை வேட்டையாடவும், மலைகளில் குடியிருப்பு அமைக்கவும் செய்கிறார்கள். அதனால் நமது நாட்டு இயற்கை வளங்கள் குறைந்து கொண்டே வருகிறது. அதற்கு நேர் எதிராக மக்கள் தொகை கூடிக் கொண்டே வருகிறது. இந்த நிலையில் இயற்கை வளங்களைக் காக்க வேண்டும் என்ற முனைப்பும், மக்கள் தொகையைக் குறைக்க வேண்டும் என்ற முயற்சியும் நம்மிடம் வரவேண்டும். அதுவும் உடனே வரவேண்டும், அப்படியே அனைத்துத் தரப்பினரிடமும் வரவேண்டும்.

கனிம வளங்களான மணல், கருங்கல், தாதுக்கள் ஆகியவற்றை வெட்டி எடுப்பதை உடனே நிறுத்த வேண்டும். அது வரும் சந்ததிகள் சுகமாக வாழ்வதற்கான ஆதாரங்கள். மரங்கள் வளர்த்து அந்த மரங்களால் வீடு கட்டவும் அந்த வீட்டைப் பராமரிக்கவும் கற்றுக்கொள்ள வேண்டும்.

ஆறுகளின் மீது வீடுகள் கட்டி அதனால் பட்ட கஷ்டங்களைக் கடந்த 2015ஆம் ஆண்டு நவம்பர் மற்றும் டிசம்பர் மாதங்களில் சென்னையில் வாழ்ந்தவர்கள் அனுபவித்தார்கள்.

நார்வே, ஸ்வீடன், கனடா போன்ற நாடுகள் தங்களது இனத்தவர் அடுத்த ஆயிரம் ஆண்டுகள் வாழ இயற்கை வளங்களைப் பராமரிக்கிறார்கள். நமது சந்ததியினர் அடுத்த நூறு ஆண்டுகள் வாழ்வதற்காவது நமது இயற்கை வளங்களைப் பாதுகாப்போம்.

இதை மீண்டும் மீண்டும் சலிப்பில்லாமல் வலியுறுத்துவேன். நாம் மற்ற நாடுகளுடன் போட்டியிட்டு, நமது வாழ்க்கைத்தரம், பொருளாதாரம், தொழில் வளர்ச்சி, அறிவியல் முன்னேற்றம், என அனைத்துத் துறைகளிலும் வெற்றியடைய வேண்டுமென்றால், மக்கள் தொகை குறைப்பு என்ற இலக்கை விரைந்து எட்டித்தான் ஆக வேண்டும். பெருகிவரும் மக்கள் தொகையால் இயற்கை ஆதாரங்களுக்குப் பெரும் ஆபத்து வந்து விட்டது.

இயற்கைப் பாதுகாப்பு 173

சென் கதை

சுவாங் சூவும் நண்பரும் ஆற்றங்கரையோரம் நடந்து சென்றனர். "அந்த மீன்களைப்பார்! அவை மகிழ்ச்சியாக நீந்துகின்றன" என்றார் சுவாங் சூ. "நீ அந்த மீன் அல்ல, அவை மகிழ்ச்சியாக இருக்கின்றன என்பது உனக்கு எப்படித் தெரியும்?" என்று கேட்டார் நண்பர். "நீ நான் இல்லை அப்படி இருக்க மீன்கள் மகிழ்ச்சியாக இருப்பது எனக்குத் தெரியாது என்று உனக்கு எப்படித் தெரியும்?" கேட்டார் சுவாங் சூ.

- பல நிலை சிந்தனையை வளர்ப்பதற்காக சொல்லப்பட்ட சென் கதை

போக்குவரத்து

நாம் ஒவ்வொருவருமே ஒரு மோட்டார் சைக்கிள் அல்லது ஒரு கார் வைத்திருக்கிறோம். அனைவரும் காரில் சவாரி செல்ல விரும்புகிறோம். ஒரு ஏழை கூட கார் வாங்க முடியும் என்ற நிலைதான் வளர்ச்சி அடைந்த நிலை என்று நினைக்கிறோம். ஆனால் உண்மை அதுவல்ல. ஒரு பணக்காரன் கூட அரசுப் பேருந்தில் அல்லது ரயிலில் பயணம் செய்யும் நிலைதான் ஒரு வளர்ந்துவிட்ட நிலை. அது தான் ஜப்பானில் நிலவுகிறது.

பஸ் போக்குவரத்து

நெடுஞ்சாலைப் பேருந்துகள் (Kosotu Bus) இரயில் சேவைக்கு மாற்றாக இயங்கி வருகின்றன. எல்லா நகரங்களையும் இணைக்கும் இந்தப் பேருந்தில் கட்டணம் குறைவு. நகர்ப்புறங்களுக்கு வேறு பேருந்து சேவை. ஒவ்வொரு மாகாணப் பேருந்து சேவையும் ஒரு தனி நிறுவனத்திற்குக் குத்தகை விடப்பட்டிருக்கின்றது. இரவோடு இரவாக இன்னொரு நகரைச் சென்றடைய எக்ஸ்பிரஸ் பஸ்கள் வேறு வந்துவிட்டன.

ஜப்பானில் பயணிகள் பின்பக்க கதவு மூலம் பேருந்திற்குள் ஏற வேண்டும். முன்பக்க கதவு வழியாகத்தான் வெளியேற வேண்டும். பயணிகள் எவ்வளவு நெரிசலாக இருந்தாலும் அந்த விதிமுறையைத் தவறாமல் பின்பற்றுகிறார்கள். இதைத்தான் சுயக் கட்டுப்பாடு (Discipline) என்கிறோம்.

நடத்துநர் என்ற ஒரு நபர் எந்தப் பேருந்திலும் இல்லை. நடத்துநரின் பணியையும் ஓட்டுநரே கவனிக்கிறார். பெரும்பாலும் ஓட்டுநர்கள் பெண்களாக உள்ளார்கள். அவ்வப்போது பேருந்து நிறுத்துமிடம் வரும்போது பதிவு செய்யப்பட்ட ஒரு ஒலிநாடாவை ஒலிக்கச் செய்கிறார் ஓட்டுநர். சிலவேளைகளில் Head Phone வழியாக அறிவிப்பை

வெளியிடுகிறார். கறுப்புப் பூனை கமாண்டோக்கள் தலைக்கவசத்தில் ஒயர்லெஸ் கருவி பொருத்தி தொடர்பு கொள்கின்றனர். அதைப் போலவே உள்ளது இவர்களது ஹெட்போன்.

டவுன் பஸ்

நடத்துநர்கள் இல்லை என்பதுபோல டிக்கெட் பரிசோதகர் மற்றும் நேரக்காப்பாளர்களும் இங்கில்லை. ஒரு பேருந்தின் ஒட்டுமொத்தப் பொறுப்பினை ஒரே ஒரு நபர் செய்து முடிப்பதால் ஜப்பானிய போக்குவரத்துத் தொழிலாளர்களுடைய செயல்திறன் மேம்பட்டிருக்கிறது. பேருந்துகள் பெரும்பாலும் நெரிசலாகவே உள்ளன. கார் பயணத்தில் செலவு அதிகம் என்பதால் பஸ்களிலும், இரயில்களிலும் பயணிக்கின்றனர் ஜப்பானியர்கள். சொந்தமாக கார் இருந்தாலும் பேருந்துப் பயணத்தை மிகவும் விரும்புகிறார்கள் அவர்கள்.

வீட்டில் காரை நிறுத்த இடம் உள்ளது என்ற சான்றிதழைக் காண்பித்தால்தான் கார் வாங்க அனுமதி கிடைக்கிறது. ஜப்பானில் வீடுகளின் முன்பகுதியில் கார்களை நிறுத்திவைத்த நிலையில் வீடு கூட காரேஜ் போலத்தான் காட்சியளிக்கின்றன. சொந்தமாகக் கார் இருந்தாலும், அவற்றை எடுத்துச் செல்லும் இடங்களில் பார்க்கிங் வசதி இல்லையென்பதால் கார்களை அபூர்வமாகவே பயன்படுத்துகிறார்கள். இந்த விஷயத்தில் இவர்கள் அமெரிக்கர்களுக்கு மாற்றாக இருக்கிறார்கள்.

பேருந்தில் வந்த அனைத்துப் பயணிகளும் இறங்கியபிறகும் வரிசையில் நின்று கொண்டிருந்த மக்களை ஓட்டுநர் உள்ளே அனுமதிக்க வில்லை. அவர், பேருந்தின் உள்ளே சென்று அனைத்து இருக்கை களையும், உடைமைகளையும் ஒருமுறை சோதனை செய்து பார்த்து விட்டு, யாரும் எதையும் விட்டுச் செல்லவில்லை என்பதை உறுதி செய்த பின்னர்தான் பயணிகளை பஸ்ஸில் ஏற அனுமதிக்கிறார். அவருடைய உதவிக்கு கிளீனரோ, கண்டக்டரோ இல்லை. ஒரே ஒரு நபர் நடத்துநராகவும், ஓட்டுநராகவும், பரிசோதனை செய்பவராகவும், போர்ட்டராகவும் இருக்கிறார். நான்கு பேர் செய்யவேண்டிய பணிகளை நான்குபேர் செய்வதைவிட விரைவாக, நேர்த்தியாக ஒருவரே கச்சிதமாகச் செய்கிறார்.

பேருந்தில் அனைவரும் அமர்ந்த பின்பு இரண்டு வரிசை இருக்கைக்கு இடையில் நடைபாதையில் புதிதாக ஒரு இருக்கையை ஏற்படுத்தலாம். அந்த இருக்கையை மடித்து உள்ளே வைத்துள்ளனர். இதனை விரித்து அமரலாம். அப்படியாக 10 இருக்கைகள் கூடுதலாக உருவாக்கப் பட்டதும் பஸ் நகர்கிறது.

ஓட்டுநர் வாகனத்தில் நுழைந்து, தலையைத் தாழ்த்தி பயணிகளைப் பார்த்து வணக்கம் செய்து, ஏதோ ஒன்றைச் சொன்ன பின்னரே இருக்கையில் அமர்கிறார். ஒரு பஸ் ஓட்டுநர் பிரயாணிகளிடத்தில் அறிமுகம் செய்து கொள்வதும், அவர்களுக்கு மரியாதை தருவதும் எவ்வளவு சுமூகமான உறவை ஏற்படுத்துகிறது என்று பாருங்கள்.

பஸ்கள் மிகவும் நவீனமாக உள்ளன. இன்ஜின் இரைச்சல் இல்லை. உள்ளே சுத்தமாக இருக்கிறது. எல்லாப் பேருந்துகளுமே குளிரூட்டப்பட்ட பேருந்துகளாகும். எல்லா பஸ்களிலும் கழிப்பறை உண்டு. நகரப் பேருந்துக்குள் இருக்கைகள் குறைவாகவும், நிற்குமிடம் அதிகமாகவும் உள்ளது. வயது முதிர்ந்தவர்கள் கூட நின்றுகொண்டு பயணம் செய்கிறார்கள். இருக்கையில் அமர்வதை விட நின்று பயணிப்பதில்தான் ஆர்வமாக இருக்கிறார்கள் இவர்கள்.

ரயில் சேவை

ஒரு நாட்டிற்கு இணைப்புச் சாலைகள் இன்றியமையாதவை என்பதை ஜப்பானியர்கள் ஆரம்பத்திலேயே உணர்ந்து கொண்டனர். ஜப்பானியர்கள் பெரும்பாலும் ரயிலில்தான் பயணிக்கிறார்கள். பெரிய நகரங்களுக்கு அதிகவேக ரயில்களும், மாநகரில் மெட்ரோ ரயில்களும் காணப்படுகின்றன. இந்த ரயில் சேவை அனைத்து நகரங்களையும் இணைத்திருப்பதால் எந்த நகருக்கும் ரயிலில் எளிதில் சென்றடையலாம்.

ரயில் சேவைகள் சிறியதும், பெரியதுமான 100 தனியார் நிறுவனங்கள் மூலம் தரப்படுகிறது. அதில் முக்கியமானவை.

(அ) ஜப்பான் ரயில்வே குழுமங்கள் - இவை ஆறு தனியார் ரயில் குழுமங்கள். கொக்கைடோ, கோன்ஷூ, ஷிகோகு, கியூசு ஆகிய நான்கு தீவுகளுக்கும் பயணிகள் போக்குவரத்து சேவையைத் தருகின்றன.

(ஆ) தேசிய அளவிலான JR சரக்கு ரயில் சேவை. இது அரசாங்க சேவை ஆகும்.

(இ) பிராந்திய கம்பெனிகள் - மொத்தம் 16 கம்பெனிகள். இவை தனியார் ரயில் கம்பெனிகள், பிராந்திய ரயில்கள்.

இன்று, இப்படியாக தனியார் ரயில் நிறுவனங்கள் மிகவும் உன்னதமாக மற்ற பிற நிறுவனங்களுடன் கைகோர்த்து ஒருங்கிணைந்து ரயில்களை இயக்குகின்றன. அரசாங்கமே எல்லாவற்றையும் நடத்தி அல்லல்படுவது இல்லை. அப்படி நடத்தும் நம் நாட்டு ரயில் பயணம் மிகவும் பரிதாபத்திற்குரியது என்று ஜப்பானில் ரயில் பயணம் மேற்கொண்ட அனைவரும் ஒருமனதுடன் சொல்லிவிடுவார்கள்.

சின் ஒசாகா இரயில் நிலையத்தில் ஷின்-கான்-சென் (SHINKA SEN) என்ற இரயில் பாதை உண்டு. இந்த இரயில் பாதையில் மிக வேகமான இரயில்கள் ஓடும். உள்ளூர் இரயில், ஒசாகா நகரில் மட்டும் ஓடும். அதற்கு இரயில் பாதை மிடோசிஜி லைன் (Midosiji Line) மற்றும் சூலைன் (Chu Line) என்பவை. ஜப்பானில் இப்படி நான் முன்பே குறிப்பிட்டதுபோல பல விதமான இரயில்களை இயக்குகின்றனர்.

ஷின்கான்-சென் இரயில் பாதையில்தான் ஜப்பானின் அதிவேக இரயிலான நோசோமி இரயில் (NaZomi Train) ஓடுகிறது. இந்த நாசோமி இரயிலை புல்லட் இரயில் என்றழைக்கிறார்கள். NAZOMI 108 என்ற இரயில் ஒசாகாவிலிருந்து டோக்கியோ வரை செல்கிறது. இந்த இரயில் 500 கி.மீ. தூரத்தை 2.30 மணி நேரத்தில் கடந்து செல்கின்றது. இது பியூஜி என்ற மிகப்பெரிய நகரில்கூட நிற்பதில்லை.

நோசோமி 108 இரயில் ஒரு விமானம் போலவே உள்ளது. 7.10 மணிக்கு சின் ஒசாகா இரயில் நிலையத்தை விட்டுப் புறப்பட வேண்டும். 7.09 மணிக்கு மென்மையாக ஒரு அலாரம் ஒலிக்கிறது. 7.10 மணிக்கு கதவுகள் அடைக்கப்படுகின்றன. இரயில் புறப்பட்டு விட்டது. அப்படி

ஒரு நேர கட்டுப்பாடு. இப்போதெல்லாம் நம் நாட்டு ரயில்களும் சரியான நேரத்தில் புறப்படுகின்றன என்பது மகிழ்ச்சியளிப்பதாக இருந்தாலும், எப்போதும் சரியான நேரத்தில் சென்றடைவதில்லை என்பது குறையாகத்தான் உள்ளது.

எல்லாமே குறித்த நேரத்தில் நடக்கிறது. இரயில் புறப்பட்டதும் அறிவிப்புகள் ஒலிபெருக்கி வாயிலாகவும், அறிவிப்புப் பலகையின் மூலமும் வெளியிடப்படுகிறது. 1 முதல் 3 வரையிலான இரயில் பெட்டிகள் முன்பதிவு செய்யப்படாதவை. அங்கு கூட்டமும் நெரிசலும் இல்லை. கூட்டம் இருந்தாலும் கட்டுப்பாட்டோடு நின்றும் உட்கார்ந்தும் பயணிக்கிறார்கள். இதில் மூன்றாவது பெட்டி புகைப் பிடிப்பவர்களுக்கு என்று ஒதுக்கப்பட்டிருக்கிறது.

அடுத்ததாக வரப்போகும் இரயில் நிலையத்தின் பெயர், வந்தடையும் நேரம் போன்றவை மின்னணுப் பலகையில் ஆங்கிலத்தில் அறிவிப்புச் செய்யப்படுவதால் எந்தக் குழப்பமும் இன்றி, யாரிடமும் பேசாமலும், கேட்காமலும் பயணம் மேற்கொள்ள முடிகிறது.

மெட்ரோ இரயில்

அமைதியான பயணம்:

இரயில் பயணம் செய்யும்போது செல்போனில் பேச அனுமதியில்லை. ஜோடியாக வருபவர்கள்கூட இரயிலில் அமர்ந்த பிறகு பேசுவதில்லை. சக பயணிகளுக்கு எந்த இடையூறும் விளைவிக்காமல் பயணம் செய்வது ஜப்பானியர்களுடைய கலாச்சாரமாகவே இருக்கிறது. பல ஜப்பானியர்கள் இந்த 500 கி.மீ. தூரத்தைக் கடந்து டோக்கியோவிலுள்ள தங்களது

போக்குவரத்து

அலுவலகங்களுக்குச் செல்வதால் கையில் ஒரு சிற்றுண்டி பொட்டலம் வாங்கிக்கொண்டு வருகிறார்கள். அச்சிற்றுண்டியை ஒரு ஜோடி சாப் ஸ்டிக் (சாப்பிடப் பயன்படும் இரண்டு பென்சில்கள் போன்ற குச்சிகள்) பயன்படுத்தி ஓசையின்றிச் சாப்பிடுகிறார்கள். உணவு சாப்பிடுவது இதுபோன்ற தூரத்துப் பயணத்திற்கான இரயில்களில் மட்டும் அனுமதிக்கப்படுகிறது, புறநகர் இரயில்களில் அனுமதிக்கப்படு வதில்லை. சாப்பிட்டு முடித்தபின் பொட்டலங்களை எங்கும் வீச முடியாது. தமது பைகளில் எடுத்துச் சென்று இரயில் நிலைய குப்பைத் தொட்டியில் கவனமாக இடவேண்டும். ரயில் நிலையத்தில் குப்பைத் தொட்டி இல்லையென்றால் வீட்டிற்கே எடுத்துச்செல்ல வேண்டும்.

இரயில் பயணத்தில் சில ஜப்பானியர்கள் அப்படியே கண்களை மூடி தூங்கி விடுவார்கள். தூங்கும்போதே அருகில் உள்ளவர்களின் தோள்களில் சாய்ந்தும் விடுவார்கள். அப்படி சாய்ந்துவிட்டால் யாரும் எரிச்சலடைவதில்லை. மாறாக அவர்கள் தூங்கிவிட்டுப் போகட்டும், பாவம் என்று இருந்து விடுகிறார்கள். இன்னும் சொல்லப் போனால் அந்தத் தூக்கத்திற்கு உதவுவதைப் போல தங்களது தோள்களைத் தந்து தூங்கியவரை மகிழ்விக்கிறார்கள். அலுவலகத்திலும், வீட்டிலும் ஒருவருக்குக் கடுமையான வேலை உண்டு, சோர்ந்து போயிருப்பார். எனவே அவர் ஒரு குட்டித்தூக்கம் போடட்டுமே என்று இதை ஒரு உதவியாகவே செய்கிறார்கள் சக ஜப்பானியப் பயணிகள். இன்னொருவருக்கு ஒரு சிறிய உதவி செய்ய ஒரு வாய்ப்பாகவே இதைக் கருதி அவருக்குத் தோள் கொடுக்கிறார்கள். இந்தக் கருணை உள்ளம் தான் இவர்களை இமயத்திற்கு உயர்த்தியதோ?

இரயில் பயணத்தின்போது ஜப்பானியர் கடைப்பிடிக்கும் ஒழுக்கம் நமக்கு ஒரு படிப்பினை. ஆனால் நம் நாட்டில் நாம் காணும் காட்சி, சக பயணியைப் பற்றி கவலைப்படாமல் சத்தமிட்டு ஒருவரோடொருவர் பேசுவதும், செல்போனில் கத்திப் பேசுவதும் எதிர் சீட்டில் காலை வைத்து அவமரியாதை செய்வதும் ஒழுக்கமின்மையைத்தான் காட்டுகிறது. நம்மூரில் இரயில் பயணம் செய்யும்போது புத்தகம் படிப்பது எனது வழக்கம். புத்தகம் படிப்பது தெரிந்தும் உரக்க கத்திப் பேசிக் கொண்டிருப்பார்கள் சக பயணியர். இடைஞ்சலாக இருக்கிறது என்றாலும் காதில் வாங்கிக் கொள்வதில்லை சிலர். இதையெல்லாம் ஒரு ஒழுக்கமற்ற செயலாக நாம் கருதவில்லை.

நாம் மிகவும் உரக்கப் பேசுகிறோம். ஒருவரிடம் பேசிவிட்டு அடுத்தவரிடம் பேசுகிறோம். பேசும்போது கூட அது தனிப்பட்ட விஷயம் என்றுகூட சிந்திக்காமல் சத்தமாய் பேசுகிறோம். இப்படிப்பட்ட இழிச் செயல் வெட்கக்கேடான செயல் என்று நமக்குக் கற்றுத் தரப்படவில்லை. இது போன்று மோசமாக பொது இடத்தில் நடந்துகொள்ளும் வெட்கக்கேடு வேறு இல்லை. விமானப் பயணிகள் கூட விமானத்திற்குள் சத்தம் போட்டுப் பேசி சக பயணிகளுக்குச் சிரமம் தருகிறார்கள் என்றால் இந்த சத்தம் போட்டுப் பேசும் கலாச்சாரம் இந்தியாவில் எல்லா இடத்திலும் பரவி விட்டது என்று புரிகிறது. இது மாற்ற வேண்டிய நமது தேசியப் பிரச்சனை எனலாம்.

டோகோயூ பாதை, யாமகாட்டா பாதை, அகிடா பாதை, கோயாட்சூ பாதை போன்றவை டோக்கியோ நகரின் இரயில்களின் பெயர்களாகும். ஒவ்வொரு இரயில் பாதையும் குறிப்பிட்ட இடங்களுக்கு மட்டும் செல்கின்றன. இவ்வனைத்து இரயில்களுமே பல்வேறு இரயில் நிலையங்களில் சந்திப்பதால் இரயில் விட்டு இரயில் மாறி நாம் விரும்பும் இடத்திற்கு எளிதாகப் போய்ச் சேரலாம். பெரும்பாலான இவ்வகை இரயில் பிரிவுகள் தனியார் துறைக்குச் சொந்தமானவை. JR Line (Japan Rail Line) என்பது மட்டும்தான் அரசு இயக்கும் இரயில் எனலாம்.

புல்லட் இரயில்

இரயில் பாதையில் பாதாள இரயில் என்பது ஒரு பிரிவு. இது பூமிக்கடியில் ஏற்படுத்தப்பட்டுள்ள சுரங்கத்தின் வழியாகச் செல்கிறது. மூன்றாவது வகையான இரயில் டிராம் வகையான இரயிலாகும். 3 அல்லது 4 பெட்டிகளுடன் இதற்காக ஏற்படுத்தப்பட்டுள்ள பாலத்தின் வழியாக ஓடும் இந்த டிராம் இரயில் தண்டவாளத்தில் ஓடுவதில்லை.

ஓடுபாதையின் மத்தியில் வைத்திருக்கும் காந்தச் சட்டத்தின் மேல் இந்த டிராம் பயணம் செய்கிறது. டிராமில் ஓட்டுநர்கள் இல்லை என்பது குறிப்பிடத்தக்கது. தன்னிச்சையாக (Automatic) கம்ப்யூட்டரின் துணையுடன் இயக்கப்படும் இந்த டிராம்கள் நிலையத்தின் குறிப்பிட்ட இடத்தில் ஒரு அங்குலம்கூட வித்தியாசம் இல்லாமல் குறிப்பிட்ட நேரத்தில் வந்து சேருவதும், புறப்படுவதுமாக இருக்கின்றன.

இரயில் பிரயாணிகள் ஒருசிலர் என்றாலும்கூட அவர்கள் இரயில் வருவதற்கு முன்னதாகவே வரிசையில் நின்று விடுகிறார்கள். இரயிலில் ஏறியதும் அமைதியாக உட்கார்ந்து கொண்டு அவரவர் வேலைகளைக் கவனிக்கிறார்கள். மற்றவர்களோடு பேசுவதைப் பார்க்க முடியவில்லை. சிலர் அவர்கள் கொண்டுவந்த புத்தகங்களைப் படிக்கிறார்கள். சிலர் வந்தமர்ந்ததும் உறங்கி விடுகிறார்கள். அவ்வப்போது விழித்துப் பார்க்கிறார்கள். இரயிலில் உறங்குவது வழக்கம்தான், அதை யாரும் தப்பாக நினைப்பதில்லை. பேசினால்தான் எல்லோரும் ஆச்சரியமாகத் திரும்பிப் பார்க்கிறார்கள்.

டோக்கியோவிலிருந்து ஓசாகா 500 கிலோ மீட்டர் தூரமாகும். இந்தத் தூரத்தை நோசோமி - 27 என்ற இரயில் 2 மணி 30 நிமிடத்தில் கடக்கிறது. அதாவது மணிக்கு சராசரி 200 கி.மீ. வேகத்தில் இரயில் பயணிக்கிறது. அதிகப்படியான வேகம் 300 கி.மீ. ஆகும். ஒருவேளை இப்படி ஒரு அதிவேக இரயில் தமிழ்நாட்டில் இருப்பதாக இருந்தால் கன்னியாகுமரியிலிருந்து சென்னைக்கு 3 மணி 30 நிமிடத்திலும், சென்னையிலிருந்து திருச்சிக்கு ஒன்றரை மணி நேரத்திலும், மதுரையிலிருந்து சென்னைக்கு 2 மணி 20 நிமிடத்திலும் போய்ச் சேரலாம். இது சாத்தியமாகும். ஆனால் அதற்கு செலவு அதிகமாகலாம். டோக்கியோ ஓசாகா இரயில் கட்டணம் 13,000 யென், அதாவது 5,200 ரூபாய்.

இரயில் நிலையம்

ஷின் என்பதற்கு 'புதிய' என்று பொருள். அவ்வளவு பிரம்மாண்டமானது அந்த இரயில் நிலையம். இந்த ஐந்து மாடிக் கட்டடம் ஒரு வர்த்தக மையமாகவும் உள்ளது. இரயில் நிலையக் கட்டடங்களில் நிர்வாகிகள் உட்கார்ந்து நேரத்தை வீணடிப்பது இல்லை. நிர்வாகிகள் மிகமிகக் குறைவு. அந்தக் கட்டடங்கள் அனைத்தும் வர்த்தக மையங்கள் - மால்கள். இவை சென்னையில் உள்ள பீனிக்ஸ் மால் கட்டடத்தைவிட பல மடங்கு பெரியதாக இருக்கிறது.

இந்த நேரத்தில் ஜப்பானியர்களின் ரயில் பயணம் பற்றி நான் இரண்டு விஷயங்களைக் குறிப்பிட வேண்டும். ஒன்று எழுத்தாளர் லேனா தமிழ்வாணன் கூறியது. அவர் ஜப்பான் ரயிலில் பயணம் செய்து கொண்டிருந்தார். நாகசாகி ஸ்டேஷன் வந்தவுடன் தெரிவிக்கும்படி தனக்கு அருகில் இருந்த ஜப்பானியரிடம் அவர் கேட்டுக் கொண்டார். அதற்கு அந்த ஜப்பானியர் 4.01க்கு ரயில் எங்கே நிற்கிறதோ அங்கே இறங்கிக் கொள்ளுங்கள். அதுதான் நாகசாகி என்று பதிலளித்தார். என்ன ஒரு நம்பிக்கை பாருங்கள். ஒரு வினாடி கூட அங்கே ரயில்கள் தாமதமாகச் செல்வதில்லை என்பதை இதிலிருந்து புரிந்து கொள்ளலாம். இந்த நிகழ்ச்சியை லேனா தமிழ்வாணன் அவர்கள் தனது நூலில் குறிப்பிட்டுள்ளார்.

இன்னொரு சம்பவம்: ஜப்பான் ரயிலில் ஒருமுறை நம் நாட்டைச் சேர்ந்த ஒருவர் பயணித்துக் கொண்டிருந்தார். அப்போது அவருக்கு எதிரே இருந்த இருக்கை சற்றே கிழிந்திருந்தது. அந்தப் பெட்டியில் ஏறிய ஜப்பானிய முதியவர் ஒருவர் அதைப் பார்த்து விட்டார். உடனே அவர் கீழே இறங்கிச் சென்றார். சிறிது நேரத்தில் திரும்பவும் வந்த அவர் அந்த இருக்கையை தான் கொண்டு வந்த ஊசி, நூலைக் கொண்டு தைக்கத் தொடங்கினார். அதைப் பார்த்து வியந்துபோன நம் நாட்டவர் "நீங்கள் ரயில்வேயில் பணிபுரிகிறீர்களா?" என்று கேட்டார். அதற்கு அந்த ஜப்பானியர் 'இல்லை' என்று பதிலளித்தார். 'பின்னர், "இந்த வேலையை ஏன் செய்கிறீர்கள்?" என்று கேட்டதற்கு "இது எங்கள் நாட்டின் சொத்து, இதை நான் பாதுகாக்காமல் யார் பாதுகாப்பது?" என்று திருப்பிக் கேட்டாராம் அந்த முதியவர். என்ன ஒரு தேசப்பற்று பாருங்கள். அரசாங்கச் சொத்துகளை அரசாங்கமேதான் பாதுகாக்க வேண்டும் என்று நினைக்காமல் அதைத் தங்கள் சொத்தாகவே கருதிப் பாதுகாப்பதால்தான் ஜப்பான் இந்த அளவு முன்னேற்றம் அடைந்திருக்கிறது. நம் நாட்டில் என்ன நடக்கிறது? அரசாங்க சொத்துகளை அவ்வப்போது நம் மக்களே அடித்து நொறுக்கும் அவலநிலைதான் நடக்கிறது. இனிமேலாவது அது நடக்கக்கூடாது. அரசு பஸ் மீது கல் எறிவதும், அதைத் தீ வைத்துக் கொளுத்துவதும் நாமே நம் மீது கல் எறிவதற்கும், தீயிட்டுக் கொளுத்துவதற்கும் சமமாகும்.

ரயில் நிலைய பொறுப்பு அதிகாரி அவ்வப்போது அறையை விட்டு வெளியில் வந்து ரயில் நிலையத்தைப் பார்வையிடுவார். அங்கு ஏதேனும் குப்பை இருந்தால், அதை பொறுக்கிக் குப்பைத் தொட்டியில் போடுவார் என்று ஜப்பானில் பல ஆண்டுகள் வாழ்ந்த எனது நண்பர் சொன்னார்.

183

விமானப் பயணம்

ஜப்பானில் 98 விமான நிலையங்கள் உள்ளன. அதில் 28 விமான நிலையங்களை மத்திய அரசு இயக்குகின்றது. 67 நிலையங்களை மாநில அரசுகள் இயக்குகின்றன. 5 சர்வதேச விமான சேவை நிறுவனங்களும் 20 உள்ளூர் விமான சேவை நிறுவனங்களும் விமானங்களை இயக்குகின்றன. Japan Airlines Co. Ltd. என்ற JAL தான் ஜப்பானின் தேசிய விமான சேவை. (நம்மூர் Air India போல). ஆனால் இந்த நிறுவனமும் இப்போது தனியாரிடம் விடப்பட்டிருக்கிறது. சென்ற ஆண்டு 5 கோடி பயணிகளை எடுத்துச் சென்ற இந்த நிறுவனத்திற்கு 279 விமானங்கள் இருப்பு உள்ளன.

கான்சாய் விமான நிலையம்

ஜப்பானின் இரண்டாவது பெரிய மாநகர் ஒசாகா. இந்நகரில் 26 லட்சம் மக்கள் வசிக்கிறார்கள். இங்குதான் 4 கி.மீ. நீளம் கொண்ட ஒரு ஓடுதளமும், 3.5 கி.மீ. தூரம் கொண்ட இன்னொரு ஓடுதளமும் கொண்ட கான்சாய் சர்வதேச விமான நிலையம் அமைந்துள்ளது.

இங்கு தினமும் 389 விமானங்கள் வந்து செல்கின்றன. ஆண்டுக்கு இரண்டு கோடிக்கும் அதிகமான பிரயாணிகள் வந்து செல்கிறார்கள். சென்னை விமான நிலையத்தில் 341 விமானங்கள் தினமும் வருகின்றன. 1.38 கோடி பயணிகள் ஒரு ஆண்டிற்கு வந்து செல்கின்றனர்.

கான்சாய் விமானநிலையம்

இந்த விமான நிலையம் கடல்மீது கட்டப்பட்டுள்ளது. அதாவது கடலில் மண் நிரப்பி விமான ஓடுதளம் கட்டியிருக்கிறார்கள். 38 கி.மீ. தூரத்தில் இருக்கும் ஒசாகா நகரில் விமான நிலையம் இல்லாமல் இல்லை. அந்த விமான நிலையம் போதாது என்பதால் 1996 ஆம் ஆண்டு இந்த விமான நிலையத்தைக் கட்டியிருக்கிறார்கள். இதை வடிவமைத்தவர் இத்தாலி நாட்டுக் கட்டடக் கலைஞர் Renzo Piano என்பவர். எல்லா ஜப்பான் விமானக் கம்பெனிகளுக்கும் மையமாக அமைந்திருக்கிறது இந்த விமான நிலையம். இப்போது ஒசாகா விமான நிலையம் உள்நாட்டு விமானங்கள் இறங்கவும், கான்சாய் விமான நிலையம் வெளிநாட்டு விமானங்கள் வந்து செல்லவும் பயன்படுத்தப்படுகிறது.

முதன்முதலாக இந்த விமான நிலையத்தை ஒசாகாவிற்கு அருகில் உள்ள கோபே நகரில்தான் கட்டுவதாக இருந்தது. ஆனால் சுற்றுச்சூழல் பாதிக்கும் என்று அந்தப் பகுதி மக்கள் எதிர்ப்பு தெரிவித்ததால் ஆட்சியர் இந்த முடிவை எடுத்தனர். ஒசாகா வளைகுடாவில் செயற்கைத் தீவு ஒன்றை ஏற்படுத்தி அதில் விமான நிலையம் அமைப்பது என்பதே அந்த தைரியமான (துணிச்சலான) முடிவு. கட்டுமானப் பணி 1989 இல் ஆரம்பமானது. இந்தப் பகுதியில் அடிக்கடி உருவாகும் புவி நடுக்கம் மற்றும் புயல் ஆகியவைகளைச் சமாளித்து செயற்கைத் தீவை ஏற்படுத்த வேண்டும்.

முதல் இரண்டு ஆண்டுகள் கடலுக்குள் மதில் சுவர் எழுப்பப்பட்டது. இது பாறைகளாலும் 48000 டெட்ரா கெடரல் (Tetra Hedrel) கான்கிரீட் கட்டைகளாலும் ஏற்படுத்தப்பட்டது. பின்னர் சுவரின் உட்பகுதியை நிரப்ப வேண்டும். அதற்கு மூன்று மலைகள் பெயர்க்கப்பட்டு 210 லட்சம் சதுர மீட்டர் மண் கொட்டப்பட்டிருக்கிறது. அதற்கு 10 லட்சம் வேலையாட்கள் மூன்று ஆண்டுகள் வேலை செய்திருக்கின்றனர். எட்டுக் கப்பல்களை இதற்குப் பயன்படுத்தி கடல் கரையிலிருந்து 98 அடி உயரம் வரை மண் கொட்டியிருக்கிறார்கள். பின்னர் ஓடுதளம் அதன்மீது ஏற்படுத்தப்பட்டிருக்கிறது. அப்படிக் கட்டப்பட்ட ஓடுதளத்தை ரிங்கு டவுன் என்ற இடத்துடன் இணைக்க 3 கி.மீ. பாலத்தை 1990 ஆம் ஆண்டு கட்டி முடித்துவிட்டனர்.

கடலின்மேல் இப்படிப்பட்ட அதிசய விமான நிலையத்தைக் கட்டும்போது பக்கவிளைவுகள் இருக்காது என்று ஜப்பானியப் பொறியாளர்கள் கருதவில்லை. கடல் தரையின்மீது 150 அடி உயரத்தில் விமான ஓடுதளம் அமைக்கும்போது அது சிறிது கீழிறங்கும் என்றுதான் கணக்கிட்டார்கள். சுமார் 19 அடி வரை கீழிறங்கும் என்று கணித்தார்கள்.

ஆனால் 1999 ஆம் ஆண்டு அதன் திறப்புவிழாவிற்கு 5 ஆண்டுகள் கழித்து 27 அடிவரை புதைந்தது. இதனால் மீண்டும் சரியமைக்க 10 பில்லியன் டாலர் (60,000 கோடி ரூபாய்) செலவாயிற்று. அதாவது இந்தத் தொகை கிட்டத்தட்ட நமது தமிழ்நாடு அரசின் ஒரு ஆண்டு வருமானம் எனலாம்.

17, ஜனவரி 1995 அன்று ஏற்பட்ட பயங்கர பூகம்பத்தில் 6,432 மக்கள் இறந்தபோதும் பூகம்ப பொறியியல் தொழில் நுட்பத்தில் கட்டப்பட்ட இந்த அற்புத விமான நிலையம் தப்பித்துவிட்டது. 1998 ஆம் ஆண்டு வீசிய டைபூன் புயலிலும் இது நிலைத்து நின்றிருக்கிறது.

ஜப்பான் நாட்டு மக்களின் திடமான மனப்பான்மையைப் பாருங்கள். கோபே நகரில் விமான நிலையம் அமைந்தால் அங்கு வாழும் மக்களுக்குச் சுற்றுச்சூழலால் (அதிக சத்தம், புகை) பாதிப்பு ஏற்படும் என்பதால் நடுக்கடலில் விமான நிலையம் ஏற்படுத்தத் துணிந்திருக்கிறார்கள். கடல் தரைமீது 100 அடி அளவு உயரத்தில் விமான நிலையம் ஏற்படுத்துகிறார்கள். அது 19 அடி உயரம் வரை புதையும் என்றபோதும் அதை ஏற்றுக்கொண்டு தொடர்ந்து கட்டியிருக்கிறார்கள். பின்னர் ஆண்டொன்றுக்கு 50 செ.மீ. அளவுக்கு இறங்கும் என்ற தெரிந்த பின்னும் அச்சப்படவில்லை. தொடர்ந்து கட்டுகிறார்கள். இது இப்படி இறங்கியபோதும் இதனை Geo Technical Engineering Mistake என்று குற்றம் சாட்டியபோதும் நிறுத்தவில்லை. தொடர்ந்து எடுத்த காரியத்தை நிறைவேற்றி சாதனை படைத்திருக்கிறார்கள். 1999 செப்டம்பர் 4 அன்று இந்த விமான நிலையம் திறக்கப்பட்டுள்ளது. இந்த விமான நிலையத்தில் நான் 2007 ஆகஸ்ட் 2ஆம் தேதி இறங்க வாய்ப்பு கிடைத்தது. நான் இறங்கிய அன்றுதான் இரண்டாவது ஓடுதளம் திறக்கப்பட்டிருக்கிறது என்ற செய்தி எனக்குப் பிறகு தெரியவந்தது.

உலகமே வியந்து பார்க்கும் இப்படிப்பட்ட இன்னும் பல பொறியியல் அதிசயங்களை எப்படி ஜப்பானிய அரசு கட்டியிருக்கிறது? அனைத்து ஜப்பானியரும் பொருள் தேடும் செயலில் ஈடுபட்டு, கிடைத்த வருமானத்தில் அரசுக்கு வரி செலுத்தியிருக்கிறார்கள். அந்த வரிப்பணம் தான் 1,20,000 கோடியாக அரசிடம் இருந்திருக்கிறது. அந்தக் கையிருப்புதான் அரசுக்கு இப்படி ஒரு துணிச்சலைத் தந்திருக்கிறது.

ஆக ஜப்பானியர் கான்சாய் சர்வதேச விமான நிலையத்திற்காக நடுக்கடலில் 150 அடி உயரத்தில் செயற்கைத் தீவு ஒன்றை ஏற்படுத்தினார்கள் என்றால் அது நம்மாலும் முடியும். அவர்கள்

ஒவ்வொருவரும் அதற்குப் பங்களித்திருக்கிறார்கள். அதுபோல் இந்தியர் ஒவ்வொருவரும் பங்களித்தால் நம் நாட்டிலும் இதேபோன்ற ஆச்சரியங்களை நிகழ்த்திக் காட்ட முடியும்.

நம்மால் முடியும்

மதுரையிலிருந்து சென்னை செல்ல கட்டணம் ரூபாய் 5,000 கொடுக்க நாம் தயாராக இருந்தால் இந்த அதிவேக இரயிலை நம் நாட்டிற்கும் கொண்டுவர முடியும். நமது மக்களின் சராசரி வருமானம் அதிகரிக்கும் போது இதுபோன்ற வசதிகளும் நமக்குக் கிடைக்கும். தனி மனித வருமானம் பெருக வேண்டுமானால் நம் அனைவரின் வேலைத் திறனைப் (Productive Ability) பெருக்க வேண்டும். அதுவும் உலகத்தரமுள்ள பொருட்கள் (Goods) அல்லது சேவைகளை (Service) உருவாக்கி அவற்றை ஏற்றுமதி செய்ய வேண்டும்.

அதற்கு நாம் அனைவரும் அறிவுப்பூர்வமாக உழைக்க வேண்டும். ஆண்களும் பெண்களும் வேலை செய்ய வேண்டும். 18 வயது நிரம்பிய அனைவரும் ஏதாவது ஒரு தொழில் செய்ய வேண்டும், மாணவர்களும் கூட பகுதி நேர வேலை செய்யவேண்டும். அதுவும் தரமான உழைப்பு வேண்டும். நமது இளைஞர்கள் கம்ப்யூட்டர் பிரிவில் ஏற்படுத்தியிருக்கும் புரட்சியை மற்ற துறைகளிலும் ஏற்படுத்த வேண்டும். அந்த நாள் விரைவில் வரவேண்டும்.

ஜப்பானியர்களினுடைய தயாரிப்புத் திறன் இந்தியர்களைவிட பல மடங்கு அதிகம். ஆகவே, அவர்களால் அதிவேக இரயில்களை இயக்க முடிகிறது. ஒரு கணக்குப் போட்டுப் பார்த்தால் ஏழு இந்தியர்கள் சேர்ந்து செய்வதை ஒரே ஒரு ஜப்பானியர் செய்து விடுகிறார். இது எப்படியென்று நாம் சிந்திக்க வேண்டும்.

தங்க நாற்கரச் சாலைகளை நமது இந்திய அரசு சிறப்பாக அமைத்திருப்பது நமக்கெல்லாம் மகிழ்ச்சியையும், நம்பிக்கையையும் தந்திருக்கிறது. டெல்லி மெட்ரோ ரயில் மிகவும் அற்புதமாக உள்ளது. சென்னையிலும் மெட்ரோ ரயில் அறிமுகப்படுத்தப்பட்டுள்ளது. அடுத்த கட்டமாக அதிவேக ரயில் பயணம் விரைவில் நம் நாட்டில் வந்துவிடும். அதற்கு அதிகக் கட்டணம் செலுத்த நாம் தயாராக வேண்டும். நமது தயாரிப்புத் திறனை நாமே உயர்த்தினால் உலகத்தர போக்குவரத்து வசதி நமக்குக் கிடைக்கும்.

சென் கதை

தற்காப்புக் கலை மாணவன் தனது ஆசிரியரிடம். "நான் தற்காப்பிற்கான உயர்ந்த இடத்தை அடைய விரும்புகிறேன். அதற்கு உங்களிடம் கற்கும்போதே இன்னொரு ஆசிரியரிடமும் பயிற்சி எடுக்கலாம் என்றிருக்கிறேன். நீங்கள் அதைப்பற்றி என்ன நினைக்கிறீர்கள்" என்றான்.

அதற்கு அவர். "இரண்டு முயல்களை ஒரே நேரத்தில் துரத்தும் வேடன் ஒரு முயலைக் கூடப் பிடிக்க முடியாது" என்றார்.

- ஒரு பணியில் மட்டும் ஒருவர் கவனம் செலுத்த வேண்டும், கவனம் சிதறக் கூடாது என்பதை உணர்த்தும் சென் கதை.

நகர்வலம்

தாயைத் தண்ணீர்த் துறையில் பார்த்தால் மகளை வீட்டில் பார்க்கத் தேவையில்லை என்பது நமது கிராமத்துப் பழமொழி. அதுபோல, ஒரு நகரம் எப்படிக் காட்சியளிக்கிறது என்பதை வைத்தே அந்த நாட்டைப் பற்றியும், நாட்டு மக்களைப் பற்றியும் அவர்களது சமூக, பொருளாதார வளர்ச்சி நிலைப் பற்றியும் தெரிந்துகொள்ள முடியும்.

ஒசாகா நகர்

ஒசாகா சுமார் 26 லட்சம் மக்கள் வாழும் ஜப்பானின் இரண்டாவது மிகப்பெரிய நகரம். மக்கள் தொகையில் இந்தியாவின் பூனா நகருக்கு இணையானதாகும். ஒசாகா என்ற சொல்லிற்குப் பெரிய மலை என்று பொருள். 1496ஆம் ஆண்டு முதல் இந்தப் பெயர் இருந்து வருகிறதாம்.

1889ஆம் ஆண்டு மாநகராட்சி நிர்வாகத்தின் கீழ் கொண்டு வரப்பட்ட இந்த நகரம் ஆரம்பத்தில் 15 ச.கி.மீ. பரப்பளவு கொண்டதாக இருந்திருக்கிறது. இன்று அது வளர்ந்து 223 ச.கி.மீ. பரப்பைக் கொண்டதாக உள்ளது.

தொழிற்சாலைகள் வளர வளர கொரியாவில் இருந்து மக்கள் இங்கு வேலை தேடி வந்திருக்கின்றனர். நகரம் வளர்ச்சி அடைந்த போது அமெரிக்கா மற்றும் ஐரோப்பிய நாடுகள் போலவே இங்கும் குடிசைப்பகுதிகளும் தோன்றியிருக்கின்றன. பின்னர் அரசாங்கத்தின் திட்டங்களாலும் மக்களின் முயற்சியாலும் கல்வியும், வேலைவாய்ப்பும் தரப்பட்டு அனைவரும் வசதியாக வாழும் நிலையை ஏற்படுத்தி யிருக்கிறார்கள்.

1945 ஆம் ஆண்டு மார்ச் 13ஆம் நாள் 329 போர் விமானங்கள் குண்டுவீசி 25 ச. மைல் நிலத்தை அழித்து விட்டன. பின்பு அமெரிக்க விமானப்படை விமானங்கள் ஜூன் 6, ஆகஸ்ட் 14, 1945 (ஜப்பான் சரணடைவதற்கு ஒருநாள் முன்பு) ஆகிய நாள்களில் குண்டு மழை பொழிந்தன.

ஆனால் இன்று பிரம்மாண்டமான கட்டிடங்களுடன் பெரிய வர்த்தக நகரமாகத் திகழ்கிறது ஒசாகா.

நவீன ரயில் இணைப்புகள் தலைநகர் டோக்கியோவிற்கும் மற்ற நகரங்களுக்கும் ஏற்படுத்தி இருக்கிறார்கள். ரயில் சேவையைப் பற்றி முன்னர் விவரித்திருக்கிறேன். ஒசாகா நகரில் அமைந்துள்ள பாதாள ரயில் உலகிலேயே எட்டாவது பெரியதாகக் கருதப்படுகிறது. ஆண்டுக்கு 91 கோடி மக்கள் இதில் பயணம் செய்கிறார்கள். சென்னையில் மெட்ரோ ரயிலை 10 கிலோ மீட்டர்களுக்கு மட்டும் அறிமுகம் செய்திருக்கிறோம். அதற்கு இத்தனை ஆண்டுகள் ஆகிவிட்டன. ஆனால் ஒசாகாவில் மெட்ரோ ரயில் 130 கிலோ மீட்டர் தூரம் ஓடக்கூடியவை.

இன்று அமெரிக்காவின் நவீன நகரங்களில் உள்ள கட்டிடங்களை மிஞ்சும் ஒசாகா நகரில் 25,000 பெரிய ஷாப்பிங் மால்களும், 34,000 ரீட்டெயில் கடைகளும் உண்டு. இங்கு 1,490 மிக உயர்ந்த கட்டடங்கள் உருவாகியுள்ளன. இது மும்பையில் உள்ள உயர்நிலைக் கட்டடங்களின் எண்ணிக்கையை விட அதிகம் எனலாம். இத்தனைக்கும் இது நிலநடுக்கம் வரும் பகுதி ஆதலால் 150 மீட்டருக்கு மேல் உயரமான கட்டடங்கள் கட்டுவது கூட ஆபத்தானது. என்றாலும் அவர்கள் வியக்கத்தக்க, பிரம்மாண்டமான கட்டடங்களை உருவாக்கியுள்ளனர். நமது மதுரை நகரில் இதுபோன்ற பிரம்மாண்ட கட்டடங்கள் அல்லது பாதாள ரயில் (மெட்ரோரயில்) இருப்பதாகச் சற்று கற்பனை செய்து பாருங்கள். ஜப்பானியர்கள் தங்களது நகரை அப்படி உருவாக்கியிருக்கிறார்கள். அவர்களால் முடிந்திருக்கிறது. தரைமட்டமான நாடு இமயமாய் உயருமென்றால் நம்மாலும் அது முடியும். அதற்கு பழம்பெருமை மட்டும் பேசாமல் நாம் சிந்திக்க வேண்டும். துணிய வேண்டும். செயல்பட வேண்டும்.

ஒசாகா மீன் அருங்காட்சியகம்

வளர்ந்த நாடுகளில் அருங்காட்சியகங்களைக் கட்டி பராமரித்து வருகின்றனர். அவை பல்வேறு விதமாக உள்ளன. இயற்கை அருங்காட்சியகம் (Museum Of Natural History) மிகவும் அடிப்படை

யானவை. உயிர்கள் தோன்றிய வரலாறு தெரிய இவ்வகை அருங்காட்சி யகங்கள் உதவுகின்றன. இதன்மூலம் குழந்தைகளுக்கு விஞ்ஞானக் கல்வியைப் போதிக்கின்றனர். அமெரிக்காவில் ஒவ்வொரு நகரிலும் இயற்கை அருங்காட்சியகங்கள் வைக்கப்பட்டு இருக்கும். வாஷிங்டன் நகரில் உள்ள இயற்கை அருங்காட்சியகம் புகழ் வாய்ந்தது. இங்குடைனோசோர்களின் எலும்புக்கூடுகளை வைத்துள்ளனர். மிகப்பெரிய டைனோசோர் பிர்ஸ்பர்க் என்ற நகரிலும் வைத்துள்ளனர். அதுபோல இங்கிலாந்து நாட்டிலும் உள்ளது. ஆதி மனிதனின் எலும்புக்கூடுகளைப் பார்த்தபிறகு மனிதர்கள் குரங்கிலிருந்து வந்தார்கள் என்பதைக் குழந்தைகள் நம்புவார்கள். மனிதர்களை ஓர் உயர்ந்த சக்தி படைத்திருக்கிறது என்பதை நம்ப மறுப்பார்கள். அல்லது அப்படி இருக்குமா என்று கூட சிந்திப்பார்கள்.

ஒசாகா மீன் அருங்காட்சியகம்

ஜப்பான் நாட்டின் ஒசாகா நகரில் நான் தங்கியிருந்தபோது, ஜப்பானின் மிகப்பெரிய மீன் அருங்காட்சியகம் (Aquarium) இருப்பதாக அறிந்தேன். சென்று பார்த்தபிறகுதான் எவ்வளவு பெரிய அதிசயமாக இதை அமைத்திருக்கிறார்கள்? எப்படிச் சிரமப்பட்டுப் பராமரிக்கிறார்கள்? எப்படி பொதுமக்கள் அதைப் பயன்படுத்திக் கொள்கிறார்கள் என்று புரிந்துகொள்ள முடிந்தது.

இந்த மீன் அருங்காட்சியம் 'கையுங்கான்' என்ற இடத்தில் இருக்கிறது. ஒசாகாவின் டெம்போசான் என்ற துறைமுகத்திற்கு அருகில் இந்த ஊர் அமைந்திருக்கிறது.

நம்மூர் மீன் காட்சியகம் வண்டலூரில் உண்டு, ஆனால் ஒசாக்காவோடு ஒப்பிடவே முடியாத அளவுக்கு மிகச் சிறியது, நம்முடையது

நுழைவுக்கட்டணம் 3000 யென்கள், அதாவது 1,800 ரூபாய்கள். பசிபிக் கடலின் ஓரமாக ஒரு கட்டடத்தினுள் அமைந்திருந்தது அந்த மீன் அருங்காட்சியகம். உலகின் அனைத்து கடல் மீன்களும், அனைத்து ஆற்று மீன்களும் இங்கு வளர்க்கப்படுகின்றன.

அருங்காட்சிய மீன்களை சிறுவர்கள் வியந்து பார்த்தல்

முப்பதடி உயர ராட்சச கண்ணாடித் தொட்டிதான் அருங்காட்சியகம். இதன் அளவு 190 x 699 கன அடிகள். கடல் மீன்கள் மத்தியில் ஒரு ராட்சச திமிங்கலம் (Whale Shark) மற்றுமொரு ராட்சச திரச்சி மீனும் (Ray Fish) நீந்தி வருகின்றன. இந்தத் தொட்டியைச் சுற்றிலும் நடைபாதை. கண்ணாடித் தொட்டியை 8 மாடிக் கட்டடத்தின் மையப் பகுதியில் வைத்திருப்பதால் எட்டு மாடிகளிலிருந்தும் இந்தத் தொட்டியில் நீந்தும் ராட்சசத் திமிங்கலத்தைப் பார்க்க முடிகிறது. நடைபாதைகள் உண்டு, நடைபாதையின் இருபுறங்களிலும் தொட்டியில் பலவித மீன்கள் உள்ளன. எட்டு மாடிகளிலும் வெவ்வேறு தொட்டிகளில் மீன்கள் காணப்படுகின்றன.

இங்கு வளரும் திமிங்கலம்தான் உலகிலேயே மிகப்பெரிய வளர்ப்புத் திமிங்கலம் என்று சொல்லப்படுகிறது. இவ்வளவு பெரிய தொட்டியை எப்படித்தான் கட்டினார்களோ! இத்தொட்டி 314 டன் எடை கொண்ட அகரலிக் கிளாஸ் என்னும் கண்ணாடிப் பொருளால் ஆனது. கண்ணாடியின் பருமன் ஒரு அடி (30 செ.மீ.). இப்படி அதிசயப்படும் வகையில் ஒரு மீன் அருங்காட்சியகத்தை விசித்திரமாக அமைத்துள்ளனர்.

இந்த ஜப்பான் அருங்காட்சியகத்தின் நுழைவுவாயிலில் சிறுவர்களுக்கான நோட்டுப் புத்தகங்கள் விற்பனையாகின்றன. அதில் பல மீன்களின் பெயர்கள் எழுதப்பட்டுள்ளன. அருங்காட்சியகத்தின் உள்ளே சுற்றிப் பார்க்கும் போது குழந்தைகள் அந்த மீன்களின் படங்களை வரைய வேண்டும்.

அதுமட்டுமல்லாது அம்மீன்கள் எப்படி நீந்துகின்றன என்பதைக் கண்டுபிடித்து எழுதி விளக்க வேண்டும். வெவ்வேறு மீன்கள் எந்தத் தட்பவெப்பத்தில் வாழுகின்றன என்பதை அறிவிப்புப் பலகையில் படித்து அதையும் நோட்டுப் புத்தகத்தில் குறிக்க வேண்டும். குழந்தைகள் பென்சிலால் மீன்களின் படத்தை வரைகிறார்கள். சிலர் மீன்களைப் புகைப்படம் எடுத்துக் கொள்கிறார்கள்.

குழந்தைகள் மீன்களை உற்றுப் பார்ப்பதும் அவற்றின் தோற்றத்தை வரைவதும் மீன்களின்மீது காட்டும் தீவிர ஆர்வமும் என்னைப் பெரிதும் கவர்ந்தது.

குழந்தைகளிடத்தில் பயிலும் ஆர்வத்தை ஜப்பானியர்கள் எப்படி ஏற்படுத்துகிறார்கள் என்பது இதிலிருந்து புரிந்தது. ஒரு நல்ல ஆசிரியரின் பணி என்பதே மாணவனுக்குப் பயிலும் ஆர்வத்தை ஏற்படுத்துவதுதானே.

ஒரு மீனைக் கண்ணால் பார்க்காமல், அவனே அதை வார்த்தைகளால் விவரிக்காமல் மாணவனுக்கு அதன் தோற்றம் எப்படிப் புரியும். அங்கே ஆசிரியர்கள் மாணவர்களை அழைத்து வந்து மீன்களைக் காட்டித் தருகிறார்கள். அதுதான் அவர்களது வேலை. மீன்களைப் பற்றி சுய ஆராய்ச்சி செய்து கற்றுக் கொள்வது பிள்ளைகளின் வேலை.

இந்த அருங்காட்சியகத்தை 25 வருடங்களுக்கு முன்னதாகவே ஜப்பானியர்கள் திறந்து விட்டார்கள். அதாவது 1990ஆம் ஆண்டு மே மாதம் 25ஆம் தேதி திறந்துள்ளனர். இதில் 470 இனத்தைச் சேர்ந்த 29,000 மீன்கள் பராமரிக்கப்பட்டு வருகின்றன.

மீன் தொட்டிகளின் மொத்தக் கொள்ளளவு 3 லட்சத்து 86 ஆயிரம் கன அடி ஆகும்.

இந்தத் தொட்டியில் மொத்தம் 11 ஆயிரம் டன் (ஒரு டன் என்பது 1,000 கிலோ) தண்ணீர் தேக்கப்பட்டுள்ளது. அதாவது 1000 டேங்கர் லாரி தண்ணீர்.

இந்த மிகப்பெரிய மீன் அருங்காட்சியகத்தை எப்படி அமைத்தனர், எவ்விதமான மீன்களை எப்படிப் பராமரிக்கிறார்கள் என்பதை விளக்கினால் கற்கும் குழந்தைகளுக்குப் பயனுள்ளதாக இருக்கும்.

அ)	ஜப்பானிய வனங்கள்	-	கெண்டை மீன்கள்
ஆ)	அலூட்டியன் தீவுகள்	-	Sea Otter -Rainbow Trout
இ)	மானடாரி வளைகுடா	-	Spotted Seals, Calefune Sea Lion
ஈ)	பனாமா வளைகுடா	-	Slothe Fish, முள்ளம்பன்றி மீன்
உ)	ஈக்குடேரியன் காடுகள்	-	Arapaima Eauarns, Squirrel Monkey, Copy Baron
ஊ)	அண்டார்டிகா	-	பலவித பென்குயின்கள்
எ)	டாஸ்மானியன் கடல்	-	பசிபிக் டால்பின்
ஏ)	பசிபிக் பெருங்கடல்	-	The Whale Shark , Manta Ray, Blue fin Tuna
ஐ)	ஜப்பானிய உள்நாட்டு ரகங்கள்	-	Japaneese Spider Eel, Large need hairtail, North pacific gaul octopus.

சிலவகை மீன்களையும், பென்குயின் என்ற உயிரினத்தையும் -1 டிகிரி செல்சியஸ் என்ற குளிர்நிலையில் பராமரிக்கிறார்கள். இதேபோன்ற குறைந்த தட்பவெப்பத்தில்தான் பல ஆர்டிக் கடல் வகை மீன்களைப் பராமரிக்க முடியும். ஒரு மணிநேரம் மின்சாரம் தடைப் பட்டாலும் அனைத்து மீன்களும், பென்குயின்களும் இறந்துவிடும். அப்படி மின்தடை ஏற்படாத வண்ணம் தொட்டியில் மின்சாரம் தரப்படுகிறது. எல்லா வகையான மீன்களின் பெயர்களையும் ஜப்பானிய மொழியிலும், ஆங்கிலத்திலும் தெளிவாக எழுதி வைத்துள்ளனர். மீன் அருங்காட்சி யகத்தை அரைகுறையாகப் பார்த்து முடிக்கவே ஒன்றரை மணி நேரம் வேண்டியிருந்தது. ஆனால், குழந்தைகளுடன் முழுவதுமாகப் பார்க்க வேண்டுமானால் அரை நாள் தேவைப்படும்.

ஜப்பானியர்கள் தங்களது உணவில் மீன் கண்டிப்பாக இருக்கும்படி பார்த்துக் கொள்கிறார்கள். எல்லா ஜப்பானியர்களுக்கும் எல்லா மீன் ரகங்களும் தெரிகிறது. உணவு விடுதிகளில் மீன்களை உயிருடன் கொண்டு வந்து நம்மிடம் காட்டி, பின்னர் அதை

சமையலறைக்கு எடுத்துச் சென்று சமைத்துக் கொண்டு வந்து தருகிறார்கள். இதனால் மீன் சுவை இயற்கையாக இருக்கிறது. பிடித்து பல மணி நேரமானால் மீனின் சுவை அழிந்து விடுகிறது. இதை ஜப்பானியர்கள் புரிந்து வைத்திருப்பதால் உயிருடன் பிடித்துக் கொண்டு வந்து கண் எதிரே சமைத்துத் தருகிறார்கள்.

இவர்கள் இத்தனை தூய்மையாக மீன்களைப் பிடிப்பதும், சுத்தம் செய்வதும், பதப்படுத்துவதும் கைவந்த கலையாகச் செய்வதால், அதைச் சாப்பிடுபவர்களுக்கு எந்தவிதமான நோய்களும் வருவதில்லை.

நம் நாட்டு கடற்கரைகள் சுத்தமாக இல்லை என்பது மிகவும் வருத்தத்திற்குரிய விஷயம். கழிவுமீன்களும், மனிதக் கழிவும் திறந்தவெளியில் அலைமோதும் கரையில் பரந்து கிடப்பதால் மிகவும் கொடிய நோய்கள் வரும் அபாயம் உண்டு என்று ஆய்வுகள் கூறுகின்றன. மீன் என்பது ஒரு உணவு, மனிதன் உடலுக்குள் செல்லும் உணவு என்பதை உணர்ந்து அதைத் தூய்மையான இடத்தில் வைத்து பராமரிக்க வேண்டும் என்று மக்களுக்குப் புரியும் காலம் வரும்போதுதான் மீன் உணவின் சுவையும், சிறப்பும் நமக்கே புரியும்.

அருங்காட்சியகங்கள்

அருங்காட்சியகங்களை இங்கிலாந்திலும், அமெரிக்காவிலும், பிரான்ஸிலும் அமைத்துப் பராமரிப்பது ஆச்சரியமில்லை. ஆனால் ஒரு ஆசிய நாட்டில் பராமரிக்கப்படுகிறது என்றால் அது ஆச்சரியம்தான். இன்னும் சொல்லப்போனால் இந்த நாடுகளை விட ஜப்பானில் சிறப்பாக இவை பராமரிக்கப்படுகின்றன. கியோட்டோ நகரில் மட்டும் கீழ்க்கண்ட அருங்காட்சியகங்கள் உள்ளன.

கியோட்டோ இயற்கை அருங்காட்சியகம் (Kyoto Natural Museum)

கியோட்டோ சர்வதேச அருங்காட்சியகம் (Kyoto International Manga Museum)

தேசிய புதுக்கலை அருங்காட்சியகம் (National Museum of Modern Art)

கியோட்டோ நகராட்சி அருங்காட்சியகம் (Kyoto Municipal Museum of Art)

கியோட்டோ உலக அமைதி அருங்காட்சியகம் (Kyoto Museum for World Peace)

ரயோசன் வரலாற்று அருங்காட்சியகம் (Ryozan Museum of History)

கியோட்டோ இயற்கை அருங்காட்சியகம்

அருங்காட்சியகங்களையும் இவர்கள் நல்ல முறையில் பராமரிக்கிறார்கள்.

தேசிய அருங்காட்சியகத்தின் உள்ளே கி.மு.9 முதல் கி.பி. 18 ஆம் நூற்றாண்டு வரையில் பயன்படுத்தப்பட்ட புராதனச் சின்னங்களான மண் பானைகள், கத்தி வகைகள், படைகளுக்குப் பயன்படுத்திய ஆயுதங்கள், வெவ்வேறு நூற்றாண்டுகளில் உருவாக்கப்பட்ட புத்தரின் சிலைகள், பழங்கால ஓவியங்கள் மற்றும் துணிமணிகள் என்று பத்திரப்படுத்தி வைக்கப்பட்டிருக்கின்றன. தொல்பொருள் ஆராய்ச்சியில் ஆர்வம் உள்ளவர்களுக்கு இது மிகவும் பயனுள்ளதாக இருக்கும்.

கேட் டவர் கட்டடம்

ஓர் நெடுஞ்சாலை பாலத்தின் மீது போகலாம், மலைகளின் மீது போகலாம், நிலத்தடியில் போகலாம், கடலுக்கடியில் கூடப் போகலாம்; ஆனால் நெடுஞ்சாலை ஒரு கட்டத்திற்குள் புகுந்து போவதைப் பார்க்க முடியுமா? முடியும், ஓசாக்காவில்.

நெடுஞ்சாலை அமைக்கவேண்டும் என்பதால் வர்த்தக மையம் கட்ட அந்த நிலத்தில் அனுமதி மறுத்தது அரசு. ஆனால் நில உரிமையாளர் விடவில்லை. திட்டமிட்டபடி கட்டடம் கட்ட அனுமதி வேண்டும் என்று அடம்பிடித்தார். பெருநகர்களில் இதுபோல் வழக்கு நீதிமன்றத்தில்

நடப்பது வழக்கம்தான். இறுதியில் ஒரு நிபந்தனை விதித்தார் நில உரிமையாளர். ‘எனது கட்டத்திற்குள்ளே நெடுஞ்சாலை தொடர்ந்து செல்ல ஆட்சேபனை இல்லை’ என்றார். நெடுஞ்சாலைத்துறை அதிகாரிகள் அதற்கு சம்மதம் தெரிவித்தால் அது ஒரு சமரச ஒப்பந்தம் ஆனது. 16 மாடி வர்த்தக மையமும் நெடுஞ்சாலையும் ஒரே நேரத்தில் கட்டப் பட்டது. இதற்காக நெடுஞ்சாலை விதிகள், டவுன் திட்ட விதிகள், பெருநகர அபிவிருத்தி விதிகள் ஆகியவை திருத்தம் செய்யப்பட்டன. 1999ஆம் ஆண்டு கேட் டவர் கட்டடம் திறந்து வைக்கப்பட்டது.

கேட் டவர் கட்டடம்

இந்த கட்டடத்தின் 5வது முதல் 7வது மாடி வரை நெடுஞ் சாலைக்காக விடப்பட்டிருக்கிறது. அதற்கு நெடுஞ்சாலைத்துறை வாடகை தர வேண்டும். நெடுஞ்சாலையைத் தாங்கிபிடிக்க கான்கீரிட் தூண்கள் வெளியே தனியாக உள்ளன, அதனால் நெடுஞ்சாலைப் பாலம் டவர் கட்டடத்தைத் தொடுவதில்லை. கேட் டவர் கட்டடத்தில் படிக்கட்டுக்களும், மின் தூக்கியும் இருக்கின்றன. எனவே, அங்கு பணி செய்பவர்களுக்கு இந்த நெடுஞ்சாலையால் எந்த இடையூறுமில்லை. வாகன இரைச்சல் வெளியில் கேட்காதவாறு முழுவதுமாக sound proofing செய்துள்ளனர். மின்தூக்கியில் செல்பவர்களுக்கு 4வது மாடிக்குப் பிறகு 8வது மாடியில் தான் இறங்க முடியும். கேட் டவர் கட்டடத்தை ‘தேன்கூடு’ என்று அழைக்கின்றனர் ஒசாகா நகர மக்கள்.

புராதன சின்னங்களைப் போற்றிப் பராமரித்தல்

ஒயிட் கெரான் கோட்டை

தங்களது முன்னோர்கள் விட்டுச் சென்ற பாரம்பரியத்தை ஜப்பானியர்கள் எப்படிப் பாதுகாக்கிறார்கள் என்பதைத் தெரிந்துகொள்ள வேண்டுமென்றால் ஹிமேஜி அரண்மனையைப் பார்க்க வேண்டும். பல கோட்டைகள் முற்காலங்களிலேயே தாக்கி அழிக்கப்பட்டிருக்கின்றன. ஆனால் இன்றும் நிலைத்து நிற்கும் கோட்டை இது. 600 ஆண்டுகளுக்கு முன்பிருந்த ஜப்பானின் கட்டடக்கலையைப் பறைசாற்றுவதாக உள்ளது இந்தக் கோட்டை.

White Heron Castle என்றழைக்கப்படும் இந்த அரண்மனை Hyogo மாகாணத்தில் அமைந்துள்ளது. அதன் புறத்தோற்றம் வெள்ளை நிறத்தால் ஆனதால் அது வெள்ளை மாளிகை என்ற பெயரையும் பெற்றுள்ளது.

ஒயிட் கெரான் அரண்மனை

1333ஆம் ஆண்டு Akamatsu Norimur என்ற அரசர் மலையில் ஒரு கோட்டையைக் கட்ட துவங்கினார். பின்னர் 1346ஆம் ஆண்டு Himoyama என்பவரால் கட்டி முடிக்கப்பட்டது. 1581ஆம் ஆண்டு Toyotomi Hideyoshi என்ற அரசர் முழுவதுமாக திருத்தி அமைத்து மூன்று மாடி அரண்மனையைக் கட்டினார். பின்னர் பல மாற்றங்களைக் கண்ட இந்த அரண்மனை இரண்டாம் உலகப்போரின் குண்டுவீச்சிலிருந்தும், 1995ஆம் ஆண்டு ஏற்பட்ட பூகம்பத்திலிருந்தும் தப்பித்து இன்று கம்பீரமாகக் காட்சியளிக்கிறது.

ஜப்பானின் Matsu Moto Castle மற்றும் Kuma Moto Castle உடன் சேர்ந்து ஜப்பானின் மூன்று முக்கிய அரண்மனைகளாக இந்தக் கோட்டை UNESCO உலகப் பாரம்பரியச் சின்னமாகக் கருதப்படுகிறது. பல ஆண்டுகள் மராமத்துப் பணி செய்து இப்போது 2015 ஆம் ஆண்டு மார்ச் மாதம் மீண்டும் பார்வையாளர்களுக்காகத் திறக்கப்பட்டிருக்கிறது.

ஒசாகா கோட்டை

ஒசாகா கோட்டை பிரம்மாண்டமாகக் காட்சியளிக்கிறது. கோட்டையைச் சுற்றியிருக்கும் அகழி மிகவும் பெரியது. சென்னை புனித ஜார்ஜ் கோட்டையைச் சுற்றியிருக்கும் அகழியைப் போன்றது. சுற்றிலும் ஒசாகா பார்க். மிகவும் அழகாகவும், தூய்மையாகவும் பார்ப்போரைக் கவரும் விதமாக பராமரித்து வருகிறார்கள். கோட்டையின் உள்பகுதியில் உள்ள அரண்மனையும் மிகவும் சிறப்பானது.

சரித்திர நிகழ்வுகளை 3D படம் மூலம் விளக்குகிறார்கள். பல படைகள் மோதிக்கொள்வதைப் படமாகவும், சினிமாவாகவும் தெளிவாகக் காண்பிக்கிறார்கள். கோட்டையின் மத்தியில் உள்ள ஆறுமாடி அரண்மனையினை 1609 ஆம் ஆண்டு கட்டியிருக்கிறார்கள். குமரி மாவட்டத்தில் பத்மநாபபுரம் (தக்கலை) அரண்மனை போன்று மரத்தாலேயே கட்டப்பட்டுள்ளது. உச்சியில் ஆறாவது மாடியில் நின்று ஒசாகா நகரைத் தெளிவாகப் பார்க்க முடிகிறது.

நமது புனித ஜார்ஜ் கோட்டையிலும் இதுபோன்ற ஒரு ஏற்பாட்டைச் செய்து காட்ட முடியும். சுற்றுலா பயணிகள் வந்து கண்டுகளிக்கும் வகையில் செய்யவும் முடியும்.

கியோட்டோ

ஜப்பானின் வரலாற்று முக்கியத்துவம் வாய்ந்த கியோட்டோ நகருக்கு ஒசாகா நகரிலிருந்து எளிதில் செல்லலாம்.

வழிநெடுகிலும் மலைப்பகுதிகள், அடர்ந்த காடுகள், சமதளப் பரப்பில் வீடுகள், வயல்கள் மற்றும் காடுகள். எஞ்சிய இடத்தில் ஒரு சதுர அடி நிலத்தைக்கூட விட்டு வைக்காமல் நெல் பயிர்கள் அல்லது காய்கறி சாகுபடி செய்திருந்தார்கள்.

நெற்பயிர்கள் அடர்த்தியாகவும், நல்ல விளைச்சலுடனும் தென்பட்டன. குறைந்த அளவு நிலப்பரப்பு ஆதலால் சிறிய அளவிலான டிராக்டர்களைக் கொண்டு உழுகிறார்கள். மோட்டார் சைக்கிள் போல்

உள்ளது டிராக்டர். வீட்டைச் சுற்றி 100 சதுர அடி இடம் என்றாலும் அதில் நெல் பயிரை பயிரிட்டு விடுகிறார்கள். ஜப்பானின் ஒரு ஏக்கர் நிலத்தில் 4500 கிலோ நெல் மகசூல் ஆகிறது. ஆனால் தமிழ்நாட்டில் ஒரு ஏக்கர் நிலத்தில் வெறும் 1500 கிலோ நெல்தான் மகசூல் ஆகிறது. மகசூலில் நம்மைவிட மூன்று மடங்கு என்றாலும், அதனை நம்மைவிட மூன்றில் ஒரு பங்கு நபர்கள் தான் உற்பத்தி செய்கிறார்கள்

சில இடங்களில் மொட்டைமாடியில் கூட விவசாயம் செய்து அதிசயப்பட வைக்கிறார்கள். இது நமது ஊரில் சிலர் ஆர்வமாகச் செய்கிறார்கள். பலரும் அதைப்பற்றிச் சிந்திப்பது இல்லை.

வீட்டில் விளைவித்த காய்கறி, பழம், போன்றவற்றை வீட்டிற்கு முன்னால் விற்பனைக்கு வைத்துவிட்டு அருகில் ஒரு உண்டியலையும் வைத்து விட்டு தங்களது அலுவலகங்களுக்குச் சென்று விடுகின்றனர். தெருவில் செல்பவர்கள் அந்த விளைபொருட்களை எடுத்துக் கொண்டு அதற்கான விலையை உண்டியலில் போட்டு விடுகிறார்கள். எவ்வளவு நாணயம்? எவ்வளவு நம்பிக்கை?

நாரா

நாரா நகரில் பார்க்க வேண்டிய இடங்களில் முக்கியமானவை ஜென்சியூ கோயில் (Genjou Shrine), சென்சு கோயில் (Senzou Shrine), யோக்கு கோயில் (Yaku Shiji Temple), குகா கோயில் (Kuga Shrine), தோடாஜ் கோயில் (Todaiji Seishing) மற்றும் புள்ளிமான்கள் பார்க். இதில் யோக்கு கோயில் உலகப் பிரசித்தி பெற்றது.

ஜென்சியூ புத்த ஆலயம் மிகவும் விசாலமான வளாகத்தில் அமைந்துள்ளது. கேரளாவில் உள்ள குருவாயூர் கோயில் அமைப்பு போன்றே மூன்றுக்கும் மேற்பட்ட கட்டடங்கள் உள்ளன. சில சுற்றுலாப் பயணிகள் மட்டுமே கோயில்களைச் சுற்றிப் பார்க்கின்றனர். அங்குள்ள புத்த பிட்சு ஒருவரைப் பார்த்தேன். சரளமாக ஆங்கிலம் பேசுகிறார். இந்தியா வர மிகவும் ஆர்வமாக இருப்பதாகவும், அக்கோயிலின் தலைமை புத்த பிட்சு உத்தரபிரதேசத்தில் வாரணாசிக்கு அருகில் உள்ள சாரநாத்திற்கு 30 முறை வந்துள்ளதாகவும் கூறினார்.

மத்தியப் பிரதேசத்தில் உள்ள சாஞ்சி ஸ்தூபி என்பது அசோக சக்கரவர்த்தியால் கி.மு. 3ஆம் நூற்றாண்டில் ஏற்படுத்தப்பட்டதாகும். இந்த இரண்டு புத்த விகாரங்களுக்கும் ஜப்பானிய மக்களை லட்சக்கணக்கில் வரவைக்க முடியும். ஆனால் இந்தியாவிற்கு சுற்றுலா

200 அவர்களால் முடியும் என்றால் நம்மாலும் முடியும்

வர ஜப்பானியர்கள் தயங்குகிறார்கள். சுத்தமில்லாத தெருக்கள், சுத்தமில்லாத உணவு, தெருக்களில் கழிப்பறை இல்லாமை, தனி மனித பாதுகாப்பு இல்லாத் தோற்றம் ஆகியவை இதற்கான முக்கிய காரணங்கள். இருப்பினும் சாஞ்சி ஸ்தூபிக்கும், சாராநாத் ஸ்தூபிக்கும் ஜப்பானிலிருந்து சில புத்த பிட்சுகள் வரத்தான் செய்கிறார்கள். கலை அம்சம் உள்ள கோவிலை எவ்வளவு தூய்மையாகப் பராமரிக்க வேண்டும், எப்படியெல்லாம் மரம் செடி கொடிகள் நட்டுப் பராமரிக்க வேண்டும் என்பதை நாம் ஜப்பானுக்கு நேரில் சென்று பார்த்தால்தான் புரிந்துகொள்ள முடியும்.

யாக்கு சிஜி கோயில்

யாக்கு சிஜி கோயில் ஒரு உலகப் பாரம்பரிய கோயிலாகும். இங்கு இருப்பது இரண்டு பெரிய கோயில்கள். முதன்மைக் கோயில் கட்டடத்தின் இருபுறத்திலும் இரண்டு ஜப்பானியப் பாரம்பரிய கோபுரங்கள், கிழக்கு பகோடா, மேற்கு பகோடா என்ற கோபுரங்கள். இங்கும் மரங்கள், செடிகள் மற்றும் புல்வெளிகள், அவை மிகவும் தூய்மையாகவும் உள்ளது. ஒரு பெரிய அறையில் கண்காட்சி வைத்துள்ளனர். எனவேதான் இங்கு நுழைவுக் கட்டணம் 500 யென் வசூலிக்கிறார்கள். கி.பி. 680ஆம் ஆண்டு சீனாவிலிருந்து கொண்டுவரப்பட்ட புத்தரின் சிலை நிறுவப்பட்டுள்ளது. அங்கு ஒன்பதாம் நூற்றாண்டிலிருந்து பயன் படுத்தப்பட்ட புராதனப் பொருட்கள், ஹாங்காங் மன்னர் பரிசளித்த ஒரு பழைய மரத்தூண் போன்றவை வைக்கப்பட்டிருந்தது. கோயிலுக்குள் புராதனச் சின்னங்கள் பாதுகாத்துப் பராமரிக்கப்படுகிறது. புத்தரை ஒரு மருத்துவராக இங்கு வழிபட்டனர்.

குகா கோவில் என்பது கி.பி. 768ஆம் ஆண்டு, ப்பூஜிவாரா குடும்பத்தினரால் கட்டப்பட்ட புத்த கோயிலாகும். இங்கு மூன்று ஆண் கடவுள்களுக்கும், ஒரு பெண் கடவுளுக்கும் கோயில்கள் உண்டு. இக்கோயிலிலும் அடர்த்தியான காடுகள் வளர்க்கப்பட்டுள்ளது. இதுவும் ஐக்கிய நாடுகள் சபையால் பராமரிக்கப்படும் ஒரு புராதனச் சின்னமாகும். இது ஒரு ஷிண்டோ மதக் கோவில். இங்கு கடவுளைத் தரிசிக்க கட்டணம் 500 யென். இக்கோயிலிலிருந்து இறங்கி வரும் போதே மான் கூட்டம் நம்மைச் சூழ்ந்து கொள்கிறது. மான்கள் மக்களுக்குப் பயப்படாமல் சுதந்திரமாக சுற்றித் திரிகின்றன, நான் இங்கு குறிப்பிடுவது நாரா மான் பூங்காவாகும். இந்தப் பூங்காவில் பத்து நிமிடம் நடந்து சென்றபோது Todaiji Seishine வந்துவிடும். இது பெரிய புத்த கோயில் என்று அழைக்கப்படுகிறது.

தோடை ஜூ என்ற கோயில் கி.பி. 728ஆம் ஆண்டு Shomu என்ற சக்கரவர்த்தியால் கட்டப்பட்டது. 1180ஆம் ஆண்டு நடந்த படையெடுப்பின்போது எரிக்கப்பட்ட இக்கோயிலை மீண்டும் கட்டி எழுப்பியுள்ளனர். இதில் இரண்டு பக்கமும் உள்ள கோபுரங்கள் அழிந்துவிட்டன. இக்கோயிலில் புத்தர் அமர்ந்திருக்கிறார், சிலையின் உயரம் 18 மீட்டர் (54 அடி). இந்த வெண்கலச் சிலையின் எடை 4,80,000 கிலோ. உலகிலே மிகவும் உயரமான புத்தரின் சிலை "Daibutsu " இங்கேதான் இருக்கிறது. புத்த பிட்சுகள் தங்களது தகுதிப் பிரமாணத்தை இங்குதான் எடுத்துக்கொள்ள வேண்டும். கெகான் புத்தமதத்தின் தலைமையிடமாகவும் இந்தக் கோயில் கருதப்படுகிறது. 1998 வரை உலகிலேயே மிக உயர்ந்த மரக்கட்டடமும் இதுவே.

இங்கு ஒரு மரத்தால் ஆன தூண் இருக்கிறது. அதில் சதுர வடிவ துவாரம். அதில் குழந்தைகள் நுழைந்து வெளியில் வருகிறார்கள். குழந்தைகள் மட்டும்தான் அப்படி நுழைந்து வெளியே வர முடியும். இந்தத் துவாரம் புத்தரது சிலையின் மூக்குத் துவாரத்தின் அளவு உள்ளது. இதிலிருந்து பேய்கள் புறப்பட்டு வருவதால், இதில் நுழைந்து வெளியில் வந்துவிட்டால் பேய்களின் தொல்லை இருக்காது என்பது அவர்களின் நம்பிக்கை. உடல் மெல்லியதாக உள்ள குழந்தைகள் எளிதில் நுழைந்து வெளியேறி விடுகிறார்கள். மிகவும் மெல்லிய உடல் கொண்ட முதியவர்கள் கூட நுழைய முடியும். பருமனானவர்கள் நிச்சயம் நுழைய முடியாது. ஒரு சிலருக்குப் பேய்களின் மீது இன்னும் நம்பிக்கை

இருப்பதால், தம் குழந்தைகளுக்கு ஐந்து வயதிற்கு உள்ளாகவே இதில் நுழைய வைத்து இச்சடங்கை முடித்து விடுகிறார்கள். ஜப்பானில் கடவுள் நம்பிக்கையும், மூடநம்பிக்கைகளும் ஒருகாலத்தில் இருந்திருக்கிறது. ஆனால் இன்று அது மிகவும் குறைந்துவிட்டது. புத்த மதத்தினராக இருந்தபோது இருந்த மத நம்பிக்கை இப்போது இல்லை. சம்பிரதாயத்திற்குக் கோயிலுக்குச் செல்பவர்கள் கூட ஒரு சிலரே.

விஞ்ஞானத்திற்கு மாறிய ஜப்பானியர்

விஞ்ஞானமும், விஞ்ஞானக் கண்டுபிடிப்புகளும் ஜப்பானியர்களைக் கவர்ந்தன. லூயி பாஸ்டியரின் Gem Theory of Dieases Causation என்ற கோட்பாட்டை முற்றிலும் நம்பிவிட்டனர். நோய் வரக் காரணம் கிருமிகள்தான், கடவுளோ, பிசாசோ அல்ல என்று அவர்கள் தீர்மானித்தார்கள். எனவே கைகளைக் கழுவி சுத்தமாக வைத்துக் கொண்டதுடன், கைகளால் உண்பதையும் நிறுத்திவிட்டனர். விஞ்ஞானத்தை நம்பி வாழ முனைந்தனர். தெருவையும், ஆறுகளையும், கடலையும் சுத்தமாக வைக்க ஆர்வம் காட்டினார்கள். மனிதன் தோற்றம் (The descend of Man) என்ற சார்லஸ் டார்வினின் நூலைப் படித்தபின்னர் மனிதன் இந்தப் பூமியில் மற்ற உயிரினங்களைப் போன்று பரிணாம வளர்ச்சியில் தோன்றியிருக்கிறான், அவனை எந்த ஒரு பெரிய சக்தியும் படைத்துவிடவில்லை என்றும் நம்பினார்கள். எனவே கோயில்களுக்குச் செல்வதையும், சடங்குகள் செய்வதையும் நிறுத்திக் கொண்டனர். இருந்தாலும் கோவில்களை அவர்கள் புறக்கணித்து ஒதுக்கவில்லை. அந்தக் கட்டடங்களைப் பராமரிக்காமலும் இல்லை. அவற்றை இன்னும் சிறப்பாக சரித்திரச் சின்னங்களாகப் பராமரிக்கிறார்கள்.

தங்களது முன்னோர்கள் எப்படியெல்லாம் கட்டடங்களை எழுப்பியிருக்கிறார்கள், என்னென்ன சம்பிரதாயங்களை மேற்கொண்டார்கள் என்று தெரிந்துகொள்ளும் ஆர்வத்தால்தான் கோவில்களுக்கு வருகிறார்கள். கடவுள் நம்பிக்கை இல்லை என்றாலும் கோவில் விக்கிரகங்களைப் பராமரிக்காமல் விட்டு வைக்கவில்லை. 1945-ஆம் ஆண்டுக்குப் பின்னர் புதுக்கோவில் ஒன்று கூட கட்டவில்லை.

நம் நாட்டில் அற்புதமான பல வழிபாட்டுத் தலங்கள், கலைநுட்பம் வாய்ந்த கோயில்கள் பராமரிக்கப்படாமல் புறக்கணிக்கப் பட்டு இடிந்து விழும் தருவாயில் உள்ளது. ஆனால், தெருவுக்குத் தெரு பல சிறிய கோவில்களைக் கட்டி போக்குவரத்தைத் தடைசெய்கிறோம். கோவில்

விழாவிற்கு ஒலிபெருக்கி வைத்து மக்களுக்குத் தொந்தரவு தருகிறோம். திருவிழா நடத்த பணம் வசூல் செய்கிறோம். பாதையை மறித்து கோவில் கட்டுவதும், மக்களை மறித்து பணம் வசூலிப்பதும், காதடைக்கும் ஒலிபெருக்கிச் சத்தமும், கடவுள் வழிபாடு என்ற பெயரில் ஜப்பானில் நடப்பது இல்லை. ஜப்பான் கோயில்கள் அமைதியாகவே இருக்கின்றன. அங்கு ஒலிபெருக்கிகள் எப்போதும் இல்லை.

கோயில்கள் எல்லா நகர்களிலும் இருந்தாலும் நாரா மற்றும் கியோட்டா நகரில் உள்ள புத்த கோயில்கள் மிகவும் பெரியதாகவும், சிறப்புள்ளதாகவும் உள்ளன. அதற்குக் காரணம் இவ்விரு நகரங்களும் ஒரு காலத்தில் ஜப்பானை ஆண்ட அரசர்களின் தலைநகரங்கள். முதலில் குறிப்பிட்ட தோடாஜி பெரிய புத்தர் கோயில் கூட அரச குடும்பத்தினருக்குச் சொந்தமானதாகும்.

இக்கோயில் மக்களைக் காப்பது மட்டுமல்லாமல் விலங்குகளைக் காப்பதற்காகவும் அரசரால் ஏற்படுத்தப்பட்டிருக்கிறது. புத்தர் விலங்குகளை நேசித்தார். எனவேதான் இதைச் சுற்றியுள்ள பகுதியை மான்கள் சரணாலயமாக மாற்றியுள்ளனர் புத்த மதத்தைத் தழுவிய ஜப்பானிய மக்கள்.

இம்மான்கள் மக்களுடன் சகஜமாகப் பழகிவிட்டன. சுற்றுலாப் பயணிகள் கடையிலிருந்து மானுக்கு பிஸ்கட்டுகளை வாங்கித் தருகிறார்கள். ஒரு பாக்கெட் பிஸ்கட் வாங்கும்போதே மான்கள் ஓடி வருகின்றன. ஒன்றுக்கொன்று போட்டி போட்டுச் சாப்பிடுவதால் பிஸ்கட் கிடைக்காத மான் ஒருவரைக் கடித்தும் விடுகிறது. அந்த அளவிற்கு காட்டில் வாழ வேண்டிய மான்கள் வீட்டில் பழக்கப்பட்ட ஆட்டுக்குட்டிகள் போல் ஆகிவிட்டன.

இந்தக் கோவிலுக்குச் செல்லும் வழியில் வாகனங்கள் செல்ல அனுமதியில்லை. வழிநெடுகிலும் கடைகள் உள்ளன, மான்களும் உள்ளன. ஆனால் இத்தனை மான்கள் நடமாடிய போதும் தெருக்கள் தூய்மையாகவே இருந்தன. அதுதான் சிறப்பு.

ஆனால், துப்புரவு ஊழியர்கள் யாரையும் காணவில்லை. கடை நடத்துபவர்கள் அவரவர் கடைக்கு முன் உள்ள பகுதியைத் தூய்மைப் படுத்திக் கொள்கிறார்கள். மானின் கழிவுப் பொருட்களை அப்புறப்படுத்தி அவரவர் கடையின் முன்புறப் பகுதியை அவர்களே சுத்தம் செய்கிறார்கள்.

கடைகளில் உள்ள கழிவுப் பொருட்களையும், குப்பைகளையும் சாலைகளில் கொட்டி பொதுத் தூய்மைக்கும், சுகாதாரத்திற்கும் பங்கம் விளைவிப்பவர்கள் இக்காட்சியைப் பார்த்தால் தங்களது நடவடிக்கையை மாற்றிக் கொள்வார்கள்.

நாம் ஒவ்வொருவரும் நமது தெருவைச் சுத்தமாக வைத்துக் கொண்டால் இந்த உலகமே தூய்மையாகி விடும் என்று அன்னை தெரசா கூறியதை நினைவுகூர்கிறேன்.

இயற்கை வளங்களைப் பாதுகாத்தல்

நாரா முழுவதும் சுற்றிப்பார்க்க பஸ் வசதி செய்யப்பட்டிருக்கிறது. பஸ் நிலையத்தில் மக்கள் உட்கார ஒரு பாறை. இதன் மேல்பகுதியைப் பளபளப்பாக மாற்றியுள்ளனர். நம்மூர் பாறைகளைப் போலவே இருந்தது. பலர் உட்கார்ந்து ஓய்வெடுக்கிறார்கள்.

சென்னைத் துறைமுகத்தில் பாறைகளைக் கப்பலில் ஏற்றுவதற்காக வைத்திருப்பதைப் பார்த்திருக்கிறேன். அந்த வண்ண வண்ணப் பாறைகளை ஜப்பானியக் கட்டடங்களிலும், நடைபாதைகளிலும் பார்க்க முடிகிறது.

நம்மூர் பாறைகளைத்தான் ஜப்பானியர் வாங்கி இப்படிப் பயன்படுத்தி அவர்களது ஊரை அழகுபடுத்தி உள்ளனர். ஜப்பானில் பாறைகள் இல்லையா? இருக்கும். ஆனால் பாறைகள் மீண்டும் பெறமுடியாத சொத்து (Non Renewable Resource) என்பதால் அவர்கள் அவற்றை வெட்டியெடுக்காமல் இருக்கலாம். தங்களது சந்ததியினர் பாறைகளையும், மலைகளையும், ஆற்று மணலையும் பார்க்க வேண்டும் என்று அவர்கள் ஆசைப்பட்டிருக்கலாம். அவர்களுக்கு பொறுப்பு இருக்கிறது. ஆனால் நமக்கு?.

ஜப்பான் மலைப்பகுதிகள் நிறைந்த பிரதேசம். இங்குள்ள மலைகளைப் பார்க்கும்பொழுது அடர்ந்த காடுகள்தான் தென்படுகின்றன. பியூஜி மலையில்கூட எரிமலையின் தாக்கத்தால் உச்சியில் மரங்கள் வளரமுடியாது என்றாலும் 2,500 மீட்டர் உயரம் வரை அடர்ந்த காடுகளை வளர்த்திருக்கிறார்கள். சில இடங்களில் நிலச்சரிவு ஏற்பட்டு மரங்கள் இல்லாமல் போனபோதுகூட அங்கு பெயர்த்தெடுத்த மரங்களைக் கொண்டுவந்து நட்டுள்ளனர்.

உயரமான மலையின் உச்சியில் மண் இல்லை. பாறைக்குழம்பு குளிர்ந்த கற்களாக உள்ளதால் செடிகள் வளர்வதில்லை. அங்கும் மண்

கொட்டி ஆங்காங்கே மரங்கள் நட்டிருக்கிறார்கள். தெருவில் கூட மரங்களை ஒன்றுபோல சம உயரத்தில் வளர்க்கிறார்கள். அது மட்டுமல்லாமல் மரத்தைக் காக்க வேர்ப்பகுதியைச் சுற்றிலும் மரத்தால் ஆன தடுப்பு வளையம் பதித்துப் பாதுகாக்கிறார்கள்.

காற்றில் மரம் விழுந்து விடாமல் இருக்க மூன்று பக்கங்களிலும் கோல் ஊன்றி கயிற்றால் கட்டி வைத்துள்ளனர். இந்தக் கோல்கள் மரத்தின் மீது வாகனங்கள் மோதி விடாமல் பார்த்துக் கொள்கின்றன. மரங்களைப் பாதுகாத்துப் பராமரிப்பதில் கூட அதிக கவனம் செலுத்துகின்றார்கள்.

தெருவோர மரங்கள் பேணி பாதுகாக்கும் விதம்

அங்கு நான் பார்த்த காட்சி ஒன்று. ஒருவர் ஒரு பைன் மரக் கிளையை வெட்டிக் கொண்டிருந்தார். ஒரு மின்சார ரம்பத்தால் கிளைகளை வெட்டுகிறார். வெட்டிய இடத்தில் மருந்து தடவுகிறார். இதனால் வெட்டுப்பட்ட இடத்தில் நோய் வராமல் தடுக்கப்படுகிறது. இவை அனைத்தையும் அவரே செய்கிறார். மரத்தில் ஏற அவரே ஏணியையும் கொண்டு வந்துள்ளார். One Man Army. ஆனால் கச்சிதமாக வேலையைச் செய்து விட்டுச் சென்றுவிடுகிறார். மரமும் உயிருடன் தொடர்ந்து வாழும். மரத்தின் கிளைகளை தாறுமாறாக வெட்டினால் அந்தப் பகுதியில் பாக்டீரியா அல்லது காளான் தாக்கி மரம் பட்டுப்போகும். ஒரு

விவசாயக் கல்லூரியில் படித்தவன் என்ற முறையில் எனக்கு நமது ஊர் மரங்களின் நிலைமையை நினைத்துப் பார்க்க வருத்தமாக இருக்கிறது. மரங்களை இப்படி வெட்டிச் சாய்த்தால் மரம் வெட்டப்பட்ட இடத்தில் காயம் ஏற்பட்டு மரம் பிறகு செத்துப்போகும். மரமும் நம்மைப் போல ஓர் உயிரினம். அதற்கும் மனித இனத்திற்கும் பெரிய வித்தியாசம் இல்லை என்று Evolution விஞ்ஞானிகள் அடித்துக் கூறுகிறார்கள்.

கோபே (Kobe)

ஜப்பானின் ஆறாவது மிகப்பெரிய நகர் கோபே. நமது கோயம்புத்தூர் மாதிரி. 15 லட்சம் மக்கள் வாழ்கிறார்கள். 1853ஆம் ஆண்டு வர்த்தகத்திற்கு ஜப்பான் தயாரானபோது ஐரோப்பியர்கள் வந்திறங்கிய துறைமுகமும் இதுதான்.

பாலங்கள்

கோபேவில் ஒரு பிரம்மாண்டமான பாலத்தைப் பார்க்க முடிகிறது. மிகப்பெரிய கப்பல்கள் தொடர்ந்து பாலத்தின் கீழ் தங்கு தடையின்றி இலகுவாகச் சென்று கொண்டிருந்தன. இது அகாக் கைக்கோ பாலம் என்று அழைக்கப்படுகிறது. Pearl Bridge என்பது இன்னொரு பெயர்.

இந்தப் பாலம் 1988 ஆம் ஆண்டு கட்டப்பட்டிருக்கிறது. அது கோபே நகரையும், அலாஜ் தீவின் ஜவாயா நகரையும் இணைக்கிறது. இந்தப் பாலத்தின் நீளம் 3911 மீட்டர், கிட்டத்தட்ட 4 கி.மீ. இது ஜப்பானியர்களின் நுணுக்கமான தொழில்நுட்பத்திற்கு ஒரு சான்றாகத் திகழ்கிறது. இந்தத் தொங்கு பாலம் நவீனத் தொழில்நுட்ப முறையில் கட்டப்பட்டுள்ளது. பாலத்தின் மேல் பஸ்கள், கார்கள், லாரிகள் என்று அனைத்து வாகனங்களும் செல்கின்றன. உலகின் தொங்கு பாலங்களில் அதிக நீளமான மத்தியப் பகுதி (Central Span) கொண்டது என்ற பெருமையும் இந்தத் தொங்கு பாலத்திற்கு உண்டு

அகாக் கைக்கோ பாலம் கட்டுவதற்கு முன்னால் படகில்தான் அகாக் நீர் ஜலசந்தியை கடந்து சென்றிருக்கிறார்கள். ஆனால் அலை அதிகம் உள்ள இந்தக் கடலில் 1955 ஆம் ஆண்டு 2 படகுகள் மூழ்கி 168 பேர் பலியானார்கள். அன்றிலிருந்து பாலம் கட்ட வேண்டும் என்று மக்கள் கோரிக்கை எழுப்பினார்கள். 1988 ஆம் ஆண்டு கட்டுமானப் பணி தொடங்கியது. 1998, ஏப்ரல் 5ஆம் தேதி பாலம் திறக்கப்பட்டது. இந்த அகாஜு கைக்கோ ஜலசந்தி சர்வதேச கப்பல் பாதையாக இருப்பதால்

அந்தப் பாலத்தின் மையப்பகுதியில் 1500 மீட்டர் அகலம் கொண்ட கப்பல் பாதை (Shipping Lane) விடப்பட்டிருக்கிறது. அதாவது இரண்டு தூண்களுக்கு இடையில் 1,500 மீட்டர் தூரம் உண்டு. அப்போது இந்தப் பாலத்தின் தோற்றத்தைக் கற்பனை செய்து பாருங்கள்.

அகாக் கைக்கோ பாலம் - மேல் புறத்தோற்றம்

இந்த ஒரு தொங்குபாலம் மூன்று பகுதிகளாக இருக்கின்றன. 1995, ஜனவரி 17 அன்று நிகழ்ந்த மகா பூகம்பத்தில் மத்தியில் இருக்கும் இரண்டு தூண்களும் விலகியதால் அதன் இடைவெளி 1,500 மீட்டர் என்று இருந்தது 1,501 மீட்டர் என்று விரிந்தது.

இந்தப் பாலத்தைக் கட்ட அந்தக் காலகட்டத்தில் 30,00,000 கோடி ரூபாய் செலவு செய்திருக்கிறார்கள். அதாவது கிட்டத்தட்ட தமிழ்நாடு அரசின் ஓர் ஆண்டு வருமானத்தைவிட 20 மடங்கு அதிக பணம் செலவிடப்பட்டிருக்கிறது. இவ்வாறு பெரிய நிதியை அவர்களால் எப்படி திரட்டியிருக்க முடியும்? மக்கள் வரியாக அவ்வளவு பணத்தையும் அரசுக்குத் செலுத்தியிருக்கிறார்கள். நாமும் தனிமனித வருமானத்தை அதிகரித்து அரசுக்கு முறையாக வரி செலுத்தினால் இது நம் நாட்டிலும் சாத்தியமாகும். நம் நாட்டுப் பொறியாளர்களால் நமது தொழில்நுட்பத்தால் அவர்களைப் போல் கட்ட முடியும். ஆனால் அதற்கு நம்மிடம் முதலீடு (Resources) வேண்டும்.

நம் நாட்டிலும் சில பிரம்மாண்டமான பாலங்கள் கட்டப்பட்டிருக்கின்றன. பழைய பாம்பன் ரயில் பாலம் 1914ஆம் ஆண்டு ஆங்கிலேய ரயில் கம்பெனியால் கட்டப்பட்டது. 2 கி.மீ. நீளம் என்றாலும் மத்தியப் பகுதி அகலம் வெறும் 10 மீட்டர்தான். மிகச்சிறிய கப்பல்கள்தான் இங்கு செல்ல முடியும். பின்னர் நவீன பாம்பன் ரோடு பாலம் 1988ஆம் ஆண்டு திறந்து வைக்கப்பட்டது. அதை வடிவமைத்தவர் செயர்சென் என்ற ஜெர்மன் நாட்டவர்தான். இதில் மிகச்சிறிய கப்பல்கள்தான் நுழைந்து கடக்க முடியும்.

தேவையான இடங்களில் பிரம்மாண்டமான பாலங்கள் கட்டுவதற்கு நம் நாட்டில் தொழில்நுட்பம் வளரவேண்டும். தொழில் நுட்பம் வளரவேண்டும் என்றால் சிறு தொழில்களும், பெரிய தொழில்களும் ஓங்க வேண்டும். எல்லாவற்றிற்கும் மேல் பெரிய தொழில் தொடங்க மக்கள் அரசுக்கு முறையாக வரி செலுத்த வேண்டும்.

தமிழகத்தில் பல பெரிய நகரங்கள் தோன்றிவிட்டன. ஆனால் போதுமான சாலைகள் இல்லை. போதுமான கழிவுநீர் வடிகால் வசதிகள் இல்லை. நகரங்கள் திட்டமிட்டு அமைக்கப்படவில்லை. எனவே புதுடில்லி போல, சண்டிகர் போல, தமிழ்நாட்டில் பல நகரங்களைத் திட்டமிட்டு அமைக்க வேண்டும். பிரம்மாண்டமான பாலங்கள் நகர்ப்புறங்களில் கட்டினால் போக்குவரத்து வசதி மேம்படும்.

இந்தியாவில் ஜப்பான் போல மீன் அருங்காட்சியகங்களைக் கட்டி வைத்து ஏன் பராமரிக்க முடியவில்லை? ஒருவேளை நமக்குக் கடலில் உள்ள உயிரினங்கள் பற்றி தெரிந்துகொள்ள ஆர்வம் இல்லையா? தமிழ்நாட்டில் மட்டும் 1,076 கி.மீ. தூரம் கடற்கரை இருக்கிறது. வங்காள விரிகுடா, அதுவும் மன்னார் வளைகுடா உலகிலேயே அரிய கடல் சுற்றுச்சூழல் (Marine Eco System) என்று கண்டறியப்பட்டிருக்கிறது. உலகிலேயே மிகவும் அழகான 21 தீவுகள் இராமேஸ்வரத்திற்கும் தூத்துக்குடிக்கும் இடையில் இருக்கின்றன. அபூர்வமான பவழப் பாறைகளும் இங்குதான் இருக்கின்றன. இருந்தும் நமக்கு ஏன் ஆர்வம் வருவதில்லை?

சமீபத்தில் மணப்பாடு என்ற மீனவ கிராமத்திற்குச் சென்றிருந்தேன். அங்கு சில பழமை வாய்ந்த கிறிஸ்தவ ஆலயங்களும் 1888 ஆம் ஆண்டு கட்டப்பட்ட கலங்கரை விளக்கமும் இருக்கின்றன. 1564 ஆம் ஆண்டு போர்ச்சுக்கல் நாட்டைச் சேர்ந்த பிரான்சிஸ் சேவியர் என்ற கிறிஸ்தவ சாமியார் இங்கு வந்து ஒரு ஆலயத்தை நிறுவியதாகவும், அதிசயங்களை நிகழ்த்திக் காட்டியதாகவும் கூறப்படுகிறது. பலர் இந்தக் கோவில்களுக்கு

வந்து செல்கிறார்கள். ஆனால், இந்தக் கோவில் பழமையாக இருக்கிறது, கட்டியது யார், என்று விசாரிப்பது இல்லை. இங்கு ஸ்பெயின் மற்றும் பிரெஞ்சு நாட்டவர் வாழ்ந்திருக்கிறார்கள், வந்து பிரார்த்தனை செய்த வேகத்தில் திரும்பிச் சென்றுவிடுவதைப் பார்க்க முடிகிறது.

நம்மிடம் இருக்கும் குறை என்ன?

மணப்பாடில் மீன்பிடித் தொழில் மும்முரமாக நடக்கிறது. ஆலயத்திற்கு வரும் மக்கள் எவ்விதமான மீன்கள் பிடிக்கப்படுகின்றன, எப்படிப் பிடிக்கிறார்கள் என்றுகூட விசாரிப்பதில்லை. அதைப்பற்றி நமக்கென்ன வந்தது என்று இருந்து விடுகிறார்கள். மத்தி ரக மீன்கள் இங்கு பிடிக்கப்படுகின்றன. அதை உடனே வாங்கி கேரளாவிற்கு எடுத்துச் செல்ல கேரள வியாபாரிகள் வாகனங்களுடன் தயாராக நிற்கிறார்கள். தமிழ்நாட்டில் விற்பனையாகாதா என்று கேட்டால் தமிழ்நாட்டு மக்கள் மத்தி மீனை விரும்பி உண்பதில்லை என்றார்கள். மத்தி மீன் நல்ல வித கொழுப்பும், புரதமும் கொண்ட உலகத்தரம் வாய்ந்த மீன். இதைக்கூட வாங்கி உண்ணத் தெரியவில்லை என்பது வருத்தமளிக்கிறது.

நம்மால் முடியும்

நமது நாட்டிலும் அருங்காட்சியகங்கள் ஏற்படுத்தப்பட்டிருக்கின்றன. மிகப்பெரிய அருங்காட்சியகங்கள் இல்லையென்றாலும் அவை முக்கியத்துவம் வாய்ந்தவைகள்தான். எழும்பூரில் ஓர் அருங்காட்சியகம் உள்ளது. புனித ஜார்ஜ் கோட்டையில் ஓர் அருங்காட்சியகம் உள்ளது. ஆனால் அங்கு சுற்றுலாப் பயணிகளைப் பார்ப்பது அரிது. ஒருவேளை நாம் அனைவரும் அதைப் போய்ப் பார்ப்பதாக இருந்தால் அவற்றை விரிவுபடுத்தி இருப்பார்கள்; அல்லது சிறப்பாகப் பராமரித்திருப்பார்கள்.

குருசடித் தீவு என்பது ராமேஸ்வரத்தில் உள்ள ஒரு தீவின் பெயர். அந்தத் தீவிற்கு ஒருநாள் பணி நிமித்தமாகச் சென்றிருந்தேன். அங்கு ஒரு பாழடைந்த கட்டடத்தைச் சுற்றி இருந்த முட்புதர்களை அகற்றி உள்ளே சென்றால் அது கடல்மீன் ஆராய்ச்சி நிலையம். பலதரப்பட்ட கடல் மீன்கள் அவற்றின் வாழ்க்கைச் சுழற்சிகள் ஆகியவை விளக்கப்பட்டிருந்தன. பல வகை மீன்களைப் பதப்படுத்தி பெரிய கண்ணாடி ஜார்களில் வைத்திருந்தனர். அடப்பாவமே இவ்வளவு அரிய ஸ்பெசிமன்களை ஏன் இப்படி உதாசீனப் படுத்தி அழிய விட்டுவிட்டார்கள் என்று வருந்தினேன். இந்த அருங்காட்சியகத்தை எந்தத் துறையினர் கையாள்வது என்பதில் போட்டியாம்.

ஆங்கிலேயர்கள் இந்த அருமையான அருங்காட்சியகத்தை ஏற்படுத்தி பராமரித்தார்களாம். பின்னர் இந்தியா சுதந்திரம் பெற்ற பிறகு அதை நமது அதிகாரிகள் பராமரிக்கத் தவறி விட்டார்கள் என்று சொன்னார்கள்.

ஆனால் இன்று இந்திய பிரஜைகளான நாம் ஒவ்வொருவரும் இந்த அருங்காட்சியகத்தில் அக்கறை செலுத்தியிருந்தால்,நிச்சயம் இந்த குருசடித் தீவு கடல் அருங்காட்சியகம் அழிந்திருக்காது.

நம் நாட்டில் பல அரண்மனைகளும், கோட்டைகளும் சரித்திர முக்கியத்துவம் வாய்ந்த கட்டிடங்களும், இடங்களும் உள்ளன. அவற்றைப் பராமரித்துப் பாதுகாத்து பிந்தைய சந்ததியர்களுக்குக் காட்ட வேண்டும். நமது வேலூர் கோட்டையைப் பராமரித்து பார்வைக்கு வைத்தால் ஜப்பானியரின் White Heron Castle*ஐ விட கம்பீரமாக இருந்திருக்கும். இதை நாம் உடனே செய்யவேண்டும்.*

பழைய கோட்டைகளையும், கோவில்களையும் சென்று பார்ப்பதைப் போல புதிய பாலங்களையும் துறைமுகங்களையும் கட்ட ஆர்வம் காட்ட வேண்டும். National Geographic, Discovery *போன்ற தொலைக்காட்சி சேனல்களைப் பார்க்க வேண்டும். நம் ஒவ்வொருவரின் ஆர்வமும், கோரிக்கையும், முயற்சியும் தான் அரசின் கதவுகளைத் தட்டும்.*

சென் கதை

"உன்னிடம் ஒரு கேள்வி கேட்கனும்." மிலிண்டா என்ற அரசன், நாகசேன என்ற சென் ஆசிரியரிடம் கேட்டான்.

"கேளுங்கள் ஐயா" நாகசேன

"நான் முதலிலேயே கேட்டுவிட்டேன்" - அரசன்

"நான் முதலிலேயே சொல்லிவிட்டேன்" - ஆசிரியர்

"நீ என்ன சொன்னாய்?" - அரசன்

"நீங்கள் என்ன கேட்டீர்கள்?" - ஆசிரியர்

"நான் எதுவும் கேட்கவில்லை" - அரசன்

"நானும் எதுவும் சொல்லவில்லை" - ஆசிரியர்

- சென் ஆசிரியரின் சொல்லாற்றலையும் உயர்வையும் தைரியத்தையும் குறிக்கும் சென் கதை

தொழில்

இரண்டாவது உலகப் போர் தொடங்குவதற்கு முன்பு ஜப்பானியத் தொழில்கள் குறிப்பாக இலகு இயந்திரத் தொழில்கள் நன்கு அபிவிருத்தியடைந்திருந்தன. 1930இல் தொடங்கிய பத்தாண்டுகளில் கனரக இயந்திரத் தொழில்களின் முக்கியத்துவம் அதிகரிக்கத் தொடங்கியது. யுத்தத்தின் தேவைகள் இந்த வேகத்தை மேலும் அதிகப்படுத்தின. ஆயினும் 1945ஆம் ஆண்டு ஆகஸ்ட் மாதத்தில் போர் முடிவுற்ற போது ஜப்பானின் இயந்திரத் தொழில் கூடங்கள் பெரும்பாலும் நிர்மூலமாக்கப்பட்டிருந்தன.

இருபது ஆண்டுகளில் ஜப்பானின் பொருளாதார அபிவிருத்தி மூன்று கட்டங்களுக்குள் அடங்கும்.

முதல் கட்டம் 1945 முதல் 1952 வரை. இதைப் புனர் நிர்மாண காலம் எனலாம். இக்காலத்தில் தொழிலுற்பத்தித் திறன் அதிவேகத்தில் புனரமைக்கப்பட்டது. 1953ஆம் ஆண்டு தொடக்கத்தில் போருக்குப் பின் ஏற்பட்ட புனர்நிர்மாணத் தேவைகள் அநேகமாகப் பூர்த்தி செய்யப்பட்டு விட்டன.

இரண்டாவது கட்டம் 1952 முதல் 1959 வரை. புதிய வளர்ச்சிகளை ஒருங்கிணைத்துப் பலப்படுத்திக் கொண்ட காலம். இது 1959ஆம் ஆண்டு வரை நீடித்தது.

மூன்றாவது கட்டம் 1959 முதல் 1965 வரை. இக்கட்டத்தில் தொழில்கள் புனரமைப்புப்பெற்று விட்டன. தொழில்கள் விரிவுபடுத்தப் பட்டது. தேசத்தின் தொழில் கட்டமைப்பு உறுதியான முறையில் கனரக இயந்திரத் தொழில்மயமாக மாறியது. ஜப்பானின் நவீன பெட்ரோ கெமிக்கல் ஆலைகள் தொழில்மயமான பொருளாதாரத்தின் அடையாளமாகத் திகழ்ந்தன.

தேசத்தின் தொழிற்துறைகளை நவீன முறையில் மாற்றியமைப்பது என்பது அதிவேகத்தில் சாதிக்கப்பட்டுள்ளது. தீவிர முதலீட்டு திட்ட முயற்சிகள் இச்சாதனைக்கு அடிப்படை. 1954ஆம் ஆண்டு தொடங்கிய புதிய தனியார் முதலீடுகள் தேசிய உற்பத்தியில் 25 சதவீதத்தை எட்டியது. இது அமெரிக்காவில் இதே துறையில் இந்தக் கால கட்டத்தின் முதலீடுகளைவிட இருமடங்கு அதிகம். இந்தப் பொருளாதார எழுச்சியின் அடையாளச் சின்னங்களாக இரசாயன, பெட்ரோலிய- ரசாயனத் தொழில்களும், கனரக இயந்திர உற்பத்தித் தொழில்களும் விளங்கின.

கப்பல் கட்டும் துறையில், ஜப்பானியத் தளங்கள் பிளாக் சிஸ்டம் என்ற முறையைக் கையாண்டு உலகின் மிகப்பெரிய எண்ணெய்க் கப்பல்களைக் கட்டினர்.

ஜப்பானியக் கார்கள், பஸ்கள், லாரிகள், ரயில்வே ரோலிங் ஸ்டாக் முதலியன ஐந்து கண்டங்களின் போக்குவரத்துத் தேவைகளை நிறைவு செய்தன. ஜப்பானில் தயாரான மின்சார உற்பத்தி சாதனங்கள் ஆசிய, ஆஸ்திரேலிய, வட-தென் அமெரிக்க நாடுகள், இல்லங்கள் மற்றும் தொழிற்சாலைகள் என உலகத் தேவைகளை நிறைவு செய்தன. ஜப்பானிய நூற்பு, நெசவு இயந்திரங்கள் ஆசியாவிலும், உலகின் பிற பாகங்களிலும், தொழில் வளர்ச்சிக்கு உதவி வருகின்றன. போருக்கு முன்பு கூட, கப்பல் கட்டும் தொழில்,ரோலிங் ஸ்டாக்,பஞ்சாலை இயந்திரங்கள் உற்பத்தி முதலிய துறைகளில் ஜப்பான் தன்னிறைவு பெற்றதுடன் கணிசமான அளவில் ஏற்றுமதியும் செய்து கொண்டிருந்திருந்தது.

மீன்பிடித் தொழில்

கடல்வாழ் உயிரின வளம் செறிந்தது ஜப்பானின் கடற்பரப்பு. தொன்று தொட்டு ஜப்பானியர் தங்கள் உணவின் பெரும் பகுதியை இந்தக் கடல் வளத்திலிருந்தே பெற்று வருகின்றனர். ஆகவே இன்று ஜப்பான் உலகின் பெரிய மீன்பிடித் தொழில் நாடுகளில் ஒன்றாக விளங்குகிறது. அதன் மீன் பிடிப்பின் மொத்த அளவு 1964இல் 6.3 மில்லியன் டன்கள்; இது உலக மீன் பிடிச்செறிவில் 12.3 சதவீதமாக இருந்தது. 2014ஆம் ஆண்டு பிடித்த மீனின் அளவு 12.8 மில்லியன் டன்கள் ஆகும். இந்தியாவில் 2014ஆம் ஆண்டு பிடித்த மீனின் அளவு 3.56 மில்லியன் டன் ஆகும். மலைக்கும் மடுவுக்கும் உள்ள வேறுபாடு இது. இந்தியாவிலும் 7500 கி.மீ கடற்கரை உண்டு என்பதையும் நினைவில் கொள்க.

ஜப்பானியர் உண்ணும் உணவில் இறைச்சிப் புரதங்களில் 57 சதவீதம் கடல்வாழ் உயிரினங்களிலிருந்து கிடைக்கிறதெனலாம். மீன்பிடித் தொழில் மூன்று பரந்த வகைகளில் அடங்கும்

(1) கடலோர மீன் பிடித்தல்

கடலோர மீன்பிடிப்பு, 10 டன் அளவுக்குக் குறைவான படகுகள், மூலமாகவோ அல்லது செயற்கை முறையில் ஆழமில்லாத கரையோரங்களில் மீன் பண்ணை மூலமாகவோ நடத்தப்படுகிறது. வாய்க்கால் திட்டங்கள் ஜப்பானியப் பண்ணைகளின் உற்பத்திப் பெருக்கத்துக்கு உதவுகின்றன.

கரையோர மீன்பிடித் தொழிலின் உற்பத்தி அளவு, மொத்த மீன்பிடிப்பு அளவில் மூன்றில் ஒரு பங்காகவே இருக்கின்றது. இப்பொழுது ஆழமில்லாத கடற்கரைப் பகுதிகளில், வளர்ப்பு முறைகள் மூலமாக உற்பத்தி செய்யப்படும் எரு, கடற்பாறை, மஞ்சி போன்ற மீன்கள் சந்தைகளில் விற்பனைக்கு வருவதைக் காணலாம்.

(2) கரைக்கு வெளியில் மீன் பிடித்தல்

கரையிலிருந்து தொலைவில் நடைபெறும் ஆழ்கடல் மீன் பிடிப்பு, 10 முதல் 100 டன் வரை எடையேற்று சக்தியுள்ள படகுகளின் துணை கொண்டு நடைபெறும் நடுத்தரத் தொழில்களாகும். மொத்த மீன் பிடிப்பு அளவில் 40 சதவீதமாக இது அமைந்தாலும், மொத்த மதிப்பில் இத்துறையின் மூலமாகக் கிடைக்கும் மீன் வளத்தின் மதிப்பு 25.3 சதவீதம்தான்.

(3) ஆழ் கடலில் மீன் பிடித்தல்

ஆழ்கடல் மீன் பிடிப்புத் தொழிலில் பெரும் மீன்பிடிக் கப்பல்கள் ஈடுபடுத்தப்படுகின்றன. ஜப்பானுக்கு வெகு தொலைவில் மேற் கொள்ளப்படும் இம் முயற்சிகளின் மூலம் கிடைக்கும் மீன் அளவு, மொத்த மீன் பிடிப்பில் 24.3 சதவீதமாகும். ஆப்பிரிக்கக் கடல் பகுதிகளில் ராட்சச வலைகள் மூலம் 2000-3000 டன் எடை கொண்ட கப்பல்கள் மூலம் மீன் பிடிப்பு நடைபெறுகிறது; வட பசிஃபிக் பகுதியில் வஞ்சர மீன் மற்றும் நண்டு இனங்கள் பிடிக்கப்படுகின்றன. அண்டார்டிக் மற்றும் வட பசிஃபிக் பெருங்கடல்களில் திமிங்கில வேட்டை நடைபெறுகிறது. இவற்றுக்கு ஜப்பானியர், பெரிய மீன்பிடிக் கப்பல் அணிகளையேப் பயன்படுத்துகின்றனர். இவற்றில் 'தாய்க் கப்பல்'கள்

உண்டு. இக்கப்பல்கள் பதப்படுத்துதல், டின்களில் அடைத்தல் முதலியவற்றுக்குத் தேவையான இயந்திர வசதிகளைக் கொண்ட மிதக்கும் தொழிற்கூடங்களாகவே விளங்குகின்றன.

மீன் வளஞ்செறிந்த நாடுகளில் ஒன்றான ஜப்பான், கடல் வளப் பாதுகாப்பு முயற்சிகளில் மிகுந்த அக்கறை கொண்டுள்ளது. வெளிநாட்டு மீன்பிடித் தொழில் நிறுவனங்களுடன் தொழில் நுட்ப ஒப்பந்தங்களைச் செய்து கொண்டுள்ளது. தொழில்நுட்ப அறிவினை வழங்குவதுடன், பிடித்த மீன்களை விற்பனை செய்வதிலும், இதர வழிகளிலும், மீன்பிடித் தொழிலின் நுணுக்கங்களை வெளிநாடுகளுக்கு பயிற்றுவிக்க வழி செய்துள்ளது. அவர்களது பயிற்சி இந்தியாவிற்கும் கிடைக்கிறது.

சுரங்கத் தொழில்

ஜப்பானில் கனிம வளங்கள் குறைவு. நவீன தொழில்மயமாக்கப் பட்டுள்ள ஒரு நாட்டுக்குத் தேவையான பல உலோகங்கள் இல்லை. அந்த வகையில் எண்ணெய், இரும்புத்தாது, நிலக்கரி, பாக்ஸைட் முதலியவற்றைப் பெருமளவில் இறக்குமதி செய்தே ஆக வேண்டிய நிலையில் ஜப்பான் இருக்கிறது.

ஜப்பானில் கிடைக்கக்கூடிய பிரதான இயற்கைச் செல்வம் நிலக்கரி ஒன்றே. ஆனால் இதுவும் தரம் குறைந்தது. உலைகளுக்கோ, இதர விசேஷ உபயோகங்களுக்கோ இந்த நிலக்கரி பயன்படாது.

இருக்கும் கனிமங்களை கண்மணியைப் போல் பாதுகாக்கிறார்கள்.

மின்சாரம்

மலைப்பாங்கான நில அமைப்பும், அபரிமிதமான மழையும் ஜப்பானுக்கு நீர்மின் விசைக்கான ஆதாரங்கள். அவை அபிவிருத்தி செய்யப்பட்டுள்ளது. தேசத்தின் பல பாகங்களில் பிரம்மாண்ட நீர் மின்-விசை நிலையங்கள் காட்சி தருகின்றன.

ஜப்பானிய அணுசக்தி நிறுவனம் 1965ஆம் ஆண்டு நவம்பரில் வர்த்தக உபயோகத்துக்கு மின்சாரம் தயாரித்து வழங்கியது.

ஜப்பானிய இல்லங்களில் மின்சார சாதனங்களைப் பயன்படுத்துவது ஒவ்வொரு நாளும் அதிகரித்து வருகிறது. தேசத்தின் தொழில்கள் விரிவு பெற்று வருகின்றன. இவற்றால் மின்சாரத் தேவை அதிகரித்து வருகிறது.

இத்தேவையின் அளவு மேற்கத்திய நாடுகளின் மின்சாரத் தேவைகளை விட இருமடங்காகும். அந்த மின்தேவையை ஜப்பான் குறைவின்றி பூர்த்தி செய்கிறது. மின்வெட்டு என்பதே ஜப்பானில் இல்லை.

ஜப்பானிய நிறுவனத்தின் உள்ளே...

ஒரு ஜப்பான் கம்பெனிக்கு விஜயம் செய்ய எனக்கு ஆர்வம் இருந்தது. காகிதம் தயார் செய்யத் தேவையான பேப்ரிக் என்ற துணியைத் தயாரித்து உலகின் அனைத்து நாடுகளுக்கும் விற்கிறது ஒரு கம்பெனி. இந்தக் கம்பெனியில் 300 பேர் வேலை செய்கின்றனர். 17 பெரிய மெஷின்கள் இத்தொழிற்சாலையில் உள்ளன. நமது ஊரில் மிகப்பெரிய துணி மில்களில் துணி தயாரிப்பதைப் போல ரேயான் நூலிலிருந்து இந்த சல்லடைத் துணி (Filcon Fabric) தயாரிக்கப்படுகிறது. 10 பங்கு காகிதக்கூழ், 90 பங்கு நீர் சேர்ந்த கலவையை ஒரு காகித ஷீட்டாக மாற்றும் திறன் படைத்தது இந்தத் துணி. ஆகவே இந்தத் துணி உலகிலுள்ள எல்லா காகித ஆலை களுக்கும் தேவைப்படுகிறது.

ஆலையைச் சுற்றிக் காண்பித்தார் ஒரு மேலாளர்.

அந்த ஆலைத் தொழிலாளர்கள் மிகவும் சுறுசுறுப்பாகவும், கண்ணும் கருத்துமாகவும் செயல்படுகின்றனர். இவர்களில் பெரும் பாலானோர் பெண்களே. திரும்பிக்கூட பார்க்காமல் தங்கள் வேலையில் கவனமாக இருந்தனர் அந்தப் பெண்கள். சூப்பர்வைசராக வேலை பார்ப்பவர்கள் பத்து முதல் பன்னிரண்டு மணி நேரம் வேலை பார்ப்பார்களாம். மற்றவர்களுக்கு வேலை நேரம் 8 மணி நேரம்தான். ஆனால் அந்த 8 மணி நேரத்தில் முழுக் கவனம், முழு ஈடுபாடு. அரைமணி நேரம் மட்டும் உணவு இடைவேளை. அப்போதும் அவர்கள் வெளியில் சென்று நேரத்தை வீணாக்காமல் இருந்த இடத்திலேயே உணவு உண்கிறார்கள். ஆண், பெண் எல்லோருக்கும் பேண்ட், சட்டை ஒரே கலரில். இது தொழிற்சாலைகளில் வேலை செய்வதற்கு உகந்த ஆடை என்று தோன்றுகிறது. நமது நாட்டில் வேட்டி, சட்டை, சேலை கட்டி வேலை செய்கிறோம். எந்தவிதத்திலும் நமது ஆடையில் வசதியில்லை. இருப்பினும் அந்த உடையையே நாம் இறுக்கிப் பிடித்துக் கொள்கிறோம். காலத்திற்கேற்ப மாற்றம் வேண்டும்.

மூன்று உயர் அதிகாரிகள் என்னை வரவேற்று ஒரு ஜப்பானிய கிரீன் டீயை அன்புடன் அளித்த பிறகுதான் ஆலையைப் பார்வையிட அழைத்துச் சென்றனர். பார்வையிட்ட பின்னரும் அந்த மூவரும் வந்து மீண்டும் வரவேற்று கிரீன் டீ அளித்தார்கள். இந்தியாவைப் பற்றி அறிய அதிக ஆர்வம் காட்டினார்கள்.

தொழில்   217

முடியும். இன்னொன்று, நாம் குடியேறப்போவதில்லை, வேறு யாரோதானே வாழப் போகிறார்கள் என்ற அலட்சியமாக இருக்குமோ? மூன்றாவது, மிக முக்கியமானது; அப்படியெல்லாம் விழுந்து விடாது என்ற நம்பிக்கையாக இருக்குமோ, என்னவோ!

முன்னணி நிறுவனங்கள்

இன்றைய ஜப்பானிய முன்னணி நிறுவனங்கள் ஜப்பானியரின் தொழில்நுட்பத் திறனுக்குச் சான்றாக விளங்குகின்றன. இவை அனைத்தும் தேசத்தின் குறிக்கோளை நிறைவேற்றப் பாடுபடுகின்றன. அவர்களது குறிக்கோளை அடைவது மட்டும் அவர்களது இலட்சியம் அன்று என்பதையும் கவனிக்கவும். முன்னணி நிறுவனங்கள், அவற்றின் மதிப்பை பில்லியன் டாலர்களில் குறிப்பிட்டுள்ளேன். ஒரு பில்லியன் டாலர் என்பது ஆறாயிரம் கோடி ரூபாய்கள்.

1. Nippon Teliprem Telt Telecommuni service - 181 பில்லியன் டாலர்கள்
2. Mitshubishi Corp Trading Company - 109 பில்லியன் டாலர்கள்
3. Honda Motor Corporate - 117 பில்லியன் டாலர்கள்
4. Mitui Co Trading Company - 844 பில்லியன் டாலர்கள்
5. East Japan Railway Transport - 67.93 பில்லியன் டாலர்கள்
6. Canon Business Service & Supplies - 41.33 பில்லியன் டாலர்கள்
7. Nippon Steel Materials - 48.79 பில்லியன் டாலர்கள்
8. IFT Hobly Materi - 42.89 பில்லியன் டாலர்கள்
9. KODI Telecommunication - 33.99 பில்லியன் டாலர்கள்
10. Sumitomo Trading Corporation - 36.06 பில்லியன் டாலர்கள்

சிறுசிறு தொழில்களும், தொழிற்சாலைகளும் தழைத்து ஓங்காததே நமது நாட்டில் பெரிய தொழிற்சாலைகள் அமைய முடியாததற்குக் காரணம் என்று கூறப்படுகிறது. எடுத்துக்காட்டாக பெரிய கப்பல்கள் நம் நாட்டில் தயாரிக்கப்படுவது இல்லை. சர்வதேச சரக்குப் போக்குவரத்தில் 95 சதவிகிதம் கப்பல் மூலமாகத்தான் எடுத்துச் செல்கின்றனர். நமது நாட்டு

சரக்குகள் எடுத்துச் செல்லவும், கொண்டு வரவும் பயன்படும் கப்பல்களில் 10 சதவிகிதம்தான் நமது நாட்டில் பதிவான கப்பல்கள். அவற்றில் 10 சதவிகிதம்தான் நமது நாட்டில் தயாரான கப்பல்கள். அந்தக் கப்பல்களின் உதிரிபாகங்கள் கூட இறக்குமதி செய்யப்பட்டவை. 2014 ஆம் ஆண்டு நமது நாட்டில் ஒரு சில பெரிய கப்பல்களே தயாரிக்கப்பட்டன. ஆனால் 1607 கப்பல்கள் ஜப்பானில் தயாராயின. 2303 கப்பல்கள் தென் கொரியாவில் தயாராயின. 3999 கப்பல்கள் சீனாவில் தயாரிக்கப்பட்டன.

நாம் போயிங் ஜெட் விமானங்கள் தயாரிப்பதில்லை. இந்தியாவில் தயாரிக்கும் போர்க் கப்பல்களின் உதிரிபாகங்கள்கூட பெரும்பாலும் வெளிநாடுகளிலிருந்துதான் இறக்குமதி செய்யப்படுகின்றன என நம் நாட்டு ராணுவ வல்லுநர்கள் தொடர்ந்து கவலை தெரிவித்து வருகிறார்கள்.

எந்த அமெரிக்கா ஜப்பானின் மீது அணுகுண்டு வீசி பயங்கரமான அழிவுக்கு உட்படுத்தியதோ அதே அமெரிக்காவையே பின்னர் தொழில் துறையில் முந்தியது ஜப்பான். உழைப்பு, உழைப்பு, உழைப்பு, உழைப்பு தவிர வேறொன்றுமில்லை. ஜப்பானியர்களுக்கு தங்கள் தேசத்தின்மீது இருப்பது பற்று, என்பதை விட வெறி என்றுகூட சொல்லலாம்.

தேசத்தின் உற்பத்தி இலக்கு

ஒரு தனி மனிதனுக்கு லட்சியம் வேண்டும் என்கிறோம். எதற்கு லட்சியம்? இல்லை என்றாலும் உண்டு என்றாலும் எல்லாம் ஒன்றுதான் என்கிறார்கள் சிலர். நம் நாட்டில் 75% மக்களுக்கு எந்த லட்சியமுமே இல்லை என்கிறது ஆய்வறிக்கைகள்.

ஒரு நபருக்கு லட்சியம் இருக்கலாம். ஒரு நிறுவனத்திற்கு லட்சியம் இருக்கலாம், ஒரு நாட்டிற்கு லட்சியம் இருக்குமா? ஜப்பான் நாட்டிற்கு இருக்கிறது.

1950ஆம் ஆண்டுகளில் அவர்கள் நூற்புத் தொழிலில் உலகின் முதலிடத்திற்கு வரவேண்டும் என்ற தேசிய லட்சியத்தை ஏற்படுத்தினர். 1960ஆம் ஆண்டில் உலகில் அதிக துணி தயாரித்தவர்கள் ஜப்பானியர்கள். இங்கு பருத்தி பயிரிடப்படவில்லை என்பது குறிப்பிடத்தக்கது!.

1960ஆம் ஆண்டுகளில் உலகில் அதிக எஃகு தயாரிக்க வேண்டும் என்று இலக்கு வகுத்தனர். ஜப்பான் 1970ஆம் ஆண்டு உலகிலேயே அதிக எஃகு தயாரித்து சாதனை படைத்தது. இரும்புத் தாதுப்பொருட்கள் ஜப்பானில் இல்லை என்பதைக் கவனிக்கவும்.!!

என்று விற்றார். அனைவரும் அந்த 'சூப்பர் மோட்டாரை' வாங்கினர். அதுதான் மோட்டார் சைக்கிள் ஆயிற்று. ஹோண்டா என்பவர் உலகில் அதிக மோட்டார் சைக்கிள் தயாரித்து விற்பனை செய்தவர் ஆனார்.

வேலை கலாச்சாரம்

இந்த இடத்தில் இன்னொரு முக்கியமான விஷயத்தைப் பற்றிச் சொல்லியே ஆகவேண்டும். ஜப்பானியர்கள் வேலை நிறுத்தம் செய்வதிலும் ஒருவிதமான தனித்தன்மையை உடையவர்களாக இருக்கிறார்கள்.

கறுப்பு பேட்ஜ் அணிந்தவாறு தங்கள் வேலையைத் தொடர்ந்து செய்கின்றனர், அல்லது வித்தியாசமாக வேலைநிறுத்தம் செய்கின்றனர். ஒரே கல்லில் இரண்டு மாங்காய் என்பது போல். உற்பத்தி பாதிக்கப் படாமல் வேலைநிறுத்தம் செய்கிறார்கள்.

உதாரணத்திற்கு ஒரு காலணி தயாரிக்கும் கம்பெனியில் நடந்த வேலை நிறுத்தம் பற்றிக் கேள்விப்பட்டேன். வழக்கம்போல் வேலைக்கு வந்த அவர்கள் காலணியை உற்பத்தி செய்யத் தொடங்கினார்கள். எப்படியென்றால், வலது காலுக்கான காலணிகள் மட்டும் உற்பத்தி செய்தனர். வேலைநிறுத்தம் முடியும்வரை ஒரு காலுக்கான காலணி மட்டுமே உற்பத்தி செய்யப்பட்டது. உற்பத்தியில் பாதிப்பில்லை. வேலை நிறுத்தமும் வெற்றி பெற்று தொழிலாளர்களின் கோரிக்கைகள் நிர்வாகத்தினரால் ஏற்றுக் கொள்ளப்பட்ட பிறகு இடது காலுக்கான காலணிகளை ஒரு வாரம் உற்பத்தி செய்தார்கள்.

கூட்டிக் கழித்துப் பார்த்தால் நிர்வாகத்தினருக்கும் லாபம், தொழிலாளர்களுக்கும் லாபம். எப்படியெல்லாம் சிந்திக்கிறார்கள் பாருங்கள். நம்மூரில் நடக்கும் வேலை நிறுத்தத்தை நினைத்துப் பாருங்கள். கோவையில் ஒரு நிறுவனத்தில் அந்த நிர்வாக அதிகாரியை அடித்தே கொன்றுவிட்டார்கள் போராடும் ஊழியர்கள்! டெல்லியில் அமைந்துள்ள மாருதி கம்பெனி போராட்டத்திலும் நிர்வாக அதிகாரி படுகொலை செய்யப்பட்டார்.

வர்த்தகக் கட்டடங்கள்

டோக்கியோ நகரில் ஜப்பான் அரசின் தலைமைச் செயலகக் கட்டடம் சின் ஜுகு (SHIN - JU KU) என்னுமிடத்தில் அமைந்திருக்கிறது. டோக்கியோ நகரில் விண்ணை முட்டும் அளவிற்கு மிக உயர்ந்த கட்டடங்கள் இருப்பதால் இப்பகுதியை Sky Scrapper City என்று கூறுகிறார்கள். அரசுத்

தலைமையகக் கட்டிடம் ஒரு இரட்டைக் கோபுரம். இது மிகவும் நவீன கட்டடமாகவும் காட்சியளிக்கிறது. இது 1988ஆம் ஆண்டு கட்ட ஆரம்பித்து 1990ஆம் ஆண்டு முடிக்கப்பட்டிருக்கிறது. இதனுடைய மொத்தப் பரப்பளவு 21 லட்சம் சதுர அடி ஆகும். 242 மீ. (797 அடி) உயரமுள்ள இந்தக் கட்டடத்தில் 48 மாடிகள் உண்டு. அன்றைய நாளில் இந்திய ரூபாய் மதிப்பு 6,000 கோடி செலவு செய்து கட்டியிருக்கிறார்கள்.

இதனுடைய 40ஆவது மாடியிலிருந்து டோக்கியோ நகரைப் பார்ப்பதற்கு வசதி செய்யப்பட்டிருக்கிறது. சுற்றுலாப் பயணிகளுக்கு இக்கட்டடத்தில் ஏறி டோக்கியோ நகரைப் பார்வையிட கட்டணம் ஏதும் வசூலிக்கப்படுவதில்லை.பல கோபுரங்கள் இந்த சின் ஜுகு நகரில் உள்ளன, இருப்பினும் ஒவ்வொரு கட்டடமும் தனி வடிவமைப்புடனும், வித்தியாசமான குணாதிசயத்துடனும் விளங்குகின்றன. ஒவ்வொரு மனிதனுக்கும் தனி அங்க அடையாளங்கள் இருப்பதைப்போல இக்கட்டடங் களுக்கு தனி அடையாளங்கள் இருப்பதைப் பார்க்க முடிகிறது.

டோக்கியோவில் இன்று மிக உயர்ந்த கட்டடங்கள் பல உண்டு. Toranoman Hill, Midtown Opera City Tower, Shinjukiu Park Tower, Shinjuku Mitsui, Shinjuku Centre ஆகியவை 240 மீட்டருக்கும் மேல் உயரம் உள்ளவை. டோக்கியோ ஸ்கை ட்ரீ தான் மிகவும் உயரமான ஜப்பான் கட்டடம். இதன் உயரம் 634 மீட்டர். அதாவது 2,080 அடி உயரம். இந்தியாவின் உயரமான கட்டடம் மும்பை நகரில் உள்ள Imperial Tower கட்டடம். இதன் உயரம் 254 மீட்டர் (833 அடிகள்).

மார்ச் 12, 2011 அன்று நடந்த நிலநடுக்கத்தில் மாடிக் கட்டடங்கள் ஆட்டம் கண்டன. உறுதியுடன் நிலநடுக்க தடுப்புக் கட்டடங்களாக இருந்ததால் அவை தப்பித்தன. ஆக இவற்றைக் கட்டியவர்கள் ஏனோதானோவென்று கட்டாமல், பொறுப்புணர்வுடன் எல்லாப் பாதுகாப்பு அம்சங்களையும் செயல்படுத்தி இந்தக் கட்டடங்களைக் கட்டியுள்ளனர். ஆகவே நிலநடுக்கம் வந்தபோதும் அவை நிலைத்து நின்றிருக்கின்றன. ஆனால் சென்னையில் நிலநடுக்கம் வராமலே 28, ஜுன் 2014 அன்று 12 மாடிக் கட்டடம் முகலிவாக்கத்தில் இடிந்து விழுந்தது. 61 கட்டடத் தொழிலாளர்கள் இறந்திருக்கிறார்கள்.8 மாடி கட்ட அனுமதி பெற்று அதற்கான அடித்தளம் அமைத்து பின்னர் 12 மாடிக் கட்டடம் கட்டியிருக்கிறார்கள். இவர்களால் எப்படி இந்த துணிச்சலான முடிவினை எடுக்க முடிந்தது? கொள்ளை லாபம் சம்பாதிக்க வேண்டும் என்ற பேராசையைத் தவிர வேறு என்னதான் தலையாய நோக்கமாக இருக்க

ஒருவர் என்னை தலைதாழ்த்தி வரவேற்றார். அவர்கள் வணக்கம் சொல்லும் முறை அது. இன்னொருவர் சிறிது குனிந்து வரவேற்றார். இவர் கொஞ்சம் உயர்ந்த அதிகாரி, எனவே அப்படி வரவேற்றார். மிக உயர்ந்த பதவியில் உள்ளவர்களைப் பார்க்கும்போது அதிகப்படியாக குனியவேண்டும்.

எனது தொடர்பு அதிகாரிக்கு மட்டுமே ஆங்கிலம் தெரியும். அதுவும் சுமாராகத்தான் தெரியும். எனது உச்சரிப்பை வைத்து புரிந்துகொள்ள சிரமப் படுகிறார்கள். நான் உச்சரித்த வார்த்தைகளின் பொருளை செல்போனில் உள்ள அகராதியில் பார்க்கிறார்கள்.

மிக முக்கியமாக எனது குடும்பத்தைப் பற்றி தெரிந்துகொள்ள ஆர்வம் காட்டினர். மனைவி, மகன்கள் உடன் வந்து ஒசாகாவில் தங்கியிருக்கிறார்களா என்று கேட்டார் ஒரு நிர்வாக அதிகாரி. இவர் ''இந்தியர்கள் கால்குலேட்டர் இல்லாமல் கணக்கிடுவதாகக் கூறுகிறார்களே, இதை மனக்கணக்கில் போட்டுச் சொல்லுங்களேன்'' என்று ஒரு புதிரை தாளில் எழுதினார். 25 x 19 = ? என்று அவர் எழுதி முடித்தவுடன் 475 என்று அதே காகிதத்தில் ஒரே விநாடியில் எழுதினேன். இது மிகவும் சாதாரணமான கணக்குதான். 25 ஐ 20 தடவை பெருக்கினால் 500 வரும், அதிலிருந்து 25 ஐ குறைத்தால் 475 வரும்.

அருகிலிருந்த அதிகாரி சரிதானா என்று கேட்க, ஒருவர் கால்குலேட்டரைக் கொண்டுவந்து கடகடவெனப் போட்டுப் பார்த்து 'சரி' என்றார். ஒரு மாயாஜாலக்காரரை குழந்தைகள் எப்படிப் பார்ப்பார் களோ அதைப்போலவே என்னையும் பார்த்தனர் அந்த அதிகாரிகள். ஜப்பானியர்கள் யாருக்குமே மனக்கணக்கு வாய்ப்பாடு தெரியாது எனத் தோன்றுகிறது. சிறிய வயதிலிருந்தே கால்குலேட்டர்களை நம்பியிருந்ததால் அவர்களுக்கு இந்த நிலை ஏற்பட்டுள்ளது. நம் நாட்டுக் குழந்தைகளுக்கு இந்த அபாயச் சூழ்நிலை உருவாகி வருகிறது. கால்குலேட்டர்களை மட்டும் நம்பும் சூழ்நிலையில் இருந்து தப்பிக்க பிள்ளைகளுக்கு மனக்கணக்கு போட பயிற்சி தரவேண்டும்.

டொயட்டோ மோட்டார் கார்ப்பரேஷன்

நம்மூரில் ஓடிக்கொண்டிருக்கும் டொயட்டோ கார்கள் ஜப்பான் தலைநகரில் அமைந்துள்ள டொயட்டோ மோட்டார் கார்ப்பரேஷன் என்ற நிறுவனத்தால் தயார் செய்யப்படுகிறது. இந்த டொயட்டோ மோட்டார் கம்பெனி 2012ஆம் ஆண்டில் உலகிலேயே அதிக கார்கள்

தயாரித்த கம்பெனி. இதுவரை 20 கோடி கார்களைத் தயாரித்து சாதனை படைத்துள்ளது. இக்கம்பெனியில் 3,40,000 ஊழியர்கள் வேலை செய்கிறார்கள். உலகின் எந்தக் கார் கம்பெனியும் தயாரிக்க முடியாத அளவில் ஒரு ஆண்டில் ஒரு கோடி கார்களைத் தயாரித்து சாதனை படைத்திருக்கிறது.

உலகிலே அதிக கார் தயாரிக்கும் கம்பெனியான டொயட்டோ ஜப்பானிலும் மிகப்பெரிய நிறுவனமாகத் திகழ்கிறது. அதாவது Market Capitalisation மற்றும் Revenue ஆகிய இருவிதத்திலும் முன்னணி நிறுவனமாக உள்ளது. டொயட்டோ நிறுவனத்தை 1937ஆம் ஆண்டு Kiichiro Toyota என்பவர் நிறுவினார். அவர் 1934ஆம் ஆண்டு தனது தந்தையின் Toyota Industries நிறுவனத்தில் இருந்து புதிய ஒரு உபநிறுவனமாக Toyota A என்ற நிறுவனத்தை உருவாக்கினார். பின்னர் 1936ஆம் ஆண்டு Toyota AA என்ற காரைத் தயாரித்து விற்பனை செய்தார்.

டொயட்டோவின் வர்த்தக வசனங்கள் உற்சாகம் ஊட்டக்கூடியவை. "Lead You Ahead", "Drive Your Dream", "Quality Revolution", "Let us go places", "Moving Forward"

ஹோண்டா மோட்டார்

உலகிலேயே அதிக மோட்டார் சைக்கிள் தயாரிப்பு நிறுவனமான ஹோண்டா மோட்டார்ஸ் கம்பெனியும் ஜப்பானில்தான் இருக்கிறது. கார் தயாரிப்பில் டொயட்டோவிற்கு அடுத்தபடியாக இருந்து வருகிறது. இதை 1946ஆம் ஆண்டு Soichiro Honda என்பவர் நிறுவினார். ஒரு சாதாரண மெக்கானிக்காக இருந்து இரண்டாம் உலகப்போரின்போது ஒரு மோட்டார் சைக்கிள் கம்பெனி நிறுவி அதில் வெற்றிகரமாக இருசக்கர வாகனங்களைத் தயாரித்து உலகச் சந்தையில் விற்பனை செய்தது ஒரு பெரிய சாதனை வரலாறு.

ஒரு பிஸ்டன் வளையம் தயாரித்து விற்பனை செய்ய முடியாமல் தவித்தவர் ஹோண்டா. இறுதியாக அவர் தயாரித்த பிஸ்டன் வளையம் என்ற உதிரி பாகத்தை டொயாட்டோ நிறுவனம் வாங்கியது. அந்த நிலையில் பூகம்பம் ஏற்பட்டு அவரின் தொழிற்சாலை தரை மட்டமாக ஆனது. இரண்டாம் உலகப் போரில் குண்டு வீசப்பட்டதால் தொழிற்சாலை அழிந்துவிட்டது. அப்போது சைக்கிளில் ஒரு மோட்டார் பொருத்தி விற்பனை செய்ய மூலதனம் நாடினார். சிலர் உதவினர். சைக்கிள் விற்கவில்லை. பின்னர் சைக்கிளின் அளவை சிறியதாக்கி சூப்பர் கார்

1970ஆம் ஆண்டுகளில் உலகிலேயே அதிக மோட்டார் வாகனம் தயாரிக்க வேண்டும் என்ற இலக்கை நிர்ணயித்தது அரசு. 1980ஆம் ஆண்டு உலகின் அதிக கார்கள் ஜப்பானில் தயாரானது.!!!

1980ஆம் ஆண்டுகளில் உலகிலேயே அதிக தொலைக் காட்சியையும், எலக்ட்ரானிக் பொருட்களையும் தயாரிக்க வேண்டும் என இலக்கு வகுத்தனர். 1990ஆம் ஆண்டில் அதிக தொலைக்காட்சிகளையும், எலக்ட்ரானிக் கருவிகளையும் ஜப்பான் தயாரித்தது.!!!!

தங்களிடம் இயற்கை வளங்கள் (Natural Resources) இல்லை யென்றாலும் தங்களின் ''வேலை செய்யும் ஆர்வம்'' என்ற ஒன்றை மட்டும் நம்பியே நாட்டிற்கான இலக்குகளை ஏற்படுத்திக் கொள்கிற தைரியம் வந்திருக்கிறது. அரசாங்கத்தின் இலக்கினைத் தங்கள் இலக்காகக் கருதி ஒவ்வொரு ஜப்பானியரும் தனது பணியை கச்சிதமாகச் செய்து முடிக்கின்றார்.

நமது நாட்டு அரசாங்கம் 5 ஆண்டுத் திட்டங்களை உருவாக்கியது. அதன்மூலம் நாம் எந்த அளவு முன்னேறியிருக்கிறோம் என்பதை நீங்களே நிர்ணயம் செய்து கொள்ளுங்கள். அரசு ஏற்படுத்திய இலக்கை நமது இலக்காக நாம் கருதினோமா இல்லையா என்பதை நாம் சிந்திக்கும் நிலையில் இருக்கிறோம்.

5S தத்துவம்

தொழிற்சாலைகளில் ஜப்பானியர்களின் வெற்றிக்கு அவர்கள் நம்பும் பல்வேறு தத்துவங்கள் உதவுகின்றன. அதில் குறிப்பிடத்தக்க ஒன்று 5S தத்துவம். அது என்ன 5S தத்துவம்?

அ. Sort out - செய்ரி (பிரித்தல்)

ஆ. Systemize - செய்டன் (ஒழுங்குபடுத்துதல்)

இ. Shining - செய்ஸோ (சுத்தமாக்குதல்)

ஈ. Standardize - செய்கிட்சூ (நிர்வகித்தல்)

உ. Sustain - செட்சுகி (தொடர் முயற்சி)

தொழிலில் மட்டுமல்லாமல் இந்த 5 Sகளை எதிலும் பயன்படுத்தலாம், வெற்றி பெறலாம். வீடுகளிலும் கூட பயன்படுத்தலாம்.

நம்மால் முடியும்

ஜப்பானின் தொழில் வளர்ச்சிக்கான முக்கியக் காரணம் அவர்களிடமுள்ள 'பணி செய்ய விருப்பம்' என்ற முனைப்புத்தான். அவர்களைப் போன்ற முனைப்பு நம்மில் சிலரிடம் உள்ளது. இல்லாமல் இல்லை. அப்படிப்பட்ட முனைப்பு உள்ளவர்கள் இந்தியாவிலும், அயல்நாடுகளிலும் சிறந்து விளங்குகிறார்கள். நம்மவர்கள் பலர் தொழில் தொடங்கி அற்புதமாக நடத்தி வருகிறார்கள் அல்லவா? அவர்களுக்கு அங்கு வேலை செய்பவர்கள் ஆதரவு தர வேண்டும். ஒருவர் வேலை செய்யும் நிறுவனம் வீழ்ச்சி அடையும் படியான எந்தச் செயலிலும் ஈடுபடக் கூடாது. வீட்டை விட, ஆலயத்தை விட, ஒருவர் வேலை செய்யும் நிறுவனத்தை அதிகம் நேசிக்க வேண்டும். அப்போது தான் நமது நாட்டிலும் டயோட்டோ, ஹோண்டா போன்ற தேசிய நிறுவனங்கள் தோன்றும்.

நம் நாட்டில் இரும்பு, நிலக்கரி, கச்சா எண்ணெய் என்று ஓரளவுக்கு தாதுப் பொருள்கள் உள்ளன. விவசாய நிலங்களும், நீர் ஆதாரங்களும் ஓரளவுக்கு உள்ளன. பொறியியல் பட்டப் படிப்பு படித்தவர்களும், டிப்ளமோ படித்தவர்களும் இலட்சக்கணக்கில் இருக்கிறார்கள். சம்பளம் எவ்வளவு என்று கேள்வி கேட்காமல் கிடைத்த வேலையை ஏற்றுக்கொண்டு அதை கற்றுக் கொள்ளும் ஒரு வாய்ப்பாகக் கருதி தீவிரமாக ஈடுபட்டால் நாமும் வளரலாம். நமது தொழிற்சாலைகளும் வளரும். நமது நிறுவனங்கள் ஒன்றோடு ஒன்று போட்டியிடும், பிறகு ஒரு நாள் ஜப்பானிய நிறுவனங்களுடன் மோதிப் பார்க்கும்.

தொழில் வளர்ச்சியில் நாம் பல மடங்கு உயரமுடியும். அதற்கான எல்லாத் தகுதியும் நமக்கு உண்டு. நாம் ஒவ்வொருவரும் நமது செயல் திறனை அதிகரிக்க வேண்டும். அதற்கு பயிற்சி பெறவேண்டும்.

தொழிலாளர்கள் தங்களின் வேலைத்திறனைப் பற்றி கவலைப்பட வேண்டும். அதை அதிகப்படுத்தவும், வேலையின் தரத்தை உயர்த்தவும் முயற்சிகள் மேற்கொள்ள வேண்டும். தொழில் சார்ந்த புத்தகங்களைப் படிக்க வேண்டும். தொடர்ந்து பயிற்சி எடுக்க வருமானத்தில் ஒரு பகுதியை செலவு செய்ய வேண்டும். தான் செய்யும் செயலில் நிபுணர் ஆகவேண்டும். அப்போதுதான் ஒரு தொழிற்சாலை வளரும், தொழிலாளி கேட்ட சம்பளமும் கிடைக்கும், கேட்டதைவிட அதிகமாகவும் கிடைக்கும்.

தொழில் அதிபர்களும் உழைப்பவர்களுக்கான சம்பளத்தை சரியாகத் தரவேண்டும். அவர்கள் தனிப்பட்ட ஆடம்பரங்களைத் தவிர்க்க வேண்டும். குடும்ப கேளிக்கைகளைக் குறைத்துக் கொள்ள வேண்டும்.

தரமான சுயமுன்னேற்ற நூல்களைப் படிப்பது

சுயமாக சுதந்திரமாகச் சிந்திப்பது

நன்கு கற்ற அறிஞர்களுடன் உரையாடுவது

ஆதாரம் இல்லாதவற்றை நம்பாமல் இருப்பது.

சிறிய அளவில் சாதனைகளை நிகழ்த்திப் பார்ப்பது

சுய ஆய்வு நடத்துவது

சுய ஒழுக்கத்தைக் கடைப்பிடிப்பது

அளந்து பேசுவது

கவனமாகக் கேட்பது

நிகழ்காலத்தில் வாழ்வது

தீங்கு இழைத்தவர்களை மன்னித்து விடுவது

தோல்விகளைக் கண்டு துவண்டுவிடாமல் இருப்பது

வெற்றியால் அதிகக் களிப்படையாமல் இருப்பது

சிறியதாக இருந்தாலும் கிடைத்த வாய்ப்பைப் பயன்படுத்துவது

நாம் யாருக்கும் இளைத்தவர்கள் அல்லர் என்று நம்புவது

சுய மரியாதையுடன் நடந்து கொள்வது

கர்வம் இல்லாமல் இருப்பது

மற்றவர்களைக் குறித்து புறம் பேசாமல் இருப்பது

அவப்பெயர் வாங்காமல் இருப்பது

குழந்தைகளிடமும், பெண்களிடமும் கண்ணியத்துடன் நடப்பது.

வாழ்க்கை ஒருமுறை மட்டும் என்பதால் ஒவ்வொரு நிமிடத்திற்கும் மதிப்பளித்து மகிழ்ச்சியுடன் வாழ்வது.

இந்த ஆலோசனைகளை ஆராய்ந்து பார்த்து அவற்றைக் கடைப்பிடித்துப் பாருங்கள். உங்களிடம் நல்ல மனப்பான்மை வளரும். ஆமாம் நீங்கள்தான் உங்கள் மனப்பான்மையைத் திட்டமிட்டு வளர்க்க வேண்டும். மற்றவர்கள் ஒரு தட்டில் வைத்து உங்களுக்குத் தரமுடியாது. நல்ல மனப்பான்மையை ஜப்பானியர் வளர்த்திருக்கிறார்கள்.

அவர்களால் முடியும் என்றால் நிச்சயமாக நம்மாலும் முடியும்.

சென் கதை

தான்சென் என்ற சென் ஞானியும் அவரது எக்கியோ என்ற மாணவனும் சேறு மிகுந்த ஆற்றைக் கடந்த போது ஒரு கிமோனே என்ற பட்டு ஆடை அணிந்த அழகான இளம் பெண் ஆற்றைக்கடக்க தவிப்பதைக் கண்டனர். வாம்மா. என்று சொல்லி தான்சென் அந்த அழகியை அலாக்காக தூக்கி மறுகரையில் இறக்கிவிட்டார். அன்றிரவு மாணவனுக்குத் தூக்கம் வரவில்லை. குருவிடம் "சன்னியாசிகள் அழகிய பெண்களின் அருகில் போவதில்லை. அது ஆபத்தானது. அப்படி இருக்கும்போது ஏன் அப்பெண்ணைத் தூக்கிச் சுமந்தீர்கள்" என்று கேட்டுவிட்டார். "நான் அவளை அப்போதே இறக்கிவிட்டேன். நீ ஏன் இன்னும் அவளைச் சுமந்து கொண்டிருக்கிறாய்?" என்று கேட்டாராம் தான்சென்.

- மனச்சுத்தம் பெரியது. அது உடல் தூய்மையை விட உயர்ந்தது என்பதற்கான சென் கதை

மனப்பான்மை

மனப்பான்மை நமது வளர்ச்சியை நிர்ணயிக்கின்றது. நம்மால் முடியும் என்ற நம்பிக்கையுடன் ஒரு காரியத்தைச் செய்ய முனைகிறோம், செய்தும் முடிக்கிறோம். எனவேதான் இந்நூலின் பெயரை, ''நம்மாலும் முடியும்'' என்று வைத்திருக்கிறேன். இது ஒரு அணுகுமுறை அல்லது மனப்பான்மை என்று சொல்லலாம். இந்த மனப்பான்மை ஜப்பானியர்களிடம் இருக்கிறது. நம் அனைவருக்கும் அந்த மனப்பான்மை வரவேண்டும் என்பதுதான் எனது விருப்பமும் கூட.

ஆனால் நம்மிடம் இன்று இந்த மனநிலை இருக்கிறதா என்றும் ஆராயவேண்டியிருந்தது. உலகில் பல நாட்டவர் செய்து முடிக்கிற காரியத்தை நாமும் செய்யவேண்டும் என்று முனைகிறோமா? அல்லது மற்றவர்கள் சாதித்தார்கள் என்பதற்காக நாமும் ஏன் அதைச் செய்ய வேண்டும் என்று கேள்வி கேட்கிறோமா? மற்ற நாட்டவரின் மிகப்பெரிய சாதனைகளை மிகத்துச்சமாக எடைபோடுவது ஒரு Defence Mechenism ஆகும். சீச்சீ இந்தப்பழம் புளிக்கும் என்பதைப் போன்றது அது. வாழவும் வளரவும் உயரவும் அது உதவாது.

சந்திரனுக்கு சந்திரயானை அனுப்பினோம், அங்கு மனிதனை அனுப்பவில்லை என்றாலும் பெருமைதான். செவ்வாய்க்கு மங்கள் யானை அனுப்பினோம். ('மங்கள் கிரகா' என்பது தமிழில் செவ்வாய் கிரகம் என்று பொருள்.) ஆனால் மனித நாகரிகத்தின் மிக அடிப்படைத் தேவையான 'ஒவ்வொரு வீட்டிற்கும் ஒரு கழிப்பறை' என்ற நடைமுறையை ஏன் நாம் செய்து காட்டவில்லை. இதனால் மனிதக் கழிவு எங்கும் காணப்படுகிறது. மேலும் தொற்று நோய்கள் எங்கும் பரவி, மனிதர்கள் அன்றாடம் அல்லல்படுகிறார்கள். கையை சோப்பால் கழுவிச் சுத்தமாக வைக்கவேண்டும் என்றும், கையால் உணவைத் தொடக்கூடாது,

மற்றவர்களுக்கும் பரிமாறவும் கூடாது என்றும் நாகரிகம் மிக்கவர்கள் கற்றுக் கொண்டிருக்கிறார்கள். ஆனால் கை சுத்தமில்லாமல் இருப்பதும், அந்தக் கையால் உணவை அள்ளி மற்றவர்களுக்குப் பரிமாறுவதும் நம்மிடம் இன்றும் இருந்து வருகிறது. அவர்கள் தெருவை குப்பை யில்லாமல் சுத்தமாக வைத்திருக்கிறார்கள், ஆறுகளை மாசுபடாமல் வைத்துள்ளார்கள். இது அவர்களுக்கு எப்படி சாத்தியமானது? அது ஏன் நமக்கு இன்னும் சாத்தியமாகவில்லை. இதற்கான ஒரே பதில், நமது முன்னோர்கள் என்று கூறி விடலாம். அதே வேளை நமது முன்னோர்களைக் குறை கூறவும் முடியாது, அவர்கள் வாழ்ந்த காலத்தில் விஞ்ஞானம் இல்லை. இன்று விஞ்ஞான உண்மைகள் நமக்குத் தெரிந்திருக்கிறது. உயர்ந்த கலாச்சாரத்திற்குச் சொந்தக்காரர்கள் என்று கூறிக் கொள்ளும் நமது 'சுகாதாரக் கலாச்சாரம்' பெருமையடையும்படி இல்லை. அதற்கு இந்தியாவில் இன்று வாழும் நாம்தான் பொறுப்பு.

ஏன் நம்மால் முடியாது என்ற கேள்வி நம்மிடம் மீண்டும் மீண்டும் எழுகிறது. இதற்குப் பதிலளிக்கும் வகையில் வாட்சப்பில் ஒரு செய்தி வந்தது. ஒரு தகப்பனார் தனது மகனிடம் ஜப்பானின் தத்துவத்தை எடுத்துக் கூறியிருக்கிறார். மற்றவர்கள் எல்லாம் நல்லா படிக்கிறார்களே உன்னால் முடியாதா? என்று கேட்டிருக்கிறார். ஜப்பானிய தத்துவம் அது. மற்றவர்கள் செய்து முடிக்கும்போது உன்னாலும் செய்து முடிக்க முடியும் என்பதை வலியுறுத்துவதற்காகவே அப்படிக் கூறியிருக்க வேண்டும். அதற்கு அந்த மகன், "அப்படியா? மற்றவர்கள் செய்து முடித்தார்கள் என்றால் அவர்கள் செய்யட்டுமே" என்றானாம். சரி இனி இரண்டாவது தத்துவம் சொல்ல முற்படுகிறார் தந்தை. "மகனே மற்றவர்களால் செய்ய முடியவில்லை என்றால், அதை நான் மட்டும் தான் செய்து முடிக்க முடியும்!" என்று ஜப்பானியர்கள் நினைக்கிறார்கள் என்பதைக் கூறுகிறார். அதற்கு மகன், "மற்றவர்களால் முடியவில்லையா? அப்படியென்றால் என்னால் மட்டும் எப்படி முடியும்?" என்றானாம்.

மனப்பான்மை என்பது வலிமையானது. அது நம்பிக்கைகளின் தொகுப்பு. ஒவ்வொரு மனிதனின் சிந்தனையும் செயலும், அவனது நிகழ்காலமும் எதிர்காலமும் அவனது மனப்பான்மையைப் பொறுத்தே அமைகின்றது.

மோசமான மனப்பான்மையை நல்ல நேர்மறை மனப்பான்மையாக மாற்ற பல வழிமுறைகள் உண்டு. அவையாவன;

லாபத்தை தொழிலில் முதலீடு செய்ய வேண்டும். அப்போது தொழிலாளி களுக்கு முதலாளிகள் மீது நம்பிக்கை பிறக்கும். அந்த நாள் வரும்போது நமது நாட்டிலும் பெரிய தொழிற்சாலைகள் தோன்றும், நம் இளைஞர்கள் அனைவருக்கும் வேலையும் கிடைக்கும்.

இன்றைய இளைஞர்களுக்கு இது புரிந்திருக்கிறது. அவர்கள் வேலை செய்ய ஆர்வம் காட்டுகிறார்கள். வெளிநாடுகளுக்குச் சென்று கல்வி கற்கவும், வேலை பார்க்கவும் ஆர்வம் காட்டுகிறார்கள். திருவிழாக்கள், மத நிகழ்வுகள், விடுமுறைகள் என்று நேரத்தை வீணடிப்பதை விட்டுவிட்டு தொழில் நுட்பங்களைக் கற்க முற்படுகிறார்கள். உயர் பதவிகளில் உலக நிறுவனங்களில் கூட நமது இளைஞர்கள் பணியாற்றுகிறார்கள். அந்தச் சிறந்த இந்திய சாதனையாளரைப்போல் வளர மற்றவர்களும் முயற்சி மேற்கொண்டால் நம்மாலும் பெரிய தொழிற்சாலைகளை நிறுவி உலகத் தரம் வாய்ந்த பொருட்களை உற்பத்தி செய்ய முடியும்.

சென் கதை

இசைக் கலைஞரின் இந்த விளக்கத்தைக் கேளுங்கள்! 'எது பெரியது. அறிவா அல்லது ஞானமா? சொல்லுங்கள்' என்று அவரிடம் கேள்வி கேட்கப்பட்டது. "அறிவு இல்லாமல் என்னால் வயலின் வாசிக்க முடியாது. ஞானம் இல்லாமல் என்னால் இசையை எழுப்ப முடியாது" என்றாராம்.

- அறிவும் ஞானமும் வேறு. ஆனால் இரண்டும் வேண்டும் என்பதைப் போதிக்கும் சென் கதை

பாகம் ஐந்து

Reference

1. The Japanese Mind, Edited by Roger J. Davis and Osamu ikeno: Turtle Publishing, North coreline, Vermonnt VS.
2. The Japanese Today, change and continuity, Edwin O. Reisehaure, and Marius B. Janses, Turtle publishing Boston
3. Bushido, the way of the samurai, Edited by Justin. I stone, square one Publishers, N.York.
4. Bushido: The soul of Japan, by Inazo Nitobe. Charles E. turtle company, Rutland, Vermount. 1969.
5. Wikipedia